சஹிதா

நிபந்தனையற்ற அன்பின் குரல்
கே.வி.ஷைலஜா

சஹிதா : நாவல்
ஆசிரியர் : கே.வி.ஷைலஜா

: © ஆசிரியருக்கு

முதற்பதிப்பு : பிப்ரவரி 2021
அட்டை வடிவமைப்பு : பி.எஸ்.வம்சி
வெளியீடு : வம்சி புக்ஸ்
19, டி.எம்.சாரோன்,
திருவண்ணாமலை - 606 601
9445870995, 04175 - 235806
அச்சாக்கம் : மணி ஆப்செட், சென்னை - 600077
விலை : ₹ 300/-
ISBN : 978-93-84598-99-0

Shahitha : Novel
Author : K.V.Shylaja

: © Author

First Edition : Februray - 2021
Cover Design : B.S. Vamsi
Published by : Vamsi books
19.D.M.Saron,
Tiruvannamalai - 606 601
9445870995, 04175 - 235806
Printed by : Mani Offset, Chennai - 600077
: ₹300/-
ISBN : 978-93-84598-99-0

www.vamsibooks.com - e-mail: vamsibooks@yahoo.com

கண்ணியில் சிக்கிக் கொண்ட என்னை விடுவித்து,
சிறகடித்துப் பறக்க வைத்த
மகன் வம்சிக்கும்...

தேவதையாய் அல்ல பிசாசாய் மாறி படைப்பின்
சொல்லிலடங்கா இன்பத்தை உணரவைத்த
மகள் மானசிக்கும்...

சஹிதா என்றொரு வியத்தகு மனுஷி

2021 பிப்ரவரி 15 திங்கட்கிழமை காலை தோழி கே.வி.ஷைலஜா என்னுடன் அலைபேசியில் தொடர்புகொண்ட போது, அது அடுத்த சில நாட்களில் நிகழவிருந்த சுகானாவின் திருமணத்துக்கான அழைப்பாகவே இருக்குமென்று யூகித்தேன். அப்படியாகத் தானிருந்தது அவருடைய சில நிமிடத் தொடக்க உரையாடலும் கூட. பிறகு வேறொரு வகைப்பட்ட உற்சாகக் குரலெடுத்தார் ஷைலஜா. அக்குரல், தான் புனைவெழுத்தாளராக மாறியிருப்பதன் மகிழ்வும் புத்துணர்வும் கலந்து ததும்பியதாக இருந்தது. 'சஹிதா' என்றொரு நாவல் எழுதியிருப்பதாகவும் அதை வாசித்துவிட்டு என்னுடைய அபிப்ராயத்தை எழுதவேண்டுமென்றும் அவர் கேட்டபோது; அது எது மாதிரி நாவல் உருவம் உள்ளடக்கம் என்ன என்பதெல்லாம் எனக்குத் தெரியாது. நான் ஒப்புக்கொண்டேன். அன்பின் வேண்டுதலை எவரால் நிராகரிக்க இயலும்? ஆனால் (என்னிடமும்) முன்னுரைக்கென்று வந்த சில பிரதிகளை பத்து பக்கங்கள் படித்ததும் 'இதற்கு எழுதுவது அறம் ஆகாது' என தாட்சண்யமின்றி நிராகரித்தும் உள்ளேன். அந்த இலக்கிய சிநேகங்கள் 'முன்னுரை எழுதமாட்டானாம் பெரிய புடுங்கி 'எனத் தூற்றியபோது ஒரு புன்னகையுடன் அவர்களைக்

கடந்துமிருக்கிறேன். 'நீ இதற்கு ஹானஸ்டாக எழுதவேண்டும். ஷைலஜாவுக்காக எழுதியமாதிரி இருக்கக்கூடாது' என்று என்னிடம் ஷைலஜா எச்சரித்தபோது, விமர்சித்தால் கூட தாங்கிக் கொள்வேன் என்னும் தொனி அதிலிருந்தது. ஆனாலும் இம்முன்னுரையை அல்லது அணிந்துரையை விமர்சன பாவத்துடன் என்னால் அணுக இயலவில்லை. காரணம் நானும் கூட ஒருவகையில் 'சஹிதா' ரகம்தான் என்பதாலோ என்னவோ, அருணாச்சலேச்வரர் ஆலயமும், ரமண மகரிஷியின் ஆசிரமும் உள்ள தக்காணத்தின் நுழைவாயில் எனக் கருதப்படும் திருவண்ணாமலையில் ஷைலஜா வளர்ந்தவர் என்றால், தமிழ்க் கடவுளாம் முருகப்பெருமானின் அறுபடை வீடுகளில் பிரதானமான பழனிமலை மற்றுமதன் அடிவாரத்தைச் சுற்றி வளர்ந்தவன் நான். பழனியிலிருந்து கோவை செல்லும் பாதையில் 10 கி.மீ தொலைவிலுள்ளது என் கீரனூர். காளியம்மன், துர்க்கையம்மன், கண்டியம்மன், மாரியம்மன் என சிறுதெய்வ வழிபாடுகளில் என் பால்யகால நண்பர் குழாம் குடும்பத்துடன் ஈடுபடுகையில் ஒரு ஓரமாக நின்று அவ்விக்ரஹங்களை நிறை கண்ணினைத் ததும்ப நெடுநீளம் நோக்கி நின்றிருந்தவன்.

கொங்கு நாட்டுப் பழமையான சிவத்தலங்களில் ஒன்று எங்கள் கீரனூர் திருவாகீஸ்வரமுடையார் கோயில், அருணகிரியார் தன் தனித்தமிழால் பாடிப்பெருமிதங்கொண்ட ஸ்தலம். என் பிராயத்தின் பெரும்பகுதியை நண்பர்களுடன் சேர்ந்து இக்கோயிலின் உட்பிரகாரங்களிலேயே கழித்தவன். பழனியில் தைப்பூசம், பங்குனி உத்திரம், வைகாசி விசாகம், ஆடிக்கிருத்திகை, கந்தசஷ்டிவிழா எனக் கலந்துகொண்டு வியர்வையில் நீறுமணத்துடன் வீடுவந்து 'கொம்பினை மானின் பின்போய் குலப்பழி கூட்டிக்கொண்டவன்'. எனவே

'நினைவதோர் தெய்வம் வேறெனும் நெஞ்சினான்' என்று தூற்றப்பட்டேன். எல்லாம் ஒன்றுதான் என்று இன்றுவரை இருப்பவன்.

இந்நாவலின் நாயகி சஹிதா ஒரு இஸ்லாமியக் குடும்பத்தில் பிறந்து வளர்ந்தவளாக இருந்தாலும் தனது பதின் பருவத்தின் குளிர் இரவுகளில் மயிற்பீலியைத் தலையில் செருகி வைத்து உடலெல்லாம் நீல வர்ணத்துடன் சிவந்த உதடுகளில் மயக்கும் சிரிப்புடன் கூடிய ஒரு முகத்தை அடிக்கடி கனவுகளில் காண்பவள். நிபந்தனைகளற்ற அந்த ஆடவனின் அன்பின் குரலால் ஈர்க்கப்பட்டவள். அவனுடன் வீட்டுக்குத் தெரியாமல் பலா மரத்தினடியில் சேர்ந்து விளையாடுகிறாள். பிறகு அவனைத் தன் அறையிலேயே பூட்டி வைத்துக் காக்கிறாள். விளையாட்டுத் தோழனான கண்ணன் அவள் மனதுக்கு இன்னும் நெருக்கமாக இருக்கிறான். முதலிரண்டு அத்தியாயங்களிலேயே சஹிதாவின் பாத்திரம் இதுதான் எனத் துலக்கமாகி விடுவதால் நாவலும், கூடவே வாசகர்களாகிய நாமும் அவளைப் பின் தொடர்வது தவிர்க்க இயலாததாகி விடுகிறது.

லீலா, நளினி, நீலிமா, சொர்ணா எனத் தோழிகள் புடைசூழ பள்ளிக்கூடம் சென்றுவரும் சஹிதா, நீலிமாவின் வீட்டில்தான் முதன்முதலில் நீலக்கண்ணனைப் பார்க்கிறாள். ஒருமுறை வருஷப்பிறப்பின் 'கணி' காண சஹிதாவைத் தன் வீட்டுக்கு அழைத்துச்சென்று முகம் கழுவச் சொல்லி மலர்கள், பழங்கள், தானியங்களால் அலங்கரிக்கப்பட்ட கிருஷ்ணனின் முன்னால் கொண்டுபோய் அவளை நிறுத்தினாள் நீலிமா.

அன்று அவள் கண்ணனைக் கண்நிறையப் பார்த்தாள். திரிவிளக்கின் ஒளியில் கண்ணன் சஹிதாவின் தோழனானான். அதன்பிறகு அவன் இவள் மனம் விட்டுப் போகவேயில்லை

என்றெழுதுகிறார் ஷைலஜா. கலிமா சொல்லி இறைவன் ஒருவனே என ஏற்றுக்கொண்ட ஒரு இஸ்லாமியப் பெண்ணாவது கிருஷ்ண பரமாத்மாவின் தோழியாக மாறுவதாவது - இதைக் காட்டிலும் ஹராமான செயல் ஏதுமில்லை. இது ஷிர்க் - இணைவைத்தல். யாரோ ஒரு காஃபிர் பெண் இப்படி ஒரு நாவல் எழுதினால் அதற்கு இவனும் வக்காலத்து வாங்குகிறான் என்று அடிப்படைவாதிகள் உச்சபட்ச எரிச்சலுடன் கொதிப்பதும் பதைப்பதும் தெரிகிறது.

ஆனால் சஹிதா அப்படித் தானிருக்கிறாள். பாட்டி இத்தாமு, அத்தா கரீம், அம்மா அஸ்மா, தங்கை வஹிதாவுடன் ஒரே வீட்டில் பேருக்கு வாழுமவள், வாழ்வதென்னவோ இவர்களுக்கெல்லாம் தொடர்பற்ற வேறொரு உலகத்தில். மணமாகி சென்னைக்குச் செல்கிறாள். மாமனார், மாமியார் இவர்களுடன் அவளுக்கு வரம்போல வாய்த்தவன் கணவன் நாசிம். இவர்களுக்கு மகளாகப் பிறக்கிறாள் அமீரா. அமீரா வளர வளர சஹிதாவின் ஆன்மிகச் சிறகுகளும் வளர்கின்றன. ஒருநாள் வேறு வழியின்றி தன் கணவனை குலா (மணவிலக்கு) செய்து, முழுக்கவே வீட்டைத் துறந்து ஹிசக்கியேல் ஒலைவிபாவ்லோலியன் என்னும் ஆதியுடன் திருவண்ணாமலைக்குப் பயணமாகிறாள். இதுதான் இந்நாவலின் கதைச்சுருக்கம்.

நாவலில் சஹிதாவின் பால்யம் ஷைலஜாவின் சொல்லாடல்களால் பசுமையாக விரிகிறது. பெருநாள் கொண்டாட்டம், புதுத்துணி, ஐஸ்கிரீம், சாக்லேட் என்று கேளிக்கைகளாக ஒருபுறமிருந்தாலும், மற்றொரு பக்கம் சிநேகிதி லீலாவின் அப்பா சபரிமலைக்கு மாலைபோடும் நாட்களில் அந்த வீட்டுப்பெண்கள் மறைவிட வாழ்க்கை வாழ்ந்து அல்லற்படுவது விவரணம் பெறுகிறது. சஹிதாவின் ஒன்றுவிட்ட சித்தப்பா ஜப்பார் திருணம் செய்துகொண்டு வரும் ஜமீலா, தன் கணவனை

இல்லற சுகத்துக்காக ஒருபோதும் நெருங்கவிடாமல் கூச்சலிட, லீலாவின் அம்மம்மா குத்துவிளக்கேற்றி தாம்பாளத் தட்டில் விபூதியையும் குங்குமத்தையும் கொட்டி பிச்சிப்பூக்களை விளக்கினடியிலிட்டு ஜமீலாவைக் கேள்வி மேல் கேள்வி தொடுத்து, கடைசியில் அவள் தன்னை அம்புஜம் என்று கூறிக்கொண்டு, குடிக்க ரத்தம் கேட்க, கூர்வாள் தருவிக்கப்பட்டு அம்மம்மாவின் தலைவகிட்டில் வெட்டி வெளியேறிய ரத்தத்தை உறிஞ்சுகிறாள். இந்தமாதிரியான மாந்திரீக பரிபாடிகளெல்லாம் கேரளத்தில்தான் என்றில்லை, தமிழகத்து இஸ்லாமியக் குடும்பங்களிலும் தங்ஙள்மார்களைக் கொண்டு நடத்துவதெல்லாம் மறைவான சமாச்சாரங்கள்.

அமீரா பிறந்து ஆறேழு வருடங்களுக்குப் பிறகு பள்ளிவிடுமுறையில் அவளை நானி நானாவிடம் கேரளாவில் கொண்டுபோய்விட்டுவிட்டு கொடுங்கல்லூர் பகவதிகோயில், மூகாம்பிகை கோயில், குருவாயூர், தமிழகத்து சிதம்பரம்கோயில் என்று கோயில் கோயிலாக சுற்றுகின்றனர் இந்த இஸ்லாமியத் தம்பதியர். அதிலும் சிதம்பரம் கோயிலை விட்டு வெளியேறும் போது சஹிதாவை வழிமறிக்கும் மஞ்சள் பூசி பெரிய பொட்டு வைத்த வசீகரமான பெண்ணொருத்தி ''என்னம்மா ஏன் வந்திட்ட... உள்ளயே இரேன்'' என்றும் ''நான் மறுபடியும் உள்ள கூட்டிட்டுப் போகவா'' என்றும் கேட்க சஹிதாவுக்கு பேச்சு வரவில்லை. வெகுநேரம் நின்றிருந்தாள். நாசிம் வந்து அழைத்துச் செல்கிறான். காரில் அமர்ந்தவள் கைவிரித்துப் பார்த்தபோது நெருப்புக் கங்காய் அவள் உள்ளங்கைக்குள் குங்குமம் சுடர் விட்டிருந்தது. கண்ணாடி பார்த்து இரு புருவங்களுக்கும் சற்று மேலாக வட்டமாய் பெரிதாய் பொட்டிட்டு மந்தகாச முகத்துடன் கணவனைத் திரும்பிப் பார்க்கிறாள். அவன் புன்னகை மாறாமல் அவளிடம் ஒரு சிறு பிரியத்தைக் கடத்திவிட்டு காரைச்

செலுத்துகிறான். அன்றிரவு வழக்கம்போல 'புட்டேதாதி' சஹிதாவின் கனவில் வருகிறாள். இந்த புட்டேதாதி வேறுயாருமல்ல. அவள் பாட்டி இத்தாமுவின் அம்மை. பழமையான தாதியின் வீட்டினுள் மழைக்காலத்தில் தண்ணீர் புகுந்துவிடும். அறைமுழுக்க நீர் நிறைந்து மெல்ல மெல்லப் பாத்திரங்கள் அசைந்தசைந்து தண்ணீருடன் இடிக்கும் ஓசை சஹிதாவை அச்சுறுத்தும். அந்நேரத்தில் புட்டேதாதி திரிவிளக்கேந்தியபடி பாத்திரங்களினூடே பயங்கரமான முக அமைதிகொண்டு நடந்து செல்வாள். நான் ஷைலஜாவை, வாசகனாக வியந்து நோக்கியது இது போன்ற காட்சிப்பின்னல்களால் தான். தமிழ்நாவல்களில் காணக்கிடைக்காத காட்சிகள் என்பேன் இவற்றை. மேலும், சஹிதா போலொரு பாத்திரப்படைப்பு தமிழுக்கு மிகவும் புதியது. எந்தத் தமிழ் எழுத்தாளரும் வார்க்கத் துணியாதது. சஹிதா இதற்கு முன் படைக்கப்பட்ட எல்லா இஸ்லாமியக் கதா மனுஷிகளையும் பின்னுக்குத் தள்ளிவிடுவதை என்னால் நாவலை வாசித்து ஓய்ந்த கணத்தில் உணர இயன்றது.

"நாசிம், எங்கிட்ட சில விக்ரஹங்களெல்லாம் இருக்கு. அதில் எனக்கு நம்பிக்கையும் இருக்கு. நான் தினமும் பூஜை பண்ணுவேன். நம்ம ரூமில் வச்சுக்கிட்டுமா?''

''சஹிதா, உன்னோட நம்பிக்கை அப்படியே நம்ம குடும்பத்துக்கும் மார்க்கத்துக்கும் எதிரா இருக்கு. இது உன்னோட விருப்பம். என்ன நீ இதுக்கு நிர்பந்திக்கக் கூடாது. நானும் உன்னைக் காயப்படுத்த மாட்டேன். ஆனா எங்க வீட்டில இதை நிச்சயமா விசாலமான மனசோட எடுத்துக்கவே மாட்டாங்க. அதனால அம்மாக்குத் தெரியாம வச்சுக்கோ. எனக்கு பிரச்சனையில்ல...''

சஹிதாவுக்கும் அவள் கணவனுக்குமிடையில் நடக்கும் மிக முக்கிய உரையாடல் இது. சஹிதா மாதிரி ஒரு முஸ்லிம் பெண் நடைமுறையில் சாத்தியமா என்ற கேள்வி எழும். நாசிம் மாதிரி ஒரு கணவன், இஸ்லாமியனும் தான். ஒரு முஸ்லிம் பெண் பொட்டு வைத்துக்கொண்டு சினிமாவில் நடிக்கிறாள். அரசியலில் சமூக நடவடிக்கைகளில் ஈடுபடுகிறாள். காவல்துறை அதிகாரியாகப் பணியாற்றுகிறாள். காரோட்டுகிறாள். காய்கறி விற்கிறாள். கவிதை எழுதுகிறாள். கணவனிடம் ஜீவனாம்சம் கேட்டு வழக்கு தொடுக்கிறாள். சாராயம் குடிக்கிறாள். பர்தாவுடன் நின்று பாலியல் தொழிலுக்கு ஆள் பிடிக்கிறாள். இவை எல்லாம் நிகழும் சமூகத்தில் மாற்றுமதக் கடவுளிடம் அபிமானங்கொண்டவளும் இருக்கிறாள். சகிப்புத் தன்மையுடன் அணுகவேண்டிய சங்கதி இது.

சஹிதா மட்டுமே இப்படியில்லை. அவளுடைய தந்தை கரீமும் கூட நம்முடைய அடிப்படைவாதிகள் அழித்தொழிக்க எண்ணும் தர்கா கலாசாரம் பேணுகிறவர். திருச்சூரில் வாழ்ந்த பீமாபீவியின் நேசர். மிண்டா தங்ஙளுக்கு தினசரி வீட்டில் விளக்கேற்றுபவர். இப்படியான ஒரு தகப்பனுக்கு சஹிதா மாதிரி இன்னும் கொஞ்சம் சுயேச்சையான பெண் பிறந்ததில் வியக்க ஏதுமில்லை. எனவேதான் மகளின் நடவடிக்கைகளை அவர் மௌனமாக அங்கீகரிக்கிறார்.

இஸ்லாம் மதத்தில் காலில் விழுந்து வணங்கும் வழக்கம் இல்லை. நாசிம் தன் பிரிய மனைவிக்காக எவ்வளவோ அனுசரித்துப் போனாலும் மரியாதை நிமித்தம் பிறர் காலிலும் விழுந்து எழுகிறானே... என்றெல்லாம் யோசிக்க வைத்தது...

இந்நாவலில் நெகிழ்ந்து சுட்ட எண்ணற்ற இடங்கள் உண்டு. சஹிதாவுக்கும் அவள் தங்கை வஹிதாவுக்குமான உறவு,

சஹிதாவுக்கும் அவளுடைய தோழிகளுக்குமான சிநேகம், நாசிமின் அண்ணன் நிசாரின் மனைவி இறந்துவிட, நிசாரிடம் அவள் காட்டும் களங்கமற்ற நெருக்கம், மீரா, சரிதா, கிருஷ்ணன் சார், பிள்ளை பெற்ற சஹிதாவிடம் சாந்தம்மா சேச்சி காட்டும் வாஞ்சை, வேலாயுதம் பண்டாரம், அவர் மகள் கொச்சம்மா, யாயாயா பாட்டி, சக்தி, நந்தா எனக் கணக்கற்ற கண்ணிகளால் இந்நாவல் பிணைந்து கிடக்கிறது. உரையாடல்களும் விவரணைகளுமாக இவ்வுறவுகளை ஷைலஜா விவரிக்கும் பாங்கே தனி.

'சஹிதா' நாவலை அழகியல், அரசியல் என்று இருவிதமாகப் பிரித்துப் பார்க்கலாம். கருத்தியல் ரீதியாக இந்நாவல் எழுப்புகின்ற கேள்விகளையே நான் பிரதானமாகக் கருதுகிறேன். தமிழின் முக்கிய எழுத்தாளர்கள் இந்நாவலை வாசித்து தம் தரப்பு அபிப்ராயங்களைப் பகிர்ந்து கொள்ள வேண்டும் என்று விரும்பும் நான் இந்திய மொழிகளனைத்திலும் இது மறு ஆக்கம் செய்யப்படவேண்டுமென்றும் கருதுகிறேன்.

'குலா' தந்த பிறகு ஒரு இஸ்லாமியப் பெண் 'இத்தா' (குறிப்பிட்ட காலம் தனிமைப்படுத்திக்கொள்ளுதல்) இருக்க வேண்டிய கட்டாயமுள்ளது. அதைக் குறித்த விவரணம் நாவலில் இல்லை. ஆன்மிக உரையாடல்கள் இயல்பான மொழியாடலைக் கடந்து துருத்திக்கொண்டு தெரிவதைத் தவிர்த்திருக்கலாம்.

தமிழ் நாவல் உலகத்துக்கு கே.வி. ஷைலஜா என்னும் ஆற்றல் மிகு புனைவெழுத்தாளரை மிக்க சந்தோஷத்துடன் வரவேற்கிறேன்.

கீரனூர் ஜாகிர்ராஜா

தஞ்சாவூர் -7

22-02-2021

என் பிரிய சகியும் பிராண சகியும்...

சின்ன வயதிலிருந்தே நாம் காணும் கனவுகள் எத்தனை நனவாகியிருக்கிறது? எத்தனை கனவுகளை வயோதிகத்திலும் சுமந்துகொண்டு பயணிக்கிறோம், அப்படி பாரம் சுமக்காமல் என் கனவுகளை, ஆசைகளை, நான் எதிர்நோக்கும் வாழ்வியலை, நான் ஆசைப்படும் மனித மேன்மைகளை ''சஹிதா'' என்று உருவமிட்டு உயிர்கொடுத்து உலவ விட்டிருக்கிறேன். சஹிதா என் கனவுகளோடு அலைகிறாள். என் கனவு தேவதையை பத்திரமாக கையாளுங்கள். அவளை உங்கள் ரத்தமாக, உங்கள் உயிராக, உங்கள் கண்மணியாக, உங்கள் சகியாக மாற்றிக் கொள்ளுங்கள்.

சஹிதா மாதிரி ஒரு பெண் எல்லாப் பெண்களுக்குமான கனவு. அவள் எல்லோருக்குள்ளும் உறைந்திருக்கிறாள். காத்திருக்கிறாள். பல நேரங்களில் ஏக்கத்துடனே செத்தும் போய்விடுகிறாள். சஹிதா அவளைச் சுற்றின உறவுகளை சமூகத்தை, நண்பர்களை, ஒரு சின்ன குழந்தை கையில் கெலிடோஸ்கோப்பை வெயிலில் வைத்து சுழற்றி அதன் வழி தெரியும் வர்ண ஜாலங்களைக் காணத் துடிக்கும் குதூகலத்தோடு இசை கேட்டபடி நடந்து கொண்டிருக்கிறாள்.

இத்தனை நாட்களாக மற்ற படைப்பாளிகளின் படைப்பில் ஒதுங்கிய என் சொந்த எழுத்திற்கான தாகம் இப்போது என் கனவும் ஏக்கமுமாய் வெளி வந்திருக்கிறது. அதில் நான் நிறைவடைந்திருக்கிறேன்.

மொழிபெயர்ப்பிலிருந்து புனைவெழுத்திற்குத் தடம் மாறின காலத்தை நான் வெகுவாக ரசித்தேன். புனைவு என்னை பதின் பருவக் காதலில் முழுவதுமாய் நனைய வைத்தது. அதன் எல்லாத் துள்ளலோடும், புதுமையோடும் அற்புதத்தோடும் உற்சாகத்தோடும் இந்தப் புதினத்தில் வாழ்ந்தேன். அதிகாலை தொடங்கி சில நேரங்களில் நள்ளிரவு வரை நீண்ட என் எழுத்துகள் ஒரு போதும் என்னைச் சோர்வடையச் செய்யவில்லை. நான் நிறைந்து ததும்பினேன்.

உலகமே உறைந்து போயிருக்கும் இந்தக் கொடும் நோய்க் காலத்தில் எனக்கு வாய்த்த நேரம், வாழ்நாளில் ஒருபோதும் கிட்டாதது. அந்தக் காலத்தை எனதாக்கிக் கொண்டேன். ஊரும் வீடும் உறவுகளும் தங்களைச் சுருக்கி மூடிக் கொண்டபோது, எனக்கு சிறகு விரித்துப் பறக்க ஆசை வந்தது. யாருமற்ற வெளியில் நான் தனித்தலைந்தேன். என் பால்யத்தை, அதன் மருட்சி மிக்க நாட்களை, அதிர்ந்த வேளைகளை, கனவுகளை, ஆசைகளை, ஏக்கங்களை ஒவ்வொன்றாய் சேகரித்து உங்கள் முன் வைத்திருக்கிறேன்.

அப்படியான பொழுதுகளில் உடனிருந்த எல்லோருக்கும் என் நன்றி. என் பிள்ளைகள் தாயாய், தோழமையாய், குருவாய், ஆற்றித் தேற்றுபவர்களாய் மாறிய அற்புதத்தில் உறைந்திருந்தேன்.

நண்பர்கள் மொழிபெயர்ப்பிலிருந்து புனைவிற்கு மாறியதை வெகுவாக ரசித்ததில் உற்சாகமேறியிருந்தேன். முழுமையாய் இயங்கியிருக்கிறேன். நிறைவாய் என் சஹிதா ரூபமெடுத்திருக்கிறாள்.

இந்த பிரதிக்கு முன்னுரை தந்த தோழனும், எப்போதும் நான் மதிக்கும் என் முன்னத்தி ஏரான படைப்பாளி கீரனூர் ஜாகிர்ராஜாவுக்கு நன்றி. அவரிடம் முன்னுரைக்காக நான் பேசிய வேளை, இந்த பிரபஞ்சமெனும் மகாசக்தி எப்படி எல்லாவற்றையும் இயக்குகிறதென்று என்னை ஆச்சரியப்பட வைத்தது. நான்தான் சஹிதா, என்னை நீங்கள் எழுதிவிட்டீர்கள் என்று அவர் சொன்ன கணம் என்னைச் சிலிர்க்க வைத்தது. அவருக்கு என் ஆழ்ந்த கை குலுக்கல்கள்.

என் புனைவை உள்வாங்கி உற்சாகப்படுத்திய தோழிகள் ஷஹிதா, சந்திரா, முத்தரசிக்கு அன்பின் பகிர்தல்கள்.

ஒவ்வொரு முறை என்னைப் பார்க்கும்போதும் நீங்கள் புனைவெழுத வேண்டியவர், ஏன் கட்டுரைகளாகவே கொண்டு வருகிறீர்கள் என்பதை மிகவும் கடிந்து சொல்லக்கூடிய நண்பர் ராஜகோபால், முழுமையாக வாசித்து தன் கருத்துகளை ஆழமாகவும் செறிவாகவும் பகிர்ந்து கொண்டார். அவருக்கு நன்றி என்ற ஒற்றைச் சொல் போதாது.

பிரதியின் செழுமைக்கு உதவிய உத்திரகுமாரன், ஜெயஸ்ரீ, சுகானா, மதுரை தேவி, மோகனா, சுகந்த்ராஜ் என எல்லோருக்கும் மாறா அன்பு.

நாவலின் ஜீவ ஊற்றை தன் அட்டைப்பட வடிவமைப்பில் கொண்டு வந்த மகன் வம்சிக்கு என் அன்பின் முத்தங்கள்.

ஒரு படைப்பாளியாய் உருமாற்றமெடுத்திருப்பதாய் முழுமையாய் நம்புகிறேன். ஆனாலும் நீங்கள்தான் அதைத் தீர்மானிக்க வேண்டும். காத்திருக்கிறேன் உங்கள் சொற்களுக்காக...

எளிமையான அன்போடு,

கே.வி.ஷைலஜா.

கே.வி.ஷைலஜா

தமிழ் மண்ணில் வளர்ந்தாலும் தன் தாய் பூமியான கேரளாவின், மழைநீரில் பாசி படர்ந்த குளிர் மணத்தை தனக்குள்ளே தக்கவைத்துக் கொண்டிருப்பவர்.

மளையாளக் கவிஞர் பாலச்சந்திரன் சுள்ளிக்காடு எழுதிய சிதம்பர நினைவுகள் கட்டுரைத் தொகுப்பு மொழிபெயர்க்கவே, பேச மட்டும் தெரிந்த தாய்மொழியான மலையாளத்தை வாசிக்கவும் கற்றுக் கொண்டார்.

அதன்பிறகு என்.எஸ்.மாதவன், மம்முட்டி, கெ. ஆர்.மீரா, கல்பட்டா நாராயணன், சிஹாபுதின் பொய்த்தும்கடவு, எம்.டி.வாசுதேவன் நாயர், பாக்கியலஷ்மி, உமா பிரேமன் ஆகியோரது படைப்புகளையும் மொழிபெயர்த்திருக்கிறார். முத்தியம்மா, உருவமற்ற என் முதல் ஆண் என்ற இரண்டு கட்டுரைத் தொகுப்புகள் நேரடியாகத் தமிழிலும், தென்னிந்தியச் சிறுகதைகள் (தமிழ், மலையாளம், தெலுங்கு, கன்னடம்), பச்சை இருளனின் சகா பொந்தன் மாடன் (தமிழ், மலையாளம்) என்ற தொகுப்புகளையும் தமிழுக்குத் தந்திருக்கிறார்.

கலை இலக்கியப் பேரவை விருது, திருப்பூர் தமிழ்ச் சங்க விருது, கனடா தோட்ட விருது, பெண் படைப்பாளிக்களுக்கான சக்தி விருது, மொழிபெயர்ப்புக்கான கலை இலக்கிய விருது பெற்றிருக்கிறார். கேரள மண்ணிலிருந்து அவர்களின் படைப்பாளிகளைத் தமிழுக்கு கொண்டு வந்ததற்காக 'காலியத் தாமோதரன் விருது' வழங்கி கௌரவித்திருக்கிறது.

வம்சி புக்ஸ் என்ற பதிப்பகம் தொடங்கி நானூறுக்கும் மேற்பட்ட புத்தகங்களைப் பதிப்பித்திருக்கிறார். ஐந்து புத்தகங்களுக்குத் தமிழக அரசின் சிறந்த பதிப்பாளருக்கான விருதினைப் பெற்றிருக்கிறார்.

வாழ்வியல் நாவலான உமாபிரேமனின் 'கதை கேட்கும் சுவர்கள்' தமிழிலும், மலையாளத்திலும், தெலுங்கிலும், ஹிந்தியிலும் திரைப்படமாக வெளிவரவிருக்கிறது.

இவருடைய சிதம்பர நினைவுகள் மற்றும் தென்னிந்தியச் சிறுகதைகள் தமிழகத்தின் சில கல்லூரிகளில் பாடமாக வைக்கப்பட்டிருக்கின்றன.

தற்போது மாற்றியமைக்கப்பட்ட பன்னிரெண்டாம் வகுப்பு தமிழ்ப் பாட நூலில் சிதம்பர நினைவுகள் புத்தகத்திலிருந்து ஒரு பகுதியை தமிழக அரசு இணைத்துள்ளது.

சஹிதா என்ற புதினத்தின் வழி புனைவுலகத்திற்கு வருகிறார்.

மொழிபெயர்ப்புகள் :

கட்டுரைகள் :

1. சிதம்பர நினைவுகள் - பாலசந்திரன் சுள்ளிக்காடு
2. மூன்றாம் பிறை - மம்முட்டி (வாழ்வனுபங்கள்)
3. முத்தியம்மா (தமிழிலேயே எழுதப்பட்ட கட்டுரைகள்)

4. உருவமற்ற என் முதல் ஆண் (தமிழிலேயே எழுதப்பட்ட கட்டுரைகள்)

சிறுகதைகள்:

5. சர்மிஷ்டா - என்.எஸ்.மாதவன்

6. சூர்ப்பனகை - கெ.ஆர். மீரா

7. யாருக்கும் வேண்டாத கண் - சிஹாபுதின் பொய்த்தும்கடவு

நாவல் :

8. சுமித்ரா - கல்பட்டா நாராயணன்

9. இறுதியாத்திரை - எம்.டி. வாசுதேவநாயர்

10. ஸ்வரபேதங்கள் - பாக்யலஷ்மி

11. கதை கேட்கும் சுவர்கள் -ஷாபு கிளித்தட்டில்

தொகுப்பு நூல்கள் :

12. பச்சை இருளனின் சகா பொந்தன் மாடன்

(தமிழ் - மலையாளச் சிறுகதைகளின் தொகுப்பு)

13. தென்னிந்தியச் சிறுகதைகள்

(தமிழ் - மலையாள -கன்னட - தெலுங்குச் சிறுகதைகளின் தொகுப்பு)

கணவர் : பவா செல்லதுரை

பிள்ளைகள் : மகன் வம்சி, மகள். மானசி

வீடு : 19.டி.எம்.சாரோன்,

திருவண்ணாமலை

பேச : 9445870995

எழுத : kvshylajatvm@gmail.com

1

மழை நின்று லேசாக வானம் வெளுத்திருந்தாலும், மாலை கடந்து இரவை நோக்கி நகரும் நேரமானதால் கொஞ்சம் இருட்டும் கூடியிருந்தது.

மாநிறத்திற்கும் சற்று கூடுதலான நிறமுள்ள முகத்தில் கண்களுக்கு கருமை அடர்த்தி சேர்த்து இன்னும் அழகூட்டின. முகமும் சுருமை எழுதிய கண்களும் மூக்கும் உதடுகளும் பளிச்சிட வெள்ளைத் துணியால் தலைமுதல் தோள்வரை முக்காடிட்டு தன் சின்னப் பாதங்களின் அடியில் சலசலவென ஓடும் சிற்றோடைகளைத் தாண்டித்தாண்டி சஹிதா வீட்டிற்குத் திரும்பிக் கொண்டிருந்தாள்.

மரக்கூட்டங்கள் அடர்ந்திருப்பதால் எல்லா மழையையும் தனக்குள் இழுத்து வைத்துக் கொள்ள நினைக்கும் நிலப்பரப்பு எப்போதும் பத்து வயதான சஹிதாவைப் பயமுறுத்திக் கொண்டேயிருக்கும். பள்ளிக்கூடம் விட்டு வரும்போது, லீலா, நளினி, நீலிமா, சொர்ணா என்று ஐந்து பேரும் ஒன்றாகத்தான் வீட்டிற்கு வருவார்கள். ஆனால் மதரசா போய்விட்டு வரும்

சஹிதா தனியாகி விடுவாள். ஓடை தாண்டி, மரப்பாலம் தாண்டி, ஒற்றைப் பனைமரமும் தாண்டினால் வீடு. பனைமரத்தைப் பார்க்கும்வரை அவளுடைய இதயம் துடித்துக் கொண்டேயிருக்கும். பனைமரம் உச்சி நிறைந்த அழகுடன் கண்களுக்குத் தெரியும்போதுதான் அவள் பயம் நீங்கி, துள்ளிக் குதித்து வாசலில் வஹிதா விளையாடுகிறாளா என்று பார்த்துக்கொண்டே ஓடி வருவாள். அத்தாவை வீட்டு வாசலில் பார்த்துவிட்டால் அவளிடமிருந்து மறைந்து ஒளிந்து நிச்சலனமாகி விட்ட பயம் மீண்டும் அவளை மருள வைக்கும்.

ஓடைகளுக்கு மேலே மரங்களடர்ந்த வழியில் மௌனமாய் நடந்தது போல வீட்டிற்குள்ளும் பதுங்கிப்பதுங்கி நடந்து போய் முற்றம் தாண்டி, நடை தாண்டி, அறைகள் தாண்டி, வீட்டிற்குள்ளிருக்கும் சமையலறை தாண்டி, வெளியே தோட்டத்திற்கு நடுவில் அமைந்திருக்கும் சமையலறையில் இவளைப் போலவே முக்காடிட்டு முகத்தில் புன்னகை சூடி நெற்றியில் வியர்வை துளிர்க்க, ஒரு அடுப்பில் பத்திரியும் இன்னொரு அடுப்பில் கோழிக்கறிக் குழம்பும் கிளறிக் கொண்டிருக்கும் இத்தாமுவின் மடியில் போய் முகம் புதைத்து செல்லங்கொஞ்சுவாள்.

இத்தாமுவின் பெயர் என்னவென்றே குழந்தைகளுக்குத் தெரியாது. இத்தாமுவின் சித்தி மிகவும் வயதானவள், ஒன்றிரண்டு முறை வீட்டிற்கு வந்தபோது ''மோளே, கதீஜா...'' என்று கூப்பிட்டதாக சஹிதாவிற்கு ஞாபகம். மற்ற எல்லோருக்கும் வயது வித்தியாசமின்றி அவள் இத்தாமுதான்.

அந்த வீட்டில் எந்தக் கேள்விகளும் இல்லாத, மனதில் கூட கேள்விகள் தோன்றாத, புகாரில்லாத ஆள் இத்தாமுதான். தன் வாழ்வின் பெரும்பகுதியை மற்றவர்களின் பசியாற்றவும்

நேசமாயிருக்கவும் உதவியாயிருக்கவும் மட்டுமே ஆனதென ஏற்றுக் கொண்ட அவளுக்கு எல்லாவற்றையும் பதறாமல் பார்க்கத் தெரிந்திருந்தது.

அவளுக்கு எத்தனை பேருக்கு வேண்டுமானாலும் சமைக்கத் தெரியும். எல்லோரும் சாப்பிடும் அழகைப் பார்க்கத் தெரியும். எல்லோரிடமும் எதிர்பார்ப்பில்லாத நேசம் காட்டத் தெரியும். அன்பின் மொத்த உருவமாய் தேவைப்படுபவர்களின் அருகில் நிற்கத் தெரியும். தன்னை மிகவும் சுருக்கிக் கொள்ளத் தெரியும், ஐந்து வேளை தொழுகத் தெரியும். எல்லோரும் தொழுகையைக் குறிப்பிட்ட நேரத்தில் முடித்தால் இத்தாமு மட்டும் தொழுகைக்குப் பிறகு துஆ செய்ய அதிக நேரம் எடுத்துக் கொள்வாள். அதுவும் மாலை வேளைகள் அவளுக்கு மட்டும் நீண்டு கொண்டே போகும். அவளுடைய துக்கத்தை எந்த அவசரமுமின்றி அல்லாவிடம் கொண்டு செல்லும் நேரமது. முதுமையில் எல்லாம் தெரிந்திருக்கும் இத்தாமுவுக்கு தன்னுடைய பால்யத்தில் நேர்ந்த துக்கத்தின் மறுபக்கம் என்னவென்று இன்றுவரை புரிந்ததேயில்லை.

எட்டாவது வயதில் சஹிதா மாதிரி வெள்ளை முக்காடிட்டு மதரசா போய்ப் படித்துவிட்டு வந்த கதீஜாவிற்கு சஹிதாவைப் போலவோ இல்லை இன்னும் சற்றுக் கூடுதலாகவோ பயமிருந்தது. அதே போல இருட்டு மேகங்களெல்லாம் பெரிய பெரிய உருவங்களாக மாறி பயமுறுத்தும். பொய்க்காத காலநிலைகள் உள்ள நாட்கள் அவை. கேரள பூமியின், வைகாசி பாதியில் தொடங்கி ஐப்பசி வரை பெய்யும் அடர் மழை, அவளுடைய குழந்தைமைக்கு குதூகலமான நாட்களை விடவும் பீதியைக் கொண்டு வந்ததே அதிகம்.

நகரிலிருந்து உள்ளடங்கிய அவளது சொந்த கிராமத்தில் பத்து பதினைந்து வீடுகளே அப்போது இருந்தன. எங்கோ ஒரு மூலையில் மட்டும்தான் பந்தம் எரியும் எண்ணெயின் வாசனையும் வெளிச்சமும் தெரியும். அந்த வெளிச்சப் புள்ளிகளில் தன் வீட்டு வெளிச்சத்தைக் கண் கொட்டாமல் பார்த்து பயத்தை விரட்டி வீட்டுக்கு ஓடி வருவாள்.

அதிக நாட்களெல்லாம் கதீஜா மதரசாவிற்குப் போகவில்லை. ஒன்பது வயதில் சித்தியின் மூத்த மகளின் நிக்காஹிற்கு போயிருந்தபோது அந்த கிராமத்தின் பெரிய அய்யா பார்த்து தன் மகனுக்கு நிச்சயம் பேசி முடித்துவிட்டார். பள்ளிக்கூடமும் மதரசாவும் அப்படியே நின்றுவிட வீடு மொத்தமும், அய்யாவே தன் வீட்டிற்குப் பெண் கேட்டுவிட்ட சந்தோஷத்தில் திளைத்தது. கதீஜாவிற்கு அதொன்றும் பெரிய இழப்பை ஏற்படுத்தவில்லை. அவளுக்குத் தெரியும், எப்படியும் பத்து வயதிற்குள் நிக்காஹ் முடித்து விடுவார்கள், சடங்காகும்வரை அம்மா வீட்டிலேயே விட்டுவிட்டு பிறகு மாப்பிள்ளை வீட்டிற்குக் கூட்டிச் செல்வார்கள். அதன்பிறகு அதுதான் தன் வீடாக மாறும் என்பதிலெல்லாம் அவளுக்கு நன்றாக தெளிவிருந்தது. ஆனால் பதின்மூன்று வயதில் சடங்கான பிறகு சீரும் சிறப்புமாய் மாப்பிள்ளை வீட்டிற்குப் போய் குட்டி இளவரசி மாதிரி வளைய வந்த தனக்கு பதினைந்து வயதில் மகன் பிறந்து ஆறு மாதத்தில் தன் கணவன் பாம்பு கடித்து ஏன்இறந்து போனார் என்பதும், தான் என்ன பாவம் செய்தோம் என்பதும் இன்னமுமே புரியாமலிருந்தது.

தன்னைத் தீண்டிய பாம்பின் நிறத்தையும் அதன் மினுமினுப்பையும் பார்த்துப் பதறிய சுல்தானின் குரல் கேட்டு வயலில் வேலைகளைப் பார்த்துக் கொண்டிருந்த அண்ணன்களும் வேலையாட்களும் ஓடி வந்தார்கள். இடுப்பு

வேட்டியை அவிழ்த்து இரண்டாய் கிழித்து கணுக்காலுக்கு மேலும் கீழுமாய் ரத்தம் தடை பட இறுக்கிக் கட்டுப் போட்டார்கள். வேலையை அப்படியே போட்டுவிட்டு வந்த நங்குண்ணி செரமனும் குஞ்சன் செரமனும் சுல்தானைத் தூக்கிக் கொண்டு விஷதாரியின் வீட்டுக்கு ஓடினார்கள்.

மங்க ஆரம்பித்திருந்த சுல்தானின் கண்களில், பிறந்து சில மாதங்களே ஆன மகன் கரீமைத் தொட்டிலில் தூங்க வைக்க சன்னமான குரலில் பாடும் கதீஜாவின் குரலும் அதைக் கேட்டு கண்கள் சொருகித் தூங்கும் மகனின் முகமும் மட்டுமே தங்கி நிலைத்தன. பதினைந்து வயதேயான மனைவியை நினைத்தபோது இப்படி நிராதரவாய் விட்டுவிட்டுப் போகிறோமே என்ற துக்கம் கண்களில் கசியும் முன் உயிர் பிரிந்திருந்தது.

மகனுக்குப் பால் கொடுத்து தொட்டிலில் கிடத்திவிட்டு நிமிரும்போது மாமியார் பதறிப் போய், 'அல்லாவே எம்மகனுக்கு என்னாச்சு?' என்றபடி சரிந்து விழுந்ததைத்தான் பார்த்தாள் கதீஜா. அவளுக்கு ஒன்றுமே புரியவில்லை. கண்கள் விரிய பதறிப் பதறி எல்லோரிடமும் 'என்னாச்சு... என்னாச்சு' என்று கேட்டாள். ஒரு புயல் காற்று சட்டென உள் நுழைந்தது போல மசூதியிலிருந்தும் தூர வீடுகளிலிருந்தும் சொந்த பந்தங்கள் ஓடி வீட்டுக்குள் புகுந்து இவளைப் பார்த்து துக்கம் மேலிட அழ ஆரம்பித்தார்கள். அப்போதும் அவர்கள் குரானின் சொற்களை மீறாதவர்களாய் துணியை வாயில் வைத்துக் கடித்து கண்ணீரை உள்ளிருத்த முயன்றார்கள்.

எல்லாவற்றையும் மீறி 'உந்தலையெழுத்து இப்படி ஆகணுமா கதீஜா, வெத்துப் பரம்பாயிட்டியேடி மகளே' என்று அந்த வீட்டின்

பெரிய மருமகள் அவளைக் கட்டிக் கொண்டு காதில் கிசுகிசுத்து அழுதபோது கண்கள் நிலைக்க, தனக்கு என்ன நேர்ந்ததென்றே தெரியாமல் தடுமாறிப் போனாள்.

கொஞ்ச நேரத்திற்குள், பாம்பு கடித்து விஷதாரியை எட்டும் முன்னே இறந்த தன் கணவனின் நீல நிறமோடிய இளம் உடலைத் தாங்கிய கூட்டமொன்று வீட்டிற்குள் நுழைந்தது. அவனை அப்படிப் பார்த்த நொடி, மிக நுட்பமாக அலங்கரிக்கப்பட்ட கண்ணாடிக் குடுவை ஒன்று மேலேயிருந்து கீழே விழுந்து சிதறியது போலானாள் கதீஜா. தன் இழப்பை முழுதுமாய் உள்வாங்கி, இதயம் மீண்டும் துடிக்கத் தொடங்கவே கதீஜாவிற்குக் கொஞ்ச நேரமானது.

ஆறு பிள்ளைகளில் கடைசி மகன், பார்க்க கம்பீரமும் பிரியம் வைப்பதில் எல்லைகளற்றவனாகவும் தனக்கு எல்லாமுமாக இருந்த கணவன். இன்றிலிருந்து அவன் மொத்தமும் இல்லை என்பதை அவளால் மூளைக்குள் செலுத்தக்கூட முடியவில்லை. வீடு மொத்தமும் பிரார்த்தனையில் தங்கள் துக்கத்தைக் கரைத்துக் கொண்டபோதும், சுல்தானின் நன்மைகளை ஒவ்வொன்றாய் சொல்ல ஆரம்பித்திருந்த குடும்ப ஆண்களின் சொற்களிலிருந்தும் கதீஜா, இனி அவன் வர மாட்டானென்ற தெளிவில் உறுதிப்படலானாள்,

இந்த வீட்டில் வாழ நேர்ந்திருந்த இந்த இரண்டரை வருடங்களில் தன்னை எதற்காகவும் கடிந்து கொண்டவனில்லை. பிரியத்தில் மூழ்கடித்து தன் செட்டைக்குள் பொத்தி வைத்திருந்தான். காதலிலும் காமத்திலும் ததும்பி மூழ்கி லேசாகிப் போனவளைக் கொண்டாடித் தீர்த்தவன். மனைவியை இப்படித் தாங்குகிறானே என்று அம்மாவும் அண்ணிகளும்

பரிகசித்தபோது, எனக்குக் கிடைத்தவள் ஒரு பொக்கிஷம், இன்னும் அக்கறையாகவும் அன்பாகவும் நடத்தப்பட வேண்டியவள் என்பதை கண் அசைவில் மற்றவர்களுக்குப் புரிய வைத்தவன். இப்படி அநியாயத்திற்கு வாழ்வை முறித்துக் கொண்டு படுத்திருந்தவனைப் பார்த்த கதீஜா, தன் எல்லா ஜீவ ஊற்றுக்களையும் அன்றோடு சுருக்கிக் கொண்டாள். நிலைத்த பார்வையை மீட்டெடுத்து, உறைந்தவளை லகுவாக்க அதிக காலம் தேவைப்பட்டது.

அந்த நிமிடத்திற்குப் பின் நடந்த எல்லாமே கதீஜாவிற்கு சப்தங்களாகவே நிலைத்துப் போயின. யாரோடும் பேச மட்டுமல்ல எதையும் கேட்கக்கூட அவள் மனம் தயாராகவில்லை. உருக்கி உறைந்துபோன பதுமை போலானாள் கதீஜா.

நாற்பது நாட்கள் முடிந்து, தன் ஆறுமாதக் குழந்தையோடு அம்மா வீட்டிற்கு வந்து யாருடைய பரிதாபப் பார்வையும் படாமல் மகன் கரீமை வளர்த்தெடுத்தாள். அழுது தீர்க்க முடியாத அவளுடைய பல இரவுகளின் இருள் நிறைந்த கரிய நிழலை மகனின் மேல் படியவிடாமல் பார்த்துக் கொண்டாள். மகனைத் தவிர வேறெதுவும் தேவையென்று அவள் நினைத்தவளில்லை. அவளுடைய பார்வையின் ஒற்றை தரிசனமானான் கரீம்.

தன்னைச் சுருக்கிச்சுருக்கி உரமேற்றி மகனை அணைத்து வளர்த்ததில் கரீமுக்கு அம்மாவே எல்லாமுமானாள். துக்கமும் கண்ணீரும் வற்றி உலர்ந்த இத்தாமு பொது மனுஷியாய் அவளுடைய இயல்பை மாற்றி ஆலமரமாய் தன்னை வரித்துக் கொண்டாள். அதன்கீழ் வந்து இளைப்பாறும், பசியாறும் உயிர்களை ஆதூரமாய் தடவிக் கொடுத்தாள். புன்னகையைக் காற்றாய் பகிர்ந்தளித்தாள். உயிர்நீர் அருளிக் காப்பாற்றினாள்.

கரீம் வளர்ந்து தன் எல்லையை விரிவுபடுத்தும் நாட்களில் தள்ளி நின்று வேடிக்கை பார்த்தாள். அவர், வீட்டு மனிதனாய் மட்டுமில்லாமல் சமூக மனிதனாய் மாறி நண்பர்கள் உறவுகள் எனப் பரந்தாலும் ஏனோ வீட்டை மட்டும் உள்ளுக்குள் பூட்டி வைத்தார். கட்டுப்பாடுகள் நிறைந்ததொரு வீட்டையே அவர் விரும்பினார். சஹிதாவோடு சேர்த்து இரண்டு பெண்குழந்தைகளுமாக குடும்பம் கச்சிதமானதுதான். ஆனாலும் மனைவியையும் குழந்தைகளையும் எங்கும் கூட்டிச் செல்வதில்லை. யாரையும் வீட்டிற்கும் வர விடுவதில்லை. அன்றும்கூட சஹிதா, அத்தா பெருநாளுக்குத் துணி வாங்கக் கடைக்குக் கூட்டிக்கொண்டு போவார் என்ற சந்தோஷத்தில் மதரசாவிலிருந்து வீட்டிற்கு வந்திருந்தாள். ஆனால் அத்தாவை நடு வீட்டில் பார்த்தவுடன் பயம் கூடி இத்தாமுவின் மடியில் போய் படுத்துக் கொண்டாள்.

''என்ன எஞ்செல்லத்துக்கு என்ன வேணும்?''

''இத்தாமு இன்னக்கி நாம பண்டிகைக்குத் துணி வாங்க கடைக்குப் போறோமா? அத்தா என்ன சொன்னாரு?''

''ம்.. போலாம், கரீம்ட்ட கேக்கட்டா?''

''அய்யோ வேண்டாம். அத்தா கோவப்பட்டுடும். எனக்கு பயமாயிருக்கு''

''இரும்மா, நான் கேக்கறேன், எங்கிட்ட கோவிக்கமாட்டான்''

சிரித்தபடி இத்தாமு போனாலும் அந்த முகத்தில் தன் மகன் குடும்பத்தை எவ்வளவு கட்டுக்கோப்பாக வைத்திருக்கிறான் என்பதன் பெருமிதம் இல்லாமலில்லை.

ரம்சானுக்கு இன்னும் இரண்டு நாட்களே இருந்தன. அதனால் இத்தாமு கேட்டவுடன் அவரும் சம்மதித்து, எல்லோரையும்

கடைக்குக் கிளம்பச் சொன்னார். அடுத்த பத்தாவது நிமிடத்தில் அம்மா, தங்கை, இத்தாமு என வீடே காரில் கிளம்பியது. இத்தனைபேர் இருந்தாலும் காருக்குள் மூச்சுவிடும் சத்தம் மட்டுமே கேட்கும். எப்போதாவது இத்தாமு அத்தாவிடம் பேசுவாள்.

சஹிதாவிற்கு நினைவு தெரிந்த நாளாய் இதுதான் வழமை. எல்லோரும் ஒன்றாய் துணிக்கடைக்கு வருவார்கள். அவர்களை இறக்கி விட்டுவிட்டு அத்தா மட்டும் கார் எடுத்துக்கொண்டு போய் விடுவார். இரண்டு மூன்று மணிநேரம் கழித்து அவர் வருவதற்கும் எல்லோருக்கும் துணி எடுத்து பில் போடுவதற்கும் சரியாக இருக்கும். பணம் கொடுத்துவிட்டு அத்தா எல்லாரையும் கூட்டிக்கொண்டு வருவார்.

புதுத்துணி, ஐஸ்க்ரீம், ஃபைவ் ஸ்டார் சாக்லேட், கொஞ்சம் பிஸ்கட்டுகள், ரோஸ்மில்க் என கை நிறைய வாங்கித் தந்து வீட்டுக்குக் கூட்டிக் கொண்டு வருவார். வானில் ரம்சானின் பிறையே காணத் தவறினாலும் இது தவறாது. வருடத்தில் ஒருமுறை நடக்கும் இந்தக் குதூகலத்திற்கு மட்டும் இதுவரை பங்கம் வந்ததேயில்லை. அதனால் அப்படிப் போகும் நேரம் சஹிதாவிற்கும் வஹிதாவிற்கும் மிகவும் பிடித்தமானது. அதற்காகவே ஒரு வருடம் காத்திருப்பதும் அந்த இளம் குழந்தைகளுக்கு நீண்ட கால இடைவெளியை ஏற்படுத்தியதேயில்லை.

சஹிதாவுக்கு பண்டிகையின் முந்தின இரவு முழுவதும் தூக்கமே வராது. புதுத்துணி உடுத்தி தங்கையுடன் விளையாடி மகிழ்வது போலவே கனவும் நினைவும் மாறிமாறி வரும். அத்தாவும் வீட்டுக்குக் கொஞ்சம் பக்கத்திலிருக்கும் பெரிய

அத்தாவும் அவர்களின் மகன்களுமாக வெகுதூரத்திலிருக்கும் மசூதிக்குப் போய்விட்டு வருவார்கள். அதற்குள் வீட்டில் சமையல் வேலை அமர்க்களப்படும். கையில் மருதாணி சிவப்பேற்றி அதன் வாசனையை உள்ளிழுத்தபடியே ஒவ்வொரு வீட்டிற்கும் போய் அம்மா கொடுத்தனுப்பும் பிரியாணியையும் பலகாரங்களையும் கொடுத்துவிட்டு ஆசிர்வாதங்கள் வாங்கி வரும் நேரங்கள் அவளுக்கு மிகவும் பிடிக்கும். நீலிமாவின் வீட்டிற்குப் போனால் மட்டும் இன்னும் கொஞ்சம் கூடுதல் நேரம் அங்கிருந்துவிட்டு வருவாள் சஹிதா. அந்த வீட்டின் குளிர்மையும் நேயமும் சாம்பிராணி கலந்த வாசமும் அவளை அங்கிருந்து நகரவிடாது.

எவ்வளவுதான் பகலில் விளையாட்டும் கொண்டாட்டமுமாய் கழிந்தாலும் குளிர் இரவுகளின் அடர்த்தியில் அவள் கனவுகளின் மத்தியில் எப்போதும் மயில் பீலியைத் தலையில் செருகி வைத்து தன் உடலெல்லாம் நீலவர்ணத்துடன் சிவந்த உதடுகளில் மயக்கும் சிரிப்புடன் ஒரு முகம் மங்கலாகி மங்கலாகி பின் தெளிந்தும் வருவதைத் தவிர்க்கவே முடிந்ததில்லை. அந்த முகம் அவளுக்கு மிகவும் பரிச்சயமானது, நேசமானது, எந்த நிபந்தனைகளுமற்றது. எப்போதும் அந்தக் கனவினைக் காண அவள் ஏங்கிக் கொண்டேயிருந்தாள்.

2

அடிக்கடி அந்தக் கனவு சஹிதாவிற்கு வருகிறது. அவளின் பதின் பருவம்வரை அது ஒரே மாதிரியாகத்தான் இருந்தது. பால்யத்தின் கனவுகளில் குழந்தைமையும், வயது கூடக்கூட அதற்கும் மேலாக ஆராதனையும் பக்தியும் பாசமும் காதலுமாய் மாறி மாறி வந்து கொண்டேயிருந்தன.

பால்யகால சஹிதா தன் விளையாட்டுத் தோழனை வீட்டுக்குத் தெரியாமல் மறைத்து வைத்து பலா மரத்தினடியில் சேர்ந்து விளையாடினாள். பதின்பருவ சஹிதா தன் ஸ்நேகிதனை தன் அறையிலேயே பூட்டி வைத்துக் காத்தாள். ஆனால் விளையாட்டுத் தோழனான கண்ணன் அவள் மனதுக்கு இன்னும் நெருக்கமானவனாக இருந்தான்.

இரவில் வீட்டை விட்டு உறக்கக் கலக்கமின்றித் தெளிவாய் நடந்து, திறந்திருக்கும் பின் வாசல் தாண்டி, படி இறங்கி, ஐம்பதடி நடந்து பலாமரத்தடியில் உட்கார்ந்து மனம் முழுக்கப் பொங்கும் சந்தோஷத்துடன் நீலவர்ண முகத்தைப் பார்ப்பது அவளுக்கு சொல்ல முடியாததொரு நிறைவைத் தந்தது.

நீலிமாவின் வீட்டில்தான் முதல்முதலில் நீலக் கண்ணனை அவள் பார்த்திருக்கிறாள். இவள் வீட்டிலிருந்து பத்து நிமிட நடையில் நீலிமாவின் வீட்டிற்குப் போய்விடலாம். அவர்கள் குடும்பமே கரீம் வீட்டோடு மிகவும் நேசமாயிருப்பார்கள். பண்டிகைகளிலிருந்து மன உணர்வுகள் எல்லாவற்றையும் பரிமாறிக் கொள்ளுமளவிற்கு நீலிமாவின் அம்மாவும் சஹிதாவின் அம்மாவும் நெருக்கமான தோழிகள்.

ஒரு முறை நீலிமா அத்தாவிடம், 'சஹிதாவை என் வீட்டிற்கு வருஷப் பிறப்பின் 'கணி' காணக் கூட்டிச் செல்லட்டுமா?' என்று கேட்டாள். அத்தாவும் சம்மதிக்க சித்திரை வருடப் பிறப்பன்று காலை நான்கு மணிக்கு நீலிமாவும் அவள் அம்மாவும் வந்து கண் பொத்தி சஹிதாவை அவர்கள் வீட்டிற்குக் கூட்டிச் சென்று முகம் கழுவச் சொல்லி நேராக பொன், வெள்ளி, பணம், தானியங்கள், கொன்றை மலர்கள், பழங்கள் என அழகாய் அலங்கரித்திருக்கும் கிருஷ்ணனின் முன்னால் கொண்டுபோய் நிறுத்தினார்கள். அன்று அவள் கண்ணனைக் கண் நிறையப் பார்த்தாள். திரி விளக்கின் ஒளியில் பூக்களும் பழங்களுமாய் சுடர்விடும் கண்ணன் சஹிதாவின் தோழனானான். அதன்பிறகு அவன் இவள் மனதை விட்டுப் போகவேயில்லை.

அன்றிலிருந்து எப்போதும் பலாமரத்தடிக்கு வருகிறான். மரத்திலிருந்து இலை காய்ந்து விழுந்து சருகாகும் துக்கத்தைக் காணப் பொறாமல் இருப்பவளை ஆற்றுப்படுத்துகிறான். இலைகள் சருகாவதை அந்தப் பிஞ்சு மனதால் எப்போதும் தாங்க முடிந்ததில்லை. உதிர்வதும் துளிர்ப்பதும் இந்த பூமியின் சுழற்சி என்றாலும் அந்தப் பிரிவு தாங்காமல் துக்கிப்பவளை மரத்தில் ஊறி ஏறும் சிவப்பு எறும்புகளைக் காட்டியும், புதுத் துளிர் காட்டியும், மொட்டுவிடும் பூக்களின் உயிர்ப்பைக் காட்டியும்

உற்சாகமூட்டுகிறான். சஹிதாவின் துக்கம் கலைக்க பாடுகிறான். குழல் ஊதுகிறான். அதில் லயிக்க விடுகிறான்.

அடிக்கடி வரும் இந்தக் கனவு கலைந்து பகலில் நீலவர்ணனைத் தேடும்போது அவனைக் காணாமல் ஏங்கிப் போய்விடுவாள். ஒரே மாதிரியான கனவு. உடுத்தியிருக்கும் துணியின் நிறம் கூட மாறியிருக்காது. நடப்பதும் பலாமரத்தடியும் இலை உதிர்வதும் துளிர்ப்பும் உயிர்ப்பும் எறும்பு ஊறுவதும் எப்போதும் மாறாது. ஆனால் அவர்களுடைய நேரங்கள் எப்போதும் துக்கமும் ஆற்றுப்படுத்தலும் மட்டுமல்ல. சில நேரங்களில் தட்டாமாலை சுற்றி விளையாடுவார்கள். கண் கட்டித் தேடுவார்கள், மரம் சுற்றி விளையாடுவார்கள். அமைதியாய் இயற்கையின் அழகை ரசித்தபடி மௌனம் காப்பார்கள். உட்கார்ந்து பேசுவார்கள். பேச்சே இல்லாமல் கண்களில் நீர்வரச் சிரிப்பார்கள். பல நேரங்களில் சிரித்தபடி எழுந்திருக்கும் சஹிதாவை இத்தாமு கொஞ்சி, ‘எப்படி மலர்ந்து எழுந்திருக்கிறா பாரு எஞ்செல்லம்’ என்று உச்சந்தலையில் முத்தமிட்டு எழுப்புவாள். அப்படியான நேரங்களில் இத்தாமுவிற்காகவும் கண்ணனுக்காகவும் சேர்ந்தே சிரிப்பாள்.

சஹிதாவிற்கு நீலவர்ணனைப் பார்க்க வேண்டும் என்று தோன்றும் போதெல்லாம் வாசிக்கத் தோன்றும். ராமாயணத்தில் ராமனாகவும் மகாபாரதத்தில் கண்ணனாகவும் அவதாரமெடுக்கும் அவளுடைய கண்ணனை உருகி உருகி வாசிக்க ஆசை பொங்கும். தங்கை வஹிதாவிடம் நீலிமாவின் வீட்டிற்குப் போய் பழைய இதிகாசங்களெல்லாம் வாங்கி வரச் சொல்லுவாள். சில நேரங்களில் முரண்டு பிடிக்கும் வஹிதாவைச் செல்லங்கொஞ்சி அத்தா வாங்கி வரும் சாக்லேட்டுகளின் சேமிப்பிலிருந்து இவள் பங்கை எடுத்துக் கொடுத்து போய்வரச்

சொல்லுவாள். அக்காவை மிகவும் பிடிக்குமென்பதால் அதற்குமேல் அவளைக் கெஞ்ச விட்டதில்லை.

நீலிமாவின் வீட்டிலிருந்து தூக்க முடியாமல் துணி அட்டையிட்ட பெரிய புத்தகங்களை அத்தாவுக்குத் தெரியாமல் தூக்கிக் கொண்டு வருவாள் வஹிதா. அத்தாவுக்குத் தெரியாமல்தான் படிக்கவும் வேண்டும். நீலிமாவின் அம்மம்மா இரண்டு மூன்று நாட்களில் புத்தகங்கள் வேண்டுமென வந்து விடுவார். அதற்குள் திருப்பிக் கொடுத்துவிட வேண்டும். இதில் எங்கு சிக்கல் வந்தாலும் முட்டிக்காலுக்கும் கணுக்காலுக்கு மிடையில் அத்தா சூடு இழுத்து விடுவார். அம்மாவோ சின்ன வெங்காயத்தையோ பச்சைமிளகாயையோ அரைத்துச் சாறெடுத்து கண்களில் பிழிந்து விடுவாள். இதெல்லாம் ஞாபகம் வரும்போது நீலவர்ணன் கொஞ்ச தூரத்துக்குத் தள்ளிப் போய்விடுவான். யாருமில்லாத தனிமையில் அவன் பக்கத்தில் வந்து உடன் இருப்பான்.

அப்படி ஒளிந்தும் விலகியுமாய் இருக்கும் நேரங்களில் எல்லாம் சஹிதா எதையோ தன் பள்ளிக்கூட நோட்டுப் புத்தகத்தில் எழுதி வைத்தபடியே இருந்தாள். அது என்னவென்று அந்தச் சிறு பெண்ணிற்கு அப்போது புரிந்ததேயில்லை.

வீட்டிற்குப் பக்கத்திலேயே ஒரு கிருஷ்ணன் கோவில் இருக்கிறது. அந்தக் கோவிலில் மணியோசை கேட்கும் போதெல்லாம் என்ன காரணமென்று தெரியாமல் அவளுக்கு அழுகையாய் வரும். அந்த ஒலி இவளை அழைப்பது போலவே தோன்றும். தன் கண்ணன், தனக்காகக் காத்திருப்பதான அவஸ்தை எழும். அழுகையைக் கட்டுப்படுத்த முடியாமல் சில நேரங்களில் நீலிமாவோடு கோவிலுக்குப் போவாள்.

தோள் வரை முக்காடிட்டு பொட்டிடாமல் சுருமை எழுதிய கண்களில் தேடலுடன் கோவிலுக்கு வரும் பெண்ணை நம்பூதிரி உள்ளே விடமாட்டார். அவர் ஏன் தன்னை மட்டும் உள்ளே அனுமதிப்பதில்லை என்று அவளுக்குப் புரிந்ததில்லை. என்னைவிட யாராலும் கண்ணனை இப்படி நேசிக்க முடியாதே, இவர் ஏன் தடுக்கிறார் எனக் கோபமே வந்தாலும் வெளியிலேயே நின்று அவள் கண்ணனை ஆசைதீரப் பார்த்துவிட்டு வருவாள். எல்லோரும் கோவிலைச் சுற்றி வந்தாலும் தூரத்தில் நின்று கண்ணன் உருவத்திலிருந்து தன்னைத் தீண்டும் சிலிர்ப்பையே உள்ளிருத்திக் கொண்டு தன்னை நிதானப்படுத்திக் கொள்ள அவள் ஒரு போதும் தவறியதில்லை.

3

அப்போது சஹிதா ஒன்பதாம் வகுப்பிலிருந்தாள். லீலாவின் வீட்டிற்குப்போய் புத்தகம் வாங்கிவிட்டு வருவதாக அம்மாவிடம் சொல்லிவிட்டுப் போனாள்.

லீலாவின் வீடு மிகவும் பழமையானது. வீட்டுத் தோட்டத்திலேயே இறந்தவர்களின் சமாதிகள் 'தெய்வப் பெரைகளாக' சின்னதாய் ஓடு வேய்ந்துக் கட்டப்பட்டிருக்கும். லீலாவின் அம்மம்மா தினமும் மாலை நேரங்களில் குத்து விளக்கேற்றி எல்லா தெய்வப்பெரைகளுக்கும் தீபம் காட்டி கடைசியாக வீட்டு வாசலில் வைத்துவிட்டு சந்தியாவந்தனம் சொல்ல உட்கார்ந்து விடுவாள். அவள் குரல் கம்பீரமாகவும் இனிமையாகவும் இருக்கும். அம்மம்மாவிற்கு எப்போதும் சாமி வருமென்றும், பக்கத்தில் யாருக்காவது பேய் பிடித்துவிட்டால் அம்மம்மாதான் பேயோட்டுவாள் என்றும் லீலா சொல்லியிருக்கிறாள். அதனால் சஹிதாவிற்கு அம்மம்மா எவ்வளவு பிரியமானவளாக இருந்தாலும் கொஞ்சம் பயமானவளாகவுமே இருப்பாள்.

லீலாவின் அப்பா இருபத்தியிரண்டு வருடங்களாக சபரிமலைக்குப் போகும் குருசாமி. கார்த்திகை, மார்கழி, தை மாதங்களில் அவள் வீட்டில் அமர்க்களமாய் சாமிகள் கூடுவதும், பூஜைகளும், விரதங்களும் நடக்கும். பெண்கள் அந்நியப்படுத்தப்பட்டு அவமானப்பட்டு நிற்பார்கள். மாதத் தீட்டு நாட்களில் அந்தப் பெண் யாரையும் பார்க்காமல் தனித்திருக்க வேண்டும். நளினியின் வீடு பெரிய வீடு. இது போன்ற நாட்களில் அவள் தன் வீட்டு மச்சின் மேல் போய் உட்கார்ந்துவிடுவாள். சாப்பாடெல்லாம் மேலே வரும். ஆனால் லீலாவின் வீடு மிகவும் சிறியது. இரண்டு அறைகளும் தாழ்வாரமும், குளிக்க ஒரு ஓலைக்குடிலும், மற்றெல்லாத் தேவைகளுக்கும் புறம்போக்கு இடங்களும்தான் இருந்தன.

லீலாவின் அப்பா சபரிமலைக்கு மாலை போட்டுவிட்டால் போதும், மூன்று மாதங்களும் அந்த வீட்டுப் பெண்களுக்கு கிட்டத்தட்ட மறைவிட வாழ்க்கைதான். லீலாவோடு சேர்த்து அவர்கள் வீட்டில் அம்மா, சித்தி, சித்தி பெண்கள், இவளுடைய அக்காக்கள் என ஏழு பெண்கள். ஆள் மாற்றி ஆள் மாற்றி அந்த அடுப்படியின் இருட்டான மறைவிடத்திற்கு வந்து விடுவார்கள். அது விறகு அடுக்கும் இருட்டான சின்ன இடம். அதில் மூன்றடி உயரத்திற்கு விறகு அடுக்கி வைக்கப்பட்டிருக்கும். அதன் மேல்தான் உட்காரவேண்டும். அடுக்களையின் கதவை நன்றாகத் திறந்தால் உட்கார்ந்திருப்பவளின் முட்டியில் இடிக்கும். அதை விட வேதனை அந்த கதவின் பின் ஆணியில்தான் அந்த பெண்ணின் தீட்டுத் துணியைக் காயப்போட வேண்டும். . கதவு ஆடும்போது துணி மேலெல்லாம் உரசும். இருட்டும் தீட்டுத் துணியின் ரத்த வீச்சமும் மழையின் நசநசப்பும் சேர்ந்து ஐந்து நாட்கள் முடிவதற்குள் நரகத்திற்கொப்பான நாட்களாய் அவை மாறிவிடும்.

சஹிதா எதுவும் தெரியாமல் அன்று லீலாவைத் தேடி வந்தவள் அவளுடைய சித்தியிடம் கேட்டாள்.

"அத்தே, லீலா எங்க?"

"வெறகு ரூம்ல இருக்கா பாரு"

விறகு அறையில் தேடி இல்லையென்று திரும்பும்போது கதவிடுக்கிலிருந்து சின்ன ஒளியும் இவளை நோக்கி ஒரு கையும் வந்தது. அதிர்ந்து கூச்சலிடப் போனவள், லீலாவைப் பார்த்து அப்படியே கதவிடுக்கில் போய் விறகின் மேல் ஏறி உட்கார்ந்தாள். சஹிதாவிற்கு ஒன்றுமே புரியவில்லை. ஆனால் அவளுக்கு அந்த குறைந்த சிம்னி விளக்கின் ஒளியும் பின் பகுதியில் குத்தும் விறகுகளும் மிகவும் புது அனுபவங்களாக இருந்தன. ஆனால் தீட்டுத்துணியின் வீச்சம் அவளுக்குக் குமட்டியது.

"என்னடி பண்றே, ஏண்டி இங்க உக்காந்திருக்க?"

"அது எங்க வீட்ல இப்படித்தான். அப்பா மலைக்கு மாலை போட்டிருக்கிறாரு. நாங்க வீட்டுக்குத் தூரமாயிட்டா அவங்க எங்களைப் பாக்கக்கூடாது. அதனால இப்படி ஒக்கார வச்சிடுவாங்க."

"எத்தனை நாள் இங்க ஒக்காந்திருப்பே"

"ரொம்பக் கஷ்டம்டி, அஞ்சு நாள் இப்படித்தான் தனியாயிருக்கணும்"

"வயித்து வலி அதிகமானா அம்மா உள்ளக் கூப்பிட்டுக்க மாட்டாங்களா?"

"கூப்பிட்டுக்கவே மாட்டாங்க, இடுப்பும் நடு எலும்பும் வலிக்கும்போது தரையில பதிய படுத்திடலாமான்னு தோணும் சஹிதா. ஆனா முடியவே முடியாது. உதிரம் அதிகமா

போகும்போது மட்டும் வலி பொறுக்க முடியாம போனா அம்மா ஒரு போர்வை தருவாங்க. ஆனா அதையும் காலையில நாமதான் தொவச்சிப் போடணும். அதுக்கு இதுவே பரவால்லன்னு குத்தங்கால் போட்டு அப்படியே உக்காந்திடுவேன். உங்க வீட்டில இப்படி இல்லையா?''

''இல்லடி. ஆனா குரானைத் தொட விட மாட்டாங்க. தொழுகை நடத்த எங்க வீட்ல தனியறை இருக்கும். அங்கயும் போக விட மாட்டாங்க''

''மத்த எல்லா எடத்துக்கும் போவீங்களா?''

''ம், அதெல்லாம் எதுவும் பிரச்சனையில்லை, ஆனா இந்த துணி என்னடி இப்படி கவிச்சி அடிக்குது. எப்படிடி இதில உக்காந்திருக்க?''

''என்னடி பண்றது, இதுக்கு வேற என்ன வழியிருக்குன்னு எனக்குத் தெரியல''

''எங்க வீட்ல எல்லாம் பஞ்சுப் பொதிதான் தெரியுமா?''

''பஞ்சுப் பொதியா, அப்படீன்னா...?''

''என்னடி லீலா அது உனக்குத் தெரியாதா?''

''நெஜமாவே தெரியாது சஹிதா, என்னது அது?''

''அரைஞாண் கயிறு மாதிரி வெள்ளையா இருக்கும். கீழ ஒரு பஞ்சுப் பொதி இருக்கும். அதை இடுப்பில கட்டிட்டு இறுக்கி வச்சா அசையாம இருக்கும். எங்க அத்தா அம்மாக்கு வாங்கிட்டு வந்து கொடுப்பாரு. இப்ப நானும் வஹிதாவும் அதைத்தான் வச்சுக்கிறோம். உனக்கு எடுத்திட்டு வந்து தரட்டுமா? அதைத் தொவைக்க வேண்டாம். அப்படியே பேப்பர்ல சுத்தி தூக்கி எறிஞ்சிடலாம். இல்ல எரிச்சிடலாம்''

சஹிதா பேசப்பேச லீலாவின் பெரிய கண்கள் இன்னுமின்னும் விரிந்து ஆச்சரியப்பட்டன.

''சே, பரவால்லடி, நான் உங்க வீட்ல பொறந்திருக்கலாம்'' இதைச் சொல்லும்போதே லீலாவின் குரல் கம்மிப் போயிருந்தது.

''இதைத் தொவைக்கறது எவ்ளோ கொடுமை தெரியுமா? துணியிலயிருந்து ஒரே ரத்தமாப் போகும், சோப்பு போடும் போதுதான் கொஞ்சம் நிறம் மாறும். ஒரு நாளைக்கு மூணு நாலு துணி தொவைக்கணும். வெளில காயப்போடக் கூடாது, பறவைகள் அதுக்கு மேல பறக்கக்கூடாதுன்னு இப்படி மறைவா காயப்போட சொல்லுவாங்க. எப்பவும் வெறகு ரூம் கதவுக்குப் பின்னாடிதான் காயப்போடுவோம். அப்பா மாலை போடற மாசங்கள்ல அது கூடவே இப்படி ஒரசிட்டேதான் நாங்களும் உக்காரணும்...'' சொல்லி முடிப்பதற்குள் லீலாவின் கண்களில் அழுகை முட்டிக் கொண்டு வந்தது.

''அழாத லீலா. இதுக்காக அங்க பொறந்திருக்கலாம்ன்னு நெனக்காத, எனக்கு உங்க வீடுதான் பிடிச்சிருக்கு, உங்க அம்மம்மாவை எனக்கு ரொம்பப் புடிக்கும் தெரியுமா? அவங்க வெளக்கு பக்கத்தில உக்காந்து சந்தியாவந்தனம் சொல்லும்போது பாத்துகிட்டே இருக்கலாம் போலத் தோணும், என்னவோ லீலா அப்பல்லாம் எனக்கு அழுகையா வரும்''

ஆனால் அடுத்து வந்த நாட்களிலேயே சஹிதா நடுங்கும் சம்பவம் நடக்குமென்று அவள் எதிர்பார்த்திருக்கவே இல்லை. அவள் அப்பா கரீமின் ஒன்று விட்ட தம்பி ஜப்பார் புதியதாக திருமணம் செய்து கொண்டு வந்தான். ஜமீலா பேரழகி. ரத்தச் சிவப்பான நிறமும் சுருண்ட கருநீள முடியுமாக மோகினி மாதிரியே இருக்கிறாளென்று இத்தாமு சொல்லிக்

கொண்டேயிருப்பாள். கல்யாணமான நாளிலிருந்து கணவனைப் பக்கத்தில் நெருங்க விடுவதில்லை. ஒரே கூச்சல், கூப்பாடு, குழப்பம், சத்தம், அழுகைதான். சில பெண்களுக்கு தாம்பத்தியத்தில் பெரியதாய் ஈடுபாடு இருக்காது, கொஞ்ச நாட்களில் சரியாகிவிடும் என்று நினைத்து பொறுமையாகவே இருந்தான் ஜப்பார். முரண்டு பிடிப்பது போய் அடியும் விழுந்தபோதுதான் அம்மா இல்லாத ஜப்பார் இத்தாமுவிடம் சொல்லி அழாத குறையாய் தன் வேதனையைப் பகிர்ந்திருக்கிறான். என்னென்னவோ பேசிப் பார்த்தும் ஜமீலா அடங்க மறுத்தாள். வெளிப்படையாகவே ஜப்பாரையும் வீட்டில் உள்ள மற்றவர்களையும் அடிக்க ஆரம்பித்துவிட்டாள்.

அந்த முன்னிரவில் பேராசையோடும் பெருங்காமத்தோடும் ஜப்பார் மனைவியை நெருங்கியிருக்கிறான். அவளோ உக்கிரமாக அவனை எதிர்கொண்டாள். ஜப்பார் மனம் கசிந்து மீண்டும் இத்தாமுவிடம் வந்து அழ, இத்தாமு லீலாவின் அம்மம்மாவை உதவிக்கு அழைத்தாள். எப்படியாவது ஜமீலாவை அவள் வீட்டிற்குக் கூட்டி வரும்படி வற்புறுத்த ஜமீலா அசையவே மாட்டேனென்று அடம் பிடித்தாள்.

அம்மம்மா ஜப்பாரிடமும் இத்தாமுவிடமும் மறுநாள் இரவு ஏழு மணிக்குத் தான் வருவதாகச் சொல்லி அவர்களை அப்போது அனுப்பி விட்டாள். மறுநாளும் இதே பிரச்சனை அவர்கள் வீட்டில் தொடர, மௌனமாக ஆனால் ஒருவிதக் கோபத்தோடு தன் வீட்டிலிருந்து அம்மம்மா பெரிய பையில் பூஜைப் பொருட்களுடன் கிளம்பினாள்.

அங்கு போய்ப் பார்த்தால் ஜமீலா தன் சுருண்ட நீண்ட முடியை அவிழ்த்துப் போட்டபடி, கால் நீட்டி தரையில் உட்கார்ந்து உக்கிரத்துடன் கூக்குரலிட்டபடி பயமுறுத்தினாள்.

அம்மம்மா பதட்டமேயில்லாமல் அவள் முன்னால் போய் உட்கார்ந்தாள். ஒரு குத்து விளக்கேற்றி வைத்தாள். தாம்பாளத் தட்டில் ஒரு பக்கம் விபூதியையும் குங்குமத்தையும் கொட்டிக் கவிழ்த்தாள். பிச்சிப் பூக்களைப் பறித்து வரச் சொல்லி விளக்கினடியில் போட்டாள். கையோடு கொண்டு வந்திருந்த அரிசிப் பொரியையும் நெல்லையும் ஒரு பக்கம் போட்டாள்.

"ஜமீலா என்ன வேணும் உனக்கு?"

ஜமீலா பேசவேயில்லை. அரைமணி நேரம் அப்படியே கண்ணை உருட்டி உருட்டிப் பார்த்தபடியிருந்தாள். அம்மம்மாவை நேர் கொண்டு பார்ப்பதைத் தவிர்த்தாள். அம்மம்மா கண்கள் மூடி ஜெபிக்க ஆரம்பித்தாள். மந்திர உச்சாடனம் உச்சத்துக்குப் போக, ஜமீலாவின் கண்கள் மேலும் சிவந்து ரத்தம் கக்குவதைப் போல மாறின. அவள் நேராக விளக்கை எடுத்து எதிரிலிருப்பவர்களை அடிக்கப் போனாள். பொறுமையிழந்த அம்மம்மா கேட்டாள்.

"நீ யாரு, என்ன வேணும் உனக்கு?"

ஜமீலாவிடமிருந்து பதிலே வரவில்லை

"ஜமீலா என்ன வேணும் உனக்கு?" அம்மம்மாவின் குரலில் கடுமையேறியது.

"நான் ஜமீலா இல்லை, ஜமீலா இல்லை."

"ம்... நீ யாரு?" உம்பேரு என்னா?"

"நான் அம்புஜம்... அம்புஜம்..."

"சரி அம்புஜம், உனக்கு என்னா வேணும்?"

"இந்தப் பொண்ணு கூடவே நான் இருக்கணும். என்னை வேற யாரும் தொடக்கூடாது... தொடக்கூடாது..."

''எப்படி அவளத் தெரியும்? எவ்வளவு நாளா இருக்க?''

''ரொம்ப நாளாத் தெரியும், அவ கூடவேதான் இருக்கேன், நான் போக மாட்டேன்''

கோபம் தலைக்கேற ஜமீலா கத்தினாள்.

''சரி அம்புஜம், எப்படி இவ கூட வந்த?''

''இந்த பொண்ணு ஒருநாள் சாயங்கால நேரத்தில என்னக் கடந்து போனா. எனக்கும் தனியா இருக்க முடியல. நானும் இவகூட வந்திட்டேன். ரொம்ப நாளா இவகூட தான் இருக்கேன். ஒரு பிரச்சனையும் இல்ல, இப்பத்தான் இருக்க முடியல, என்னால இருக்க முடியல...'' கோபத்துடனும் நெருப்பை மிதித்தவள் தகிப்பது போலவும் கத்தினாள் ஜமீலா.

அம்மம்மா மெல்ல பின்னால் திரும்பி ஜப்பாரிடம் தோட்டத்திலிருந்து வேப்பங்கொம்பும் அரச இலைக் கொம்பும் இலைகளோடு பறித்துக் கொண்டு வரச் சொன்னாள். அவளாலும் பேச முடியவில்லை. அவளுக்கு அருள் வர ஆரம்பிக்கிறது என்று லீலா சஹிதாவின் காதில் சொன்னாள். 'அருளா... அது யாருடி?' என்று கேட்ட சஹிதாவிடம், 'அப்பறம் கேளுடி, இப்ப பாரு, இல்லன்னா நம்மளையெல்லாம் வெளியப் போச்சொல்லிடுவாங்க' என்று முறைத்தாள்.

ஜப்பார் வேப்பங்கொம்பையும் அரச இலைக் கொம்பையும் கொண்டு வந்து கொடுத்தான். அம்மம்மா அதை வாங்கிச் சுழற்றி அப்படியே ஒரு அடி அடித்து, சில மந்திரங்களை ஜெபித்தபடி, ''போ அம்புஜம் வெளியப் போ, இந்தச் சின்னப் பொண்ணு ஒடம்பிலயிருந்து உடனே போயிடு..'' எனக் கத்தினார். யாரும் மூச்சு விடுவதுகூட அங்கு கேட்கவில்லை.

''நான் போமாட்டேன், நான் போமாட்டேன்'' கண்கள் சிவக்க ஜமீலா கத்தினாள்.

''ஏம் போமாட்டே, இன்னும் எவ்ளோ நாள் இந்தச் சின்னப் பொண்ணு வாழ்க்கைய வீணடிப்பே. என்ன வேணும் உனக்கு?''

''ரொம்பத் தாகமா இருக்கு''

''சரி அதுக்கு என்ன வேணும்?''

''ரத்தம்... ரத்தம் வேணும், ரத்தம் குடிக்காம நான் போமாட்டேன், அதுதான் வேணும் எனக்கு, ஆமா ரத்தம் குடிக்காம நான் போக மாட்டேன்.''

சொல்லிவிட்டு அலை அலையாய் பெருங்குரலெடுத்துச் சிரித்தாள் ஜமீலா. பார்த்துக் கொண்டிருந்த ஜப்பாருக்கு சர்வமும் ஒடுங்கியது. ரத்தம் கேட்கும் இவளோடு எப்படி வாழ முடியுமென நடுங்கிப் போனான்.

''ரத்தமா வேணும் உனக்கு?''

''ஆமா ரத்தம்தான் வேணும்''

''ஏய் அந்தக் கொடுவா எடுத்திட்டு வாங்கடா''

அம்மம்மாவின் குரலுக்கு ஜஃப்பாரும் அவன் தம்பி உமரும் ஓடினார்கள். பளபளவென கூர் தீட்டப்பட்டிருக்கும் கொடுவாள் அம்மம்மாவின் கைக்கு மாறியது.

''வா அம்புஜம், ரத்தம் குடிச்சா இந்தப் பொண்ண விட்டுட்டு போயிடுவேன்னு குங்குமத்தில அடிச்சு சத்தியம் பண்ணு''

ஜமீலா குங்குமத் தட்டில் ஓங்கி அடித்து சத்தியம் செய்தாள். வெளுத்த உள்ளங்கையில் ஒட்டின குங்குமத்தை அப்படியே நெற்றியில் பூசிக் கொண்டாள்.

சட்டென யாரும் எதிர்பார்க்காத நொடியில் அம்மம்மா தன் தலையின் நடு வகிட்டில் ஓங்கி ஒரு வெட்டு வெட்டினாள். பீறிட்டெழுந்த ரத்தத்தோடு ஜமீலாவை நெருங்கி அமர்ந்தாள். ஜமீலா பெருந்தாகத்தோடு தலையை மிக அருகில் வாங்கி உதடு குவித்து உறிஞ்சிக் குடித்தாள். கூடி நின்றவர்கள் உறை மௌனத்திற்குத் தங்களை ஒப்புக் கொடுத்திருந்தார்கள். அம்மா சஹிதாவின் கண்களை மூட எத்தனிக்க, அவள் விரல்கள் விலக்கி முழுமையாய்ப் பார்த்தாள். ரத்தம் உறிஞ்சிக் குடித்த ஜமீலா தலையை அப்படியே தள்ளி விட்டுவிட்டு இரண்டு நிமிடங்கள் வாயில் ரத்தம் ஒழுக உட்கார்ந்தவள், அப்படியே மரக்கிளையை வெட்டி வீழ்த்தியதைப்போல சட்டென சரிந்தாள். அம்மம்மாவும் மூக்குவரை ரத்தம் ஒழுக மெல்ல சரிந்தாள்.

அரைமணி நேரம் அப்படியே போயிருக்கும். யாரும் அதுவரை யாரிடமும் பேசவில்லை. மௌனம் அரியணையேறியிருந்தது.

மெல்ல கண் விழித்த ஜமீலா சுற்றி நின்றவர்களைப் பார்த்து கலவரப்பட்டவளாய் புடவைத் தலைப்பை தலையில் இழுத்துவிட்டு ‘அல்லா’ என்று எழுந்து உள்ளே ஓடி மறைந்தாள்.

மறுநாள் காலை குளித்து முடித்துவிட்டு வந்த அம்மம்மாவைப் பார்க்கவென்றே சஹிதா லீலாவின் வீட்டிற்கு ஓடினாள். அடிமுடியில் முடிச்சிட்டு அதில் துளசி வைத்து ஜெபித்துக் கொண்டே வந்த அம்மம்மாவின் உச்சந்தலையில் ஒரு அடையாளம் கூட இல்லை. அதிர்ந்த சஹிதா அம்மம்மாவின் முன்னால் நிற்கவே பயந்து மறைவாய் நடந்து பலா மரத்தடிக்கு ஓடி வந்து சேர்ந்தாள்.

4

எவ்வளவு வளர்ந்தாலும் அம்மாவின் கடுமையிலிருந்து சஹிதா தப்பியதே கிடையாது. எப்போதும் கண்டிப்புதான். யாரும் வீட்டுப்பக்கமே வர முடியாத தனித்தனி வீடுகள் கொண்ட இடமானாலும் வருடத்திற்கொரு முறை ஏதாவது பையன்கள் எதற்காகவேனும் வீட்டு வாசல்படியைக் கடந்தால் போதும். லீலாவின் அம்மம்மாவைப் போல அம்மாவிற்கும் அருள் வந்துவிடும். எதைச்சொல்லி அதை இறக்குவது என்பதில் சஹிதாவும் வஹிதாவும் கலங்கிப் போய்விடுவார்கள்.

விதவிதமாய் அம்மா மகள்களைக் கேள்வி கேட்பாள், பதிலே சொல்ல முடியாது. தனிமையில் சகோதரிகள் இரண்டு பேரும் பேசிக் கொள்வார்கள்.

"இந்த அம்மா எதுக்குப் பயப்படறான்னே தெரியலக்கா, அம்மாவும் லவ் பண்ணித்தானே நிக்காஹ் முடிச்சாங்க? அப்பறம் எதுக்குப் பயப்படறாங்க? நம்மளை வேற ஆயிரம் கேள்விகள் கேக்கறாங்க"

‘‘இல்ல வஹிதா, அம்மா லவ் பண்ணி நிக்காஹ் பண்ணிகிட்டதாலதான் அதோட கஷ்டம் புரியுதோ என்னவோ?’’

சகோதரிகள் சிரித்துக் கடந்து போனாலும், அவர்களின் அம்மா அஸ்மாவின் மன உளைச்சல் என்னமோ அதுதான். அஸ்மா காதலித்து மிகவும் பெருமிதப்பட்டுதான் நிக்காஹ் முடித்து இந்த வீட்டிற்கு வந்தாள். இத்தாமுவிற்கும் மருமகளை மிகவும் பிடித்திருந்தாலும் தன் இடத்தை ஒன்றுமில்லாமல் செய்து விடுவாளோ என்ற பயத்தில் மிகவும் பாடாய்ப் படுத்தியிருக்கிறாள். அத்தா இந்த நேரங்களில் யாரையும் சார்ந்து பேசாமல் மிகச் சாதுர்யமாக குடும்பத்தில் நடந்து கொள்வார். அவர் அப்படி நடந்து கொண்டதாலேயே குடும்பம் இப்போதும் சலசலப்பின்றிப் போய்க் கொண்டிருக்கிறது.

அஸ்மாவின் அப்பாவும் அம்மாவும் சின்ன வயதிலேயே இறந்துவிட அண்ணனின் பாதுகாப்பில் வளர்ந்தவள். உதாசீனமொன்றும் அவளுக்குப் புதிதல்ல. நினைவு தெரிந்த நாளிலிருந்தே ஊர்க்காரர்களின் பரிதாபப் பார்வையிலும், பருவ வயதில் பாரமாகி நின்று விட்டதால் அண்ணனின் மனதில் லேசாய் துளிர்விட்ட உதாசீனம், அண்ணியோடு சேர்ந்து உச்சத்திற்குப் போன நாட்களில் கண்ணீரை உள்ளடக்கி எல்லாவற்றையும் ஏற்றுக் கொண்டாள். ஆனாலும் அண்ணன் பாசத்தை சுனைநீர் போல தேக்கியே வைத்திருப்பான். அண்ணி, வரும் வரை அண்ணனுக்கு எல்லாமே தங்கைதான். அண்ணி வந்தபிறகு ஒவ்வொரு நிமிடமும் புறக்கணிப்பின் வலியேற்று, நாட்களைச் சுமக்க முடியாமல் நகர்த்திக் கொண்டிருந்த நேரத்தில், கரீம் தன் அன்பை பகிர்ந்து கொண்டபோது அவளால் தட்ட முடியவில்லை. என்ன நேர்ந்தாலும் அண்ணன் வீட்டுப் படியில்போய் நிற்கக் கூடாது என்ற வைராக்கியத்தில் கரீமோடு வாழ்ந்து கொண்டிருக்கிறாள்.

கரீம் நல்லவன், அன்பானவன், அக்கறையுடையவன், ஆனால் அவன் நினைப்பது மட்டுமே சரி, நடந்து கொள்வது மட்டுமே வாழ்க்கை என்ற போக்கில் வாழ்பவன். அதற்காக எப்படி வேண்டுமானாலும் பேசத் தயங்காதவன். தான் செய்வது சரியாக மட்டும்தானே இருக்கும் என்ற நம்பிக்கையில் யாருடைய வார்த்தைக்கும் காது கொடுக்கக் கூட கரீமுக்குத் தெரியாது. அவனுடைய உச்சஸ்தாயிலான குரலும் எல்லோரையும் தன் குரல்வளைக்குள் அடக்கும் சாமர்த்தியமும் எதிர்க் கருத்து எழவே விடாத சாதுர்யமும் அவனுக்கே சொந்தம். அஸ்மாவிடம் மிகவும் பிரியமாகவும் தேவையானவற்றையெல்லாம் செய்து கொடுக்கும் குணமும் இருப்பதாலும், தான் சொன்னால் எதுவுமே நடக்காது என்பதை ஆரம்பத்திலேயே உணர்ந்ததாலும் அஸ்மா ஒன்றும் பெரிதாய் எதிர்த்துப் பேசியதில்லை. ஆனால் எப்போதும் ஏக்கத்துடன் ஒரு அஸ்மா அவள் தொண்டைக்குழியில் நின்று கொண்டேயிருப்பாள்.

அஸ்மா உள்ளுக்குள் அழுதாலும், மேலுக்கு உதடு மட்டும் சிரித்தபடியே இருக்கும். யாருக்கும் அவளுக்குள் ஏற்பட்ட கசிவு தெரிந்ததேயில்லை. மகள்களும் கூட எட்டித் தொட்டுவிட முடியாத ஆழம். புரிந்து கொள்ள முடியாமல் சஹிதாவும் வஹிதாவும் விக்கித்து நிற்பதை அஸ்மா பலமுறை மௌனமாய் கடந்து போயிருக்கிறாள்.

பதினொன்றாம் வகுப்பில் கவலையில்லாமல் படிக்க வேண்டுமென்பதாலும் கணக்கு படிக்கப் பிடிக்காமலும் சஹிதா வணிகவியல் எடுத்துப் படித்தாள். சாதாரணமாகப் படித்தாலே தேர்ச்சி அடைந்துவிடும் சஹிதா சில நேரங்களில் சில பாடங்களில் தோற்றும் விடுவாள். அப்படி கிடைக்கும் மதிப்பெண் பட்டியலை வீட்டிற்குக் கொண்டு வருவதற்குள்ளாகவே சஹிதாவிற்கு கை,

காலெல்லாம் சில்லிட்டு வயிறு புரட்ட ஆரம்பித்து நெஞ்சுக்கூட்டில் வலி வந்துவிடும். மாலை வீட்டிற்கு வந்ததும் படிக்க உட்கார்ந்து விடுவாள். அம்மாவிற்கும் இத்தாமுவிற்கும் வீட்டு வேலைகளில் எல்லாவற்றையும் பகிர்ந்து கொள்வாள். அன்று சீக்கிரமாகவே தூங்கியும் விடுவாள். அம்மா இவளை ஆச்சரியப்பட்டுப் பார்த்தாலும் சஹிதா அந்தப் பார்வையை நேர் கொண்டதேயில்லை. காலையில் பள்ளிக்கூடத்திற்குத் தயாராவது வரை ஒரு மௌனத்திற்குள் அகப்பட்ட போர்க்கப்பல் மாதிரியே இருப்பாள்.

அன்றும் அப்படித்தான் பள்ளிக்குக் கிளம்ப ஐந்து நிமிடம் இருக்கும் போது தனக்கு மிகச் சரியாக ஞாபகம் வந்தது போல, ''அய்யோ இத்தாமு ஸ்கூல்ல ப்ராக்ரஸ் ரிப்போட் குடுத்தாங்க, நேத்து ஞாபகமே இல்ல, இன்னக்கி கண்டிப்பா கையெழுத்து வாங்கிட்டு வரச் சொன்னாங்க'' என்று மெல்ல இத்தாமுவிடம் நீட்டினாள். அதற்குள் கண்கள் சிவந்து ஒரு சொட்டு நீர் வெளியே எட்டிப் பார்த்தது.

''என்னது ப்ரோக்ரஸ் ரிப்போட்டா, ஏன் இப்ப குடுக்கறே, நேத்து எங்க போயிருந்தே, ம்...?''

அத்தாவின் குரலில் கடுமையேற, அம்மா மெல்ல தன் முக்காடை சரி செய்தபடியே சமையல் அறையிலிருந்து வெளியே வந்தாள். அத்தா வாங்கும் முன் அம்மா பிடுங்கிப் பார்த்தாள். இரண்டு பாடங்களில் தோற்று மற்ற பாடங்களிலும் குறைந்த மதிப்பெண்களே அந்தமுறை வாங்கியிருந்தாள். அம்மா எதுவுமே பேசாமல் அத்தாவிடம் மதிப்பெண் அட்டையை நீட்டிவிட்டு அமைதியாக நின்றாள். அத்தா மெல்ல ஒவ்வொன்றாய் பார்த்துவிட்டு இவளைத் திரும்பிப் பார்த்தார். சஹிதாவிற்கு மூச்சே வரவில்லை.

"அத்தா... அத்தா" வார்த்தை வெளிவருவதற்குள் கன்னம் தெறிக்க ஒரு அறை விழுந்தது.

"படிக்கறத விட்டுட்டு வேற என்னடி வேல இருக்கு உனக்கு...ம்..."

எதுவுமே காதில் விழாமல் காது குப்பென அடைத்துக் கொண்டது. உடல் முழுக்க ஓடிக்கொண்டிருக்கும் ரத்தம் கொஞ்ச நேரம் மட்டும் முகத்திலும் காது மடல்களிலும் ஒன்றாய் வந்து சேர, அதன் சூட்டிலிருந்து அவளால் வெளிவர முடியவில்லை. கண்களிலிருந்து கண்ணீர் வழிந்து கொண்டேயிருந்தது. பேச்சே வரவில்லை. பெரிதாய் வந்த அழுகையின் சத்தத்தைக்கூட உள்ளுக்குள்ளேயே அழுத்தித் தடுத்தாள். மறுபடியும் ஒரு அறை விழுவதற்குள் இத்தாமு வந்து இழுத்து தனக்குப் பின்னால் நிறுத்திக் கொண்டாள். அத்தா தன் சட்டைப் பையிலிருந்து நீலப் நிற பேனாவை எடுத்து மெல்ல குனிந்து, "E. M. Kareem" என ஒவ்வொரு எழுத்தாய் எழுதி முடிப்பதற்குள் மூச்சே நின்றுவிட்டது அவளுக்கு.

அம்மா ஏனோ தெரியவில்லை, வேகமாக சமையலறைக்குள் நுழைந்து வெளி வாசல் திறந்து தோட்டத்திற்குப் போனாள். திரும்பி வரும்போதுகூட அவள் கையில் என்ன இருக்கிறதென்று சஹிதா கவனிக்கவில்லை. சடாலென கையிலிருந்த சீனி மிளகாயை முனை கிள்ளி, சஹிதாவின் தலை முடியைக் கொத்தாகப் பிடித்து தன் தோள்களில் சாய்த்து, கண்களில் மை எழுதுவதைப் போல இரு கண் ரப்பைகளிலும் பச்சை மிளகாயை இழுத்துத் தேய்த்தாள். வலியும் எரிச்சலும் தாங்காமல் சஹிதா உதறிவிட மிளகாய் விதைகளில் நான்கைந்து கண்களுக்குள் போய் அதி நடனம் புரிந்தன. நிற்கவும் நடக்கவும் முடியாமல்

துள்ளிக் குதித்து ஓடி அவர்களின் வீட்டுத் தோட்டத்திலேயே இருக்கும் குளத்தில் போய் விழுந்தாள். தாங்கமுடியாமல் அழுதாள். கண்ணீர் கரைந்து குளத்து மீன்களின் வாயில் நுரைத்தன. அன்று அவள் பள்ளிக்கும் போகவில்லை. கண்களின் எரிச்சலும் அடங்கவுமில்லை.

அதன்பிறகு வீடே நரகமானது. பிறகு மட்டுமல்ல முன்பும் அப்படித்தான். ஆனாலும் சஹிதா வளர வளர வீடு அந்நியப்பட்டுக் கொண்டே வந்தது. தன் வீட்டின் கலாச்சாரத்திலும் அதன் போக்கிலும் அவளுக்கு நாட்டமே இல்லாமல் போவதை உணர்ந்தாள். எப்போதும் ஒரு விட்டேத்தியான மன நிலையிலேயே இருந்தாள். அதிகம் அவள் யாருடனும் பேசுவதைக்கூட நிறுத்திக் கொண்டாள். எப்போதாவது இத்தாமுவிடம் பேசுவாள். சஹிதா இந்த நாட்களில் அதிகமாக எழுதினாள். ஏதேதோ வரிகள் காதில் கேட்பது மாதிரி வரி வடிவம் அடைந்தன. விடியலில், தன் கனவில், நல்ல நிதானத்தில், முழுக்க கண்மூடி தட்டாமாலை சுற்றும் மனநிலையில் ஏதேதோ எழுதினாள். அவற்றை அவளால் சில நேரங்களில் வாசிக்க முடிந்தது. சில நேரங்களில் பார்க்க மட்டுமே முடிந்தது. ஆனாலும் அதிலுமொரு நிறைவிருந்தது.

5

நிக்காஹ் முடிந்து சென்னை வீட்டிற்கு வந்த முதல் நாளிலிருந்தே ஜரீனா பீவி, சஹிதாவிடம் கடுகடுவென இருந்தாள். ஜரீனா எப்போதும் அப்படித்தான். ஏனோ அவளுக்கு சஹிதாவைவிடவும் வஹிதாவைப் பிடித்திருந்தது. 'நல்ல நிறம், மெலிந்த பெண், என்ன அழகா இருக்கா பாரு, அவளையே கட்டிக்கடா நாசிமே' என்று பெண் பார்க்க வந்த அன்றே சொன்னாள். நாசிம்தான் ஒரே பிடிவாதமாய் நின்றுவிட்டான்.

"அம்மா, நீங்க சஹிதாவப் பாக்கத்தான் கூட்டிட்டு வந்தீங்க. பொண்ணு பாக்க வந்த எடத்தில அவ தங்கச்சி இன்னும் அழகா இருக்கான்னு கட்டச் சொன்னா அது ரொம்ப கேவலமாயிருக்கும்மா, அப்படி நான் சொன்னா திருத்த வேண்டிய எடத்தில நீங்க இருக்கீங்க, பெரியவங்களா இருந்துக்கிட்டு நீங்க இப்படிப் பேசலாமா?"

"மகனுக்கு அழகான பொண்ணு கெடக்கட்டுமேன்னு சொன்னேன், வேற என்ன தப்பு சொல்லிட்டேன் நான்"

"எல்லாமே தப்புதான்மா. எனக்கு சஹிதாவை ரொம்பப் பிடிச்சிருக்கு. சரியா சொல்லணும்ன்னா சஹிதாதான் ரொம்ப அழகு. எனக்கு அவளைப் பிடிச்சிருக்கும்மா. மாநிறமா இருக்கா. அதனாலென்ன, நான் மட்டும் அவ்ளோ நிறமா இருக்கேனா என்ன? ஒரு வேளை அந்தப் பொண்ணக் கேட்டு அவளுக்கு என்னப் பிடிக்காம போயிடிச்சுன்னா என்ன பண்ணுவீங்க?"

"அல்லா. அல்லா, நாசிமே, வாழப் போறது நீதாண்டா, நீ யாரையாவது கட்டிக்கோ, எனக்கென்னா" என்று எழுந்து உள்ளே போனவள், பிறகு எதுவும் பேசவில்லை. அந்த உரையாடலே சஹிதாவிடமிருந்து ஜரீனாவை விட்டு விலகிப் போகும் தொடக்கப் புள்ளியாக அமைந்து விட்டது. மாமனார் இப்ராஹிம் அதிர்ந்து கூட பேசமாட்டார். ஜரீனாவின் கண் பார்வையில் எல்லா உணர்வுகளையும் புரிந்துகொண்டு வாழப் பழகியவர். ஒரு வேளை அவருடைய திருமணத்திற்கு முன்பு நன்றாக பேசியவராகக் கூட இருந்திருக்கலாம்.

கேரளாவிலிருந்து இரண்டு தலைமுறைக்கு முன்பே தமிழ்நாட்டிற்கு வந்து சென்னையில் தங்கள் எல்லையைப் பரவலாக்கியது நாசிம் குடும்பம். பல்லாவரத்தில் வந்து தங்கி தொழில் செய்து தங்கள் உறவுகளை மெல்ல மெல்ல கொண்டு வந்து பல்கிப் பெருகி நாசிமின் தாத்தா காலத்தில் மிக செழுமையான வாழ்க்கைக்குப் போய் பல்லாவரத்திலிருந்து அடையாறில் பங்களா வாங்கி, இன்னுமொரு பங்களா வாங்கி என சொத்துக்களைப் பெருக்கி, தங்கள் தயாரிப்புகளை வெளிநாட்டிற்கு ஏற்றுமதி செய்து பல குடும்பங்களுக்கு வேலை கொடுத்து, ஆனாலும் குரான் வழி தவறாமல் நடந்து இன்னுமின்னும் வளர்ந்தார்கள். அப்பாவின் தொழிலில் சலிப்பேற்பட்டு நாசிம் தனியே ஒரு கம்பெனி ஆரம்பித்து

இருநூற்றி ஐம்பது பேர் அதில் வேலை பார்க்கிறார்கள். இப்ராஹிம் குடும்பத்திற்கு, தொட்டதெல்லாம் துலங்கிற்று. நாசிமின் தாத்தாவுடைய அப்பா பெயரும் இப்ராஹிம்தான்.

அப்படியொரு குடும்பத்திற்கு சற்றும் குறைவில்லாத பெண்ணாய் ஜரீனா பீவி இரண்டாம் தாரமாய் நிக்காஹ் முடித்து வந்தபோது மாமியார் இல்லாமல் இப்ராஹிமின் ஒரு தம்பியும் இரண்டு தங்கைகளும் திருமணத்திற்குத் தயாராக இருந்த வீடாய் இருந்தது அந்த வீடு. தாயில்லாத தன் முதல் தாரத்து பிஞ்சு மகனின் ஏக்கத்தை சரியாய் புரிந்து கொண்டிருந்த ஜரீனா அவனை தன் நெஞ்சோடு அல்ல, இதயத்துக்குள் பொத்தி வைத்துக் காப்பாற்றினாள். கணவனின் தம்பிக்கும் தங்கைகளுக்கும் திருமணம் செய்து வைத்தாள். பணம் கொட்டிக் கிடந்தாலும் பராமரிப்பு இல்லாமல் சிதைவுற்றிருந்த மொத்தக் குடும்பத்தையும் கையிலேற்று, தனக்குள் அடக்கி, பிடி விட்டுப் போகாமல் நிலைநிறுத்தி, நின்று நிதானித்து தலைமையேற்று நடத்தத் தொடங்கினாள். அது கொடுத்த கம்பீரத்திலும் நிறைவிலும் யாரையும் உதாசீனப்படுத்தவும் எடுத்தெறிந்து பேசவும் கொடுஞ்சொல் சொல்லவும் பீவியால் முடிந்தது.

உடன் பிறந்தவர்களுக்கும் கணவனுடன் பிறந்தவர்களுக்குமே வாழ்க்கையை ஒப்புக் கொடுத்து தளர்ந்து போனவள் ஜரீனா. திருமணமாகி வரும்போதே அவள் மற்றவர்களுக்கு பணிவிடைகள் செய்து ஓய்ந்திருந்தாள். அவளுடைய அம்மா ஆறாவது பிரசவத்தில் இறந்துவிட பிறந்த குட்டி தம்பியையும் மற்ற உடன் பிறந்தவர்களையும் அத்தாவையும் பராமரிக்கும் பொறுப்பு பத்து வயதான ஜரீனாவின் மேல் இடி போல இறங்கியது. அத்தாவின் பிரியத்தில் எல்லாவற்றையும் கரைத்துக்

கொண்டாள். அவர் மறுமணம் செய்து கொள்ளாமல் ஜரீனாவோடு சேர்ந்து குடும்பத்தைப் பராமரித்தார். தன் பதின் வயதில் ஒரு தங்கைக்கும் ஒரு தம்பிக்கும் நிக்காஹ் நடந்தபோது அவள் சுக்குநூறாய் உடைந்து போனாள். அத்தா தன் திருமணம் பற்றிப் பேச்சு வரும்போதெல்லாம் அதிலிருந்து நழுவிப் போவதும், ''உனக்கென்ன வயசாயிடிச்சு, இன்னும் ரெண்டு பேருக்கு நிக்காஹ் முடிந்தால் ஒருத்தர் இல்லன்னா ஒருத்தர் குடும்பத்தை பொறுப் பெடுத்துக்க மாட்டாங்களா?'' என்று சமாதானப்படுத்துவதும் தொடர்ந்தது. மனம் நொந்து சோர்ந்தாலும் முழுமையாக அத்தா சொல்வதை ஜரீனா நம்பினாள்.

எல்லா தம்பி தங்கைகளுக்கும் நிக்காஹ் முடிந்து ஜரீனாவும் அத்தாவும் தனியான நாட்களில் பதினைந்து வருடங்கள் காணாமல் போயிருந்தன. அத்தா மகளை இன்னும் நன்றாக கவனித்துக் கொண்டார். அவளும் அவருக்கு ஒரு குறையும் வைக்கவில்லை. எல்லாக் கடமைகளும் முடிந்ததென்று அவள் தன் வசந்தத்தை மிகவும் குதூகலமாய் எதிர்கொண்டு கொண்டாடித் திரிந்தபோது, காலம் மட்டும் தன் கூரிய விழிகள் கொண்டு ஜரீனாவை விழுங்கிவிடக் காத்திருந்ததை அவர்கள் கவனிக்கவேயில்லை.

தூக்கமற்றுப்போன ஒரு முன்னிரவில் ஏனோ தோன்றி குளியலறைக்குள் சென்று எல்லா ஆடைகளையும் களைந்து ஒய்யாரமாய் நின்று குளிக்க ஆரம்பித்தாள் ஜரீனா. அதுவரை அவள் குளியலைறையில் பதித்திருந்த கண்ணாடியில் தன் உருவத்தை அவ்வளவு வசீகரமாய் பார்த்ததேயில்லை. எப்போதும் கடமையென குளியல் அமைந்திருந்த நாட்களைக் கொண்ட அவளுக்கு அது ஒரு அமானுஷ்யமான இரவு. மாநிறத்திற்கும் சற்று கூடுதலான நிறத்தில் தன் முக வசீகரத்தை

அவள் நிதானமாய் அன்று தரிசித்தாள். அழகிய முகத்தில் கூர்மையான கண்கள், நீண்ட மூக்கு, சிறிய வாய், முத்துப்பற்கள், எடுப்பான மார்பகம், உடல் வனப்புகள் என தான் நிஜமாகவே வசீகரமானவள்தான் என்பதை ஜரீனா ஒரு புன்சிரிப்புடன் அங்கீகரித்துக் கொண்டாள். சுழன்று சுழன்று இடுப்பைத் தாண்டியிருக்கும் அவள் முடியைப் பார்த்தாள். பிருஷ்டம் தாண்டி தொடைகளைத் தொட எக்கி நிற்கும் தன் அடர் கூந்தலில் கண்கள் நிலைக்க, தன்னை நிக்காஹ் செய்ய வரும் மணவாளனுக்குத் தன்னை மிகவும் பிடிக்குமென நினைத்தபோது ஜரீனா அடைத்துத் தாழிட்ட குளியலறைக்குள்ளும் வெட்கம் இளஞ்சூடாய் படர்வதை உணர்ந்தாள்.

மெல்ல மெல்ல உடல் முழுக்க வாசனாதி எண்ணெய் புரட்டி, ஸ்நானப்பொடி சேர்த்துக் குளித்தபோது அவள் ஜொலிப்பதை உணர்ந்தாள். முகமெங்கும் மீண்டுமொரு முறை ஸ்நானப்பொடி நுரைக்கத் தேய்த்து கழுவினபோது பொலிவு இன்னும் கூடியது. காது மடல்களில் ஒட்டியிருக்கும் நுரையைத் தண்ணீரெடுத்துக் கழுவினாள். மீண்டும் கழுவினாள், மீண்டும் மீண்டும் கழுவினாள். அந்த நுரை போகவேயில்லை. காதின் பின் மடலில் ஒரு வெண்பொட்டாய் அந்த நுரை அவள் வாழ்வில் என்னவெல்லாம் செய்யக் காத்திருக்கிறதென்பது ஒரு பூகம்பம் போல அவள் மனதில் நிழலாடியது.

வேறு நெருக்கமான சொந்தங்கள் யாரும் இல்லாததாலும், தம்பி தங்கைகளும் அவர்கள் குடும்பம் வாழ்வு, பிள்ளைகள் என சுருங்கி விட்டதாலும், எல்லா உணர்வுகளையும் பகிர்ந்து கொள்ள அத்தா மட்டுமே இருப்பதாலும், தன் வாழ்வு நுரைத்துப் பொங்கி அடங்கவிருப்பதை அத்தாவிடமே சொன்னாள். மரைக்காயர் மொத்தமும் நொறுங்கி தன் வாழ்வை ஏன் அல்லா இப்படி

சோதிக்கிறான் என்று அழுது தீர்த்தார். அவளை ஏதேதோ மருத்துவரிடம் கூட்டிப் போனார். பல இடங்களிலிருந்தும் மருந்துகள் வரவழைத்தார். காதின் பின் மடலில் இருந்த நுரை மெல்ல மெல்ல பெரிதாய், உடலின் சில பாகங்களுக்கு நகர்ந்ததே தவிர மறையவேயில்லை. அதன்பிறகு அவள் அழுத ராத்திரிகள் இரவுக்கும் விடியலுக்கும் மட்டுமே தெரியும். தவிர்க்க முடியாத தேவை ஏற்பட்டால் மட்டுமே வெளியே வந்தாள். மற்றவர்கள் முன்னால் புடவைத் தலைப்பை இன்னும் அதிகமாக இழுத்துவிடப் பழகிக் கொண்டாள். அவள் மேல் இருள் மூடுவதைப் போல துக்கம் வெண்மையாய் சூழ்ந்து கொண்டது. அத்தாவும் மகளும் வந்திருக்கும் நோயை யாரிடமும் சொல்லாமலும் கொஞ்ச நாட்களிலேயே அது எல்லோருக்கும் தெரியவரவுமான வலியில் துடித்தார்கள்.

அப்படியானதொரு நாளில் தூரத்து உறவினர் சொன்னார்கள் என்று இப்ராஹிம் ஜரீனாவைப் பெண் பார்க்க வந்தார். வந்தவருக்கும் நிக்காஹ் செய்து கொள்வதில் பெரிய ஆர்வமிருப்பதாய் முகக்குறி இல்லை. இரண்டாம் பிரசவத்தில் தன் மனைவியையும் குழந்தையையும் இழந்த அவர் தன் செல்வச் செழிப்பான மூத்த மகனுக்கு ஒரு அம்மா வேண்டுமென்ற மட்டில்தான் ஜரீனாவைப் பார்க்க வந்திருந்தார். அத்தாவிற்கு பெரிய மனக்குறைதான், எல்லாப் பிள்ளைகளையும் நல்ல இடங்களில் நிக்காஹ் செய்து அனுப்பிய மகள் ஜரீனாவிற்கு இப்படி ஒரு வாழ்க்கையா என்று அவர் துக்கத்திலாழ்ந்தார். ஆனால் இந்த பெரு வியாதியிருக்கும் மகளை தெரிந்தே ஒருவன் நிக்காஹ் செய்ய முன் வருகிறானே என்று அவரே அவரைத் தேற்றியும் கொண்டார். ஒரு இட மாறுதல் என்ற நிலையில் மட்டுமே வேறு வழியின்றி ஜரீனாவும் இந்த சம்பந்தத்திற்கு ஒப்புக்கொண்டாள்.

நிக்காஹின் நாள் நெருங்க நெருங்க அத்தாவின் முகமே சரியில்லை. லேசாக ஆரம்பித்த ஜுரம் கொஞ்சம் கொஞ்சமாக அதிகமாகி தூக்கித்தூக்கிப் போட்டது. ''என்ன விட்டுட்டு போயிடுவியா, விட்டுட்டு போயிடுவியா?'' என அனத்த ஆரம்பித்துவிட்டார். உள்ளூர் வைத்தியரிடம் கசாயம் வாங்கிக் கொடுத்தும், வண்டி கட்டிக் கொண்டு போய் மருத்துவம் பார்த்தும் ஜுரம் குறையவேயில்லை. மிகச் சரியாக, திருமணம் நிச்சயிக்கப்பட்ட நாளிற்கு ஏழு நாட்கள் முன்பான ஒரு பின்னிரவில் மரைக்காயரின் உயிர் யாரிடமும் சொல்லாமல் உடலைப் பிரிந்து எல்லா வலிகளிலிருந்தும் தன்னை சாந்தப்படுத்திக் கொண்டிருந்தது.

மனசும் உடலும் நொந்துபோன ஜரீனா பீவிக்கு துக்க காலத்தில் பக்கத்தில் வந்த சொந்தங்கள் அல்லாவுக்கு பயந்து, 'எல்லாவற்றையும் அல்லாவே நடத்துகிறார், அவரே இதையும் வழி நடத்துவார், கவலைப்படாதே' என்று அவளைச் சமாதானப்படுத்தி நிக்காஹ் முடித்து வைத்தார்கள். நிக்காவில் அணிய வேண்டிய மாலைகளும் பூக்களும் எடுக்கப்படாமல் வீட்டு ஆணியிலேயே தொங்கிக் கொண்டிருந்தன. வாசனைத் திரவியங்கள் திறக்கப்படவேயில்லை. உலர் திராட்சைகளும் கல்கண்டுகளும் மிட்டாய்களும் கண்ணாடிக் குடுவையிலேயே கிடந்தன. அப்படியே எரிந்து சாம்பலாய் தான் ஒன்றுமில்லாமலாகி விட மாட்டோமா என்று கேவிக்கேவி அழுது கொண்டிருந்த ஜரீனாவிடம் சடங்கு போல மௌலவி மட்டும் சம்மதம் கேட்டுவிட்டு, ஈரமான கண்களை வெளிப்படுத்தாமல் மசூதிக்குத் திரும்பிப் போனார். தம்பிகளும் அவர்களின் மனைவிகளும் தங்கைகளும் அவர்களின் கணவன்களுமாக சுற்றி நின்றாலும் அவளுக்கு எல்லாமுமான அத்தா இல்லாதது

ஜரீனாவைக் கண்ணீரில் கரைத்து உலராத வடு மாதிரி கன்னத்தில் ஒட்டிக்கொண்டது. எதற்கும் மலராத மனநிலைக்குத் தள்ளப்பட்டாள். இனி ஒருபோதும் தான் வாழ்ந்த வீட்டிற்கு போகவே கூடாது என்று வைராக்கியம் கொண்டு தனக்குள் தன்னை வைத்து இறுக்கப் பூட்டிக் கொண்டாள்.

பால் வாசனை மாறாத தங்கையையும் தம்பிகளையும் வளர்த்து நிக்காஹ் முடித்துக் கொடுத்த ஜரீனாவுக்கு மூத்த தாரத்து மகன் நிசாரை ஏற்றுக்கொள்வதில் எந்த மனத்தடையும் ஏற்படவில்லை. அவனுடைய தாய் ஏக்கத்திற்கு முழுமையாய் தன்னை அர்ப்பணித்தாள். அவனே அவளின் சுவாசக் காற்றானான். அவனில் எழுந்து அவனிலேயே தன்னைப் புதைத்துக் கொண்டாள். ஆனாலும் ஜரீனா கர்ப்பமானாள். குழந்தை நாசிம் பிறந்த பிறகு, இன்னும் மேலதிகமாக நிசாரை நேசிக்கத் துவங்கினாள். அவன்தான் திருமணத்திற்குப் பிறகான தன் வாழ்க்கையை ஒளியூட்டினான் என அல்லாவின் மேல் பெரும் நம்பிக்கை வைத்தாள். இரண்டு குழந்தைகளையும் நன்றாக வளர்த்தாள். வாழ்வின் பாடுகள் கொடுத்த அலைக்கழிப்பில் அம்மாவாய் மிக நன்றாக இருந்த ஜரீனா, மாமியாராய் உக்கிரம் காட்டினாள்.

சஹிதா, மாமியாரிடமிருந்து ஒவ்வொரு நாளும் விதவிதமான வலிகளைத் தன்னுள் ஏற்றபடியே இருந்தாள். படுக்கையிலேயே வாழ்நாளைக் கழிக்கும் வயதான தன் மாமனாரைத் தன்னுடன் வைத்துப் பராமரித்த ஜரீனா, சஹிதா வந்தவுடன் வேலைகளை மட்டுமே அவளுக்கு மடை மாற்றியிருந்தாள். அதிகாரம் தன் கையிலேயே இருக்குமாறு பார்த்துக் கொண்டாள்.

நாள் முழுவதும் வேலைகள் செய்வது மட்டுமே தனக்கான கடமை என்பதை சஹிதாவிற்குப் புரிய வைத்தாள். அவள்

கணவனிடம் எப்போது பேச வேண்டும், சிரிக்க வேண்டும் என்பதெல்லாம் கூட பீவியின் கட்டுப்பாட்டிலேயே இருந்தது. ஆனால் நாசிம் அதை மீறிக் கொண்டே இருந்தான். அவள் தன் மனைவி என்பதையும் நாங்கள் சந்தோஷமாக இருக்க யாரிடமும் அனுமதி கேட்க வேண்டியதில்லை என்பதையும் அம்மாவிற்குத் தன் செய்கைகள் மூலம் உணர்த்திக் கொண்டேயிருந்தான். அந்த செய்கையிலும் சிரிப்பிலும் மட்டுமே தன் வாழ்நாளின் மென் உணர்வுகளை இன்னுமின்னும் சஹிதா காப்பாற்றிக் கொண்டிருந்தாள்.

வீட்டு வேலைகள் முடித்து கடைசியாய் சாப்பிட உட்காரும் நேரத்தில் தாத்தா அப்போதுதான் படுக்கையிலேயே மலம் கழித்திருப்பார். தான் இந்த வீட்டிற்குத் திருமணமாகி வந்த பத்து நாட்களுக்குள்ளாகவே எல்லா வேலைக்காரர்களையும் நிறுத்தி விட்டதால் சஹிதாதான் அவரைச் சுத்தம் செய்ய வேண்டும். சுத்தம் செய்து, துணி மாற்றி, வாசனைத் திரவியங்கள் பூசி முடித்துவிட்டு வந்தால் சாப்பிடவே தோன்றாது. பல மதியங்களில் அப்படியே வயிறும் நெஞ்சும் முகமும் தரையில் பதிய கேவல்களோடு படுத்துவிடுவாள். இரவுகளில் மட்டும் நாசிமின் நெஞ்சில் சில கண்ணீர்த் துளிகளோடு அது அடங்கிவிடும். பல நேரங்களில் அவனின் அன்பில் கரைந்து அணைப்பில் இறுகி, தன்னை ஒப்புக் கொடுக்கும்போது உலர்ந்துவிடும்.

எப்போதும் கரீம் நிறைய தின்பண்டங்களோடுதான் வீட்டிற்குள் நுழைவார். விதவிதமான கேரளத் தின்பண்டங்கள், தேங்காய் எண்ணெயில் பொறித்த பண்டங்கள். சஹிதா ஏதாவது சாப்பிட்டபடியே படிப்பாள், எழுதுவாள். சில நேரங்களில் வெறுமனே சாப்பிட்டுக் கொண்டிருப்பாள். ஆனால் திருமணமாகி நாசிம் வீட்டிற்கு வந்த பிறகு அதெல்லாம், 'சீ, அதென்னது அது,

எப்ப பாத்தாலும் பொம்பள தின்னுகிட்டே இருந்தா வீடு விருத்திக்கு வருமா?' என்ற ஒற்றை வரியில் அடக்கப்பட்டது. நாசிம் மட்டும் சஹிதாவிற்குத் தின்பண்டங்கள் வாங்கி வருவதை நிறுத்தியதேயில்லை. 'உள்ள வச்சு சாப்பிடு' என்று அவன் சன்னமாய் சொன்னது அவள் காதில் மங்கலாகவும் மாமியார் காதில் தெளிவாகவும் விழுந்தது. பிறகென்ன வீடு அமர்க்களப்பட்டது. சத்தமும் கூப்பாடும் அதிர்வுமாக ஜரீனா பீவி தன் அதிகாரத்தை நிலைநாட்ட முயன்று முதல் முறையாகத் தோற்றாள். நாசிம் எப்போது வீட்டிற்கு வந்தாலும் மனைவியிடம் கொடுக்க அவனிடம் நேசத்தைப் போலவே இனிப்புகளுமிருந்தன. ஆனால் பல நேரங்களில் சாப்பிட ஆவலாய் இருக்கும்போதும் மாமியார் விடாத போதும் சஹிதா அறைக்கதவைத் தாழிட்டு மறைத்து வைத்து நிதானமாய் நின்று சாப்பிட்டதுண்டு.

அவளுக்கு மட்டன் பிரியாணியை விடவும் மட்டன் தொக்கு செய்து சுடுசோறு பிசைந்து சாப்பிட அதிகம் பிடிக்கும். எப்போதும் அவள் சூடாய் சோறு சாப்பிடவே முடியாது. சமைத்து எல்லோருக்கும் பரிமாறி தாத்தாவுக்கு சாப்பாடு வைத்து, அவர் மெல்ல மெல்ல சாப்பிடும் வரை பார்த்திருந்துவிட்டு வந்தால் சோறு ஆறி குழம்பு நீர்த்து... சாப்பிடவே தோன்றாது. அன்று மதியம் அப்படித்தான் ஆட்டுக்கறி பிறட்டி வைத்து சோறு வடித்துப் பார்த்தபோது மாமியார் வீட்டில் இல்லை. பத்து வயது குழந்தையின் துள்ளலோடு சாப்பாட்டுத் தட்டு கூட கைக்கு அகப்படாமல் கிண்ணம் நிறைய சோறு போட்டுக் கொண்டாள். கொழுப்புக்கறியாய் எடுத்து குழம்பு ஊற்றி ஜன்னல் வழி பார்த்தால் மாமியார் வீட்டு காம்பௌண்ட் கதவைத் திறக்கும் சத்தம் கேட்டது. சோறும் குழம்பும் எடுத்த தடம் தெரியாமல்

கிண்ணத்தை எடுத்துக் கொண்டு குளியலறைக்குள் ஓடினாள். கதவைத் தாழிட்டு தண்ணீரை சத்தமாக திறந்துவிட்டு நிம்மதியாக நிதானமாகப் பிசைந்து சாப்பிடத் தொடங்கினாள். இரண்டாவது கவளத்திலேயே இத்தாமு பிசைந்து ஊட்டிவிடுவது ஞாபகம் வந்து சோறு தொண்டையில் சிக்கிக் கொண்டது.

நெய்ச்சோறும் கோழிக்கறி குழம்பும் வைத்தால் இத்தாமு குழம்பு இறக்குவதற்குள் இரண்டு மூன்று தடவையாவது தட்டில் ஈரல், எலும்பில்லாத் துண்டுகள் என எடுத்துத் தருவாள். மீன் வறுத்தால் உப்பு பார்க்க, பார்த்த பிறகு ருசிக்கு என... ஆட்டுக்கறி குழம்பில் ஈரல், கொழுப்புக்கறி, நல்லி எலும்பு என எல்லாமே இவளுக்குத் தனியாக எடுத்துத் தருவாள். வீட்டில் அவள் இத்தாமுவிற்கு மிகவும் செல்லம். மூத்த பேத்தி என்பதனால் கூட இருக்கலாம். நன்றாக சாப்பிட ஆசைப்படுபவள் என்பதாலும் இருக்கலாம். 'நம்ம வீட்டில இருக்கும் போதுதான பொம்பளப் பிள்ளங்க நல்லா சாப்பிட முடியும், இன்னொருந்தன் வீட்டுக்குப் போனா எல்லாம் நேரம், காலம் பாத்துத்தானே நடக்கும். நீ இங்க இருக்கும் போதாவது நல்லா சாப்பிடும்மா' என்று இவள் ருசித்து சாப்பிடுவதைப் பக்கத்திலேயே உட்கார்ந்து பார்த்துக் கொண்டேயிருப்பாள். அந்தப் பார்வையின் பிரியம் இத்தனை கிலோமீட்டர் தாண்டி சொந்த வீட்டில் குளியலறைக்குள் ஒளிந்து உட்கார்ந்து சாப்பிடும் அவளை, தன் ஸ்பரிசத்தால் தொட்டபோது சஹிதாவிற்கு அழுகையாய் வந்தது. அழுகையால் சோறு அடைத்து குழாயிலிருந்து எதற்கென்றே தெரியாமல் வாளியில் நிறைந்து கொண்டிருக்கும் தண்ணீரைப் பிடித்துக் குடித்துக் கொண்டேயிருந்தாள்.

6

அமீரா பிறந்து ஆறேழு வருடங்கள் இருக்கும். அவளை பள்ளி விடுமுறைக்கு கேரளாவில் நானி நானாவிடம் கொண்டுபோய் விட்டுவிட்டு நாசிமும் சஹிதாவும் கொஞ்சம் ஊர் சுற்றலாம் என்று கிளம்பினார்கள். நாசிம் தன் வீட்டில் பிசினஸ் டிரிப் இருப்பதாகவும் பதினைந்து நாட்களாகும் என்பதால் சஹிதாவையும் இந்தமுறை கூட்டிச் செல்வதாகவும் சொல்லியிருந்தான்.

''டிராவல் போறோம்னு எங்க அம்மாகிட்ட சொல்ல வேண்டாம். அதை அவங்களால புரிஞ்சிக்க முடியாது''

சொன்ன நாசிமை தன் பெரிய கண்களில் ஈரம் படரப் பார்த்தாள் சஹிதா.

நிறைய சுற்றினார்கள். அவள் சொன்னாளென்று கொடுங்கல்லூர் பகவதி கோவில், மூகாம்பிகை கோவில் போனார்கள். குருவாயூரப்பன் கோவிலில் எட்டு வேளை பூஜை பார்த்தார்கள். தமிழ்நாட்டில் சிதம்பரம் கோவிலுக்கு வந்தார்கள். அதிநடனம் புரியும் நடராஜர் சிலையையே கண்ணெடுக்காமல் பார்த்துக்

கொண்டிருந்தாள். அந்தச் சிரித்த முகம் அவளைப் பக்கத்திலிருக்கும் அம்மன் சன்னதிக்கு வழி காட்டியது. அம்மனை வழிபாட்டுத் தலங்கள் சார்ந்து அவளால் பிரித்துணர முடியாது. எல்லாமே காளிதான். இந்த பிரபஞ்சத்தின் சக்திதான். உக்கிரமானவள். எதையும் சாதிப்பவள். நின்று நிறைய நேரம் பார்த்துக் கொண்டிருந்தாள். தானாகவே அழுகை வந்தது. ஏதேதோ வார்த்தைகள் நெஞ்சில் முட்டி நாவில் உலர்ந்திருந்தன. வெளிச்சத்துடன் உள்ளே போனவள் இருள் துவங்கும் நேரத்தில் சொல்ல முடியாததொரு மனநிலையில் வெளியே வந்தாள். சுற்றுப்பிரகாரம் காலியாக இருந்தது. தான்தான் பாதமெடுத்து வைக்கிறோமா என தெரியாமலேயே சஹிதா ஏவி விட்டவள் போல நடந்தாள்.

அடுத்த அடியில் ஒட்டி நிற்பவளைப் போல எதிரில் ஐம்பது வயது மதிக்கத்தக்க ஒரு பெண் வந்து நின்றாள். லேசாக தலை இடித்து சஹிதா நிமிர்ந்து பார்த்தாள். நல்ல திடகாத்திரமான, மஞ்சள் பூசி, பெரிய பொட்டிட்டு, தலைமுடியை அழுந்த சீவி கொண்டையிட்ட மிக வசீகரமான பெண்ணொருத்தி எதிரில் நின்று இவளை ஈர்க்கும் புன்னகையுடன் எதிர்கொண்டாள்.

''என்னம்மா, ஏன் வெளிய வந்திட்ட? உள்ளயே இரேன்''

சஹிதாவால் பதில் பேச முடியவில்லை.

''நான் மறுபடியும் உள்ள கூட்டிட்டு போகவா?''

பேச்சு வரவில்லை சஹிதாவிற்கு. அப்படியே பார்த்தபடியே இருந்தாள். அலை அலையாய் சிரித்த அந்தப்பெண் அப்படியே அவளைத் தாண்டி சன்னதிக்குள் நுழைந்தாள். எவ்வளவு நேரம் நின்றிருப்பாளோ தெரியவில்லை, நாசிம் வந்து கை பிடித்து அழைத்துப் போனான். மலங்க மலங்க விழித்தபடி நாசிமுடன் நடந்தாள். காருக்குள் உட்காரும் வரை எந்தப் பேச்சும் இல்லை.

காரில் அமைதியாகவே கொஞ்ச நேரம் உட்கார்ந்திருந்தாள். கை விரித்துப் பார்த்தபோது நெருப்புக் கங்காய் அவள் உள்ளங்கைக்குள் குங்குமம் சுடர் விட்டிருந்தது. கோவில் உள் பிரகாரத்தில் பார்த்த அந்த அம்மாவிடமிருந்து தன் கைக்கு எப்படி அந்த நெருப்புக் கங்கு வந்ததென்று அவளுக்கு எவ்வளவு யோசித்தும் புரியவில்லை. காரின் கண்ணாடியை இறக்கி பக்கவாட்டுக் கண்ணாடி பார்த்து இரண்டு புருவங்களுக்கும் சற்று மேலாக வட்டமாய் பெரிதாய் பொட்டிட்டு மந்தகாசமான முகத்துடன் நாசிமைத் திரும்பிப் பார்த்தாள். நாசிம் புன்னகை மாறாமல் அவளிடம் ஒரு சிறு பிரியத்தைக் கடத்திவிட்டு வண்டியோட்டிக் கொண்டிருந்தான்.

அன்று இரவு வழக்கம்போல 'புட்டேதாதி' கனவில் வந்தாள். அது ஒரு மாதிரி புகை போலத்தான் அவளுடைய நினைவு இவளைச் சூழ்ந்திருக்கும். வெள்ளை உடை அணிந்திருப்பாள். நீளக்கை வைத்த ரவிக்கையில், தலையில் முக்காடிட்டு காதுகளில் பெரிய தண்டை தொங்க, மேல் காது முழுக்க சின்ன வளையங்களும், இரண்டு மூக்கிலும் மூக்குத்தியுமிட்டு மிக அழகாக இருப்பாள். செல்வச் சீமாட்டி. நன்றாக வெளுத்து, பழுத்து உயரமாய் திடகாத்திரமானவள். வாழ்ந்த நாட்கள் வரிவரியாய் உடல் முழுக்க கோடுகளாய் வரைந்திருக்கும். புட்டேதாதி, இத்தாமுவின் அம்மா. அவளுக்கு பேரன் கரீமையும் பேரனின் மூத்த மகள் சஹிதாவையும் மிகவும் பிடிக்கும். மாதத்தில் ஒரு முறையாவது அத்தா எல்லோரையும் அழைத்துக்கொண்டு புட்டேதாதி வீட்டிற்குப் போவார். இரண்டு நாட்கள் அங்கு தங்குவார்கள். மகன் வயிற்றுப் பேரன்களின் மனைவிகளை விதவிதமாய் சமைக்கச் சொல்லி செல்லமாகத் தட்டி வேலை வாங்குவாள் தாதி.

அவர்களுடைய வீடு மிகவும் பழமையானது. பதினாறு அறைகளும் மூன்று தாழ்வாரங்களும் மூன்று சமையலறைகளும் கொண்ட வீடு. வாசல் முழுக்க மிளகும் காப்பியும் அம்பாரமாய் குவிந்திருக்கும். இன்னொரு பக்கம் வேலைக்காரர்கள் பாசுமதி அரிசியின் வாசனை ஊரையே இழுக்க மூட்டை பிடித்தபடியே இருப்பார்கள். பின் கட்டில் பக்கவாட்டு அறையொன்றில் எப்போதாவது பயன்படுத்தும் பெரிய பெரிய செம்புப் பாத்திரங்களும் வெண்கலப் பாத்திரங்களும் வைத்திருப்பார்கள். ஹைதராபாத் நிஜாமின் அரண்மனையிலிருந்து புட்டேதாதியின் அத்தாவிற்கு அவை பரிசாகக் கொடுக்கப்பட்டவையென கேட்ட மாதிரி சஹிதாவின் சின்ன வயது நினைவிலிருந்தது. அறை முழுக்க வெண்கலமும் செம்பிலுமான பாத்திரங்கள். ஒரு பாத்திரத்தில் பிரியாணி இறக்கினால் ஊரே சாப்பிடலாம் போல பெரிதாயிருக்கும். அதிகமாக மழை பெய்யும் காலங்களில் அந்த அறையில் தண்ணீர் புகுந்துவிடும். தாழ்வான அறை முழுக்க நீர் நிறைந்து மெல்ல மெல்ல பாத்திரங்கள் அசைந்து அசைந்து தண்ணீருடன் இடிக்கும் ஓசை, சஹிதாவை பல இரவுகளில் உறக்கத்தைக் கலைத்திருக்கிறது. புட்டேதாதி அப்போதெல்லாம் கையில் திரி விளக்கேந்தி அந்த அறையை வலம் வருவாள். வெளுத்த அந்த உருவம் மெல்ல தண்ணீரில் அலைந்து நடக்கும்போது சஹிதாவிற்கு பயமாக இருக்கும். அந்த நேரத்தில் புட்டேதாதியின் முகம் பயங்கரமானதொரு அமைதியில் சாந்தப்பட்டிருக்கும். தண்ணீரில் அசையும் பாத்திரங்களும் ஊடே செல்லும் விளக்கொளியும் வெளுத்த தாதியும் அவளை மெல்ல சாந்தப்படுத்துவார்கள். சில நேரங்களில் அவளையும் கூட்டிக் கொண்டுதான் தாதி உள்ளுக்குள் நடப்பாள்.

என்னதான் பயமிருந்தாலும் அந்த அறைக்குப் போக வேண்டுமென்று கேட்டால் தாதி கண் பொத்தி அழைத்துப் போவாள். ஒவ்வொரு 'ஷோபான் ஈத்' - தின் போதும் இரண்டு நாட்களுக்கு முன்பே புட்டேதாதி கண்களைப் பொத்தி சஹிதாவை வெண்கலப் பாத்திரங்கள் நீரிலலையும் அறைக்குக் கூட்டிச் செல்வாள். யாரையெல்லாமோ பேர் சொல்லி இவளுக்கு அறிமுகப்படுத்துவாள். எல்லோரையும் பார்த்து இவளருகில் குனிந்து தன் முகம் காட்டும்போது இவள் அலறி தூக்கத்திலிருந்து எழுவாள். 'புட்டேதாதி, புட்டேதாதி' என்று அழும் அவளைத் தேற்றி இத்தாமு, மடியில் கிடத்தி, 'மோளே தாதி எஞ்செல்லத்தை ஒண்ணும் செய்ய மாட்டா, நாளைக்கு நாம அவளுக்குப் பிடிச்சதெல்லாம் செஞ்சு துஆ செய்யலாம். நீ தூங்கு இத்தாமு பாத்துக்கறேன், நீ தூங்கு' என்று மடியிலேயே கிடத்திக் கொள்வாள்.

அன்றும் அதேபோல புட்டேதாதி திரி விளக்கெடுத்து சஹிதாவையும் கூட்டிக்கொண்டு தண்ணீரில் நடந்து நடந்து மீண்டும் எல்லோரையும் காண்பித்து கடைசியாக நெருப்புக் கங்குடன் தண்ணீரில் நடந்து வரும் பெண்ணையும் இவள் முகத்தருகில் விளக்கொளியில் காட்டினாள். அந்த இருளிலும் அவள் தகதகவென மின்னி அலைஅலையாய் சிரித்தாள். வசீகரத்துடன் இவளையே பார்த்துக் கொண்டிருந்தாள். அவள் கண்களின் ஒளி இவளை ஊடுருவி மூளை நரம்புகளைத் தாக்கியபோது சஹிதா நாசிமின் கைகளை இறுக்கப் பிடித்திருந்தாள். அவள் பிடி இறுகியபோது அந்த நடுநிசியிலும் சஹிதாவை ஒரு குழந்தையை மாதிரி அணைத்து தட்டிக் கொடுக்க நாசிமின் கைகள் மறக்கவேயில்லை.

7

அம்மா அன்று மிகவும் ருசியாக சமைத்திருந்தாள். தேங்காய் எண்ணெயில் சின்னச் சின்னதாக அரிந்து போட்டு பொன்னிறத்தில் வறுத்தெடுத்த தேங்காயை, மசாலா சேர்த்து வேக வைத்த மட்டன் துண்டுகளில் பிரட்டி சுண்டி வரும்போது, தென்னை மரத்தில் ஏறின கொடியிலிருந்து பறித்துப் பக்குவமாய் காய வைத்த மிளகினைப் பொடித்து போட்டு இறக்கும் நேரத்தில், மீண்டும் ஒரு கரண்டி தேங்காய் எண்ணெய் ஊற்றி அதன் வாசம் போக இறக்கி வைத்திருந்தாள். சுடு சோறு வடித்து ஆவி பறக்க உணவு மேசையின் மேல் வைத்திருந்தாள்.

இரவில் எல்லோரும் ஒன்றாய் சாப்பிட உட்கார்ந்தார்கள். அது மாதிரியான நாட்கள் சஹிதாவிற்கு துக்கத்தையும் சந்தோஷத்தையும் மாறிமாறி கொடுப்பவையாக இருந்தன. யார் சமைத்தாலும் அம்மாதான் பரிமாறுவாள். முதலில் இத்தாமுவிற்கும் பிறகு அத்தாவிற்கும், சின்னக் குழந்தை என்பதால் வஹிதாவிற்கும் பிறகு சஹிதாவிற்கும் கடைசியாக அம்மாவுக்கும் எடுத்துக் கொள்வாள்.

இத்தாமு பரிமாறியவுடன் சாப்பிட மாட்டாள். கறித் துண்டுகளை சாதத்தில் பிரட்டிப்பிரட்டி தனியே எடுத்து வைப்பாள். அத்தா நல்ல துண்டுகளாய் எடுத்து அம்மாவின் தட்டிலிட்டு வஹிதாவிடம் கொடுக்கச் சொல்லுவார். அது ஒரு முறைகூட தவறி சஹிதாவின் தட்டிற்கு வரவே வராது. பறந்து பறந்து சாப்பிடும் அவசரத்திலும் அதை அவள் கவனிக்கத் தவறியதில்லை. வயிறு நிறைந்தாலும் மனசு நிறையாத தருணங்களை இத்தாமு இட்டு நிரப்புவாள். தன் தட்டிலிருந்து நல்ல துண்டுகளை எடுத்து கையாலேயே நசுக்கிப் பார்த்து, ''இந்தா மோளே, இது நல்லா வெந்திருக்கு பார்'' என்றோ, ''என்னால சாப்பிட முடியல நீ எடுத்துக்கோ'' என்றோ, ''என்ன எஞ்செல்லத்துக்கு இன்னொரு துண்டு வேணுமா?'' என்றோ கேட்டு மொத்தமாய் அள்ளி வைத்து சரிக்கட்டுவாள். ஆனாலும் ஆனாலும் அத்தாவிற்காக ஏங்கும் மனதை யாராலும் எதைக்கொண்டும் இட்டு நிரப்ப முடிந்ததில்லை.

அவளுக்கு அத்தாவை மிகவும் பிடிக்கும். அத்தாவுடன் காரில் முன் சீட்டில் உட்கார்ந்து செல்ல, அத்தா மடிமேல் உட்கார்ந்து தாடி குத்தும் முகத்தில் எச்சில் முத்தமிட, அத்தாவுடன் பயமின்றிப் பேச, அத்தாவிடம் செல்லங்கொஞ்ச, அத்தாவிடம் பாடங்கள் படிக்க, அத்தாவிடம் எதையாவது கற்றுக்கொள்ள மனசு ஏங்கும். ஆனால் அத்தாவோ அவளைத் திரும்பிக் கூடப் பார்க்கமாட்டார். ஒவ்வொரு நாளும் வெளியே போய்விட்டு வரும்போது வாசலில் நின்றபடி ''வஹி மோளே, வஹிதா'' என்று குரல் கொடுத்தபடிதான் வருவார். அப்படி அவர் வீட்டிற்குள் வரும் பல நாட்களில் சஹிதா ஒளிந்து நின்று ஒரு முறையாவது தன்னை அத்தா பெயர் சொல்லிக் கூப்பிட மாட்டாரா என்று ஏங்கியிருக்கிறாள்.

அத்தா, அம்மாவின் முதல் கர்ப்பத்தில் ஆண்பிள்ளைதான் பிறக்குமென்று உறுதியாக நம்பியிருக்கிறார். அதே கனவில் பத்து மாதமும் கடத்தியிருக்கிறார். ஆனால் தங்கள் குடும்பத்திலேயே இல்லாத மாதிரியான வழமையில் பெண் பிறந்ததும் அதுவும் மாநிறத்திற்குக் கொஞ்சமே அதிகமான நிறத்தில் பிறந்ததும் கரீமுக்கு அதிர்ச்சி மேல் அதிர்ச்சி. அவருடைய பெரியப்பா பிள்ளைகள், சித்தப்பா பிள்ளைகள் என எல்லோருக்கும் முதல் இரண்டு குழந்தைகள் ஆண் வாரிசுகளாகவும் பிறகு ஐந்தாறு குழந்தைகள் பெண் குழந்தைகளாகவும் பிறக்கும். எல்லாம் தங்கத்தில் உருக்கி வார்த்தது போல ஜொலிக்கும். அழுத்திப் பிடித்தாலே ரத்தம் சுண்டும் நிறத்தில் குழந்தைகளை ரோஜா மொட்டுகளாகவே பார்த்திருந்த கரீமுக்கு மாநிறத்தில் அதுவும் ஒரு பெண்பிள்ளை.. அதிர்விலிருந்து மீளவே வெகு காலமானது. ஆனால் இரண்டாவது குழந்தை ஆணாக இல்லையென்றாலும் அதே குடும்பத்தின் நிறமான ரோஜா இதழின் உட்கருவை, தோலாய் கொண்டுவந்து பிறந்த வஹிதாவை மிகவும் பிடித்துவிட்டது. அவள் பிறந்த பிறகு அப்பாவிற்கு எல்லாமே அவள்தான். அவளும் அத்தாவும் பிரிக்க முடியாத அளவிற்கு ஒன்றிப் போனார்கள். அதன் பிறகு அம்மா கர்ப்பமாகவேயில்லை. அம்மா பிரசவத்தை நிறுத்தினாளா, அது நிறுத்தப்பட்டதா, அவளே தன் கர்ப்ப வாசலை நிரந்தரமாக மூடிக்கொண்டாளா எதுவுமே தெரியவில்லை.

அம்மா யாரிடமும் அதிகமாகப் பேசமாட்டாள். அப்பாவிடம் பின்னிரவுகளில் பல நாட்கள் சத்தமாய் பேசுவதை, திடுக்கிட்டெழும் வேளைகளில் சஹிதா கேட்டிருக்கிறாள். அவள் எழுந்தவுடன் அம்மா மாடிக்குச் சென்று அங்கிருக்கும் அறையைத் தாழிட்டபடி விசும்பும் சத்தம் மட்டும், பல நேரங்களில்

சஹிதாவின் பால்யத்தைக் கலவரப்படுத்தியிருக்கிறது. ஆனால் அவள் எதற்காக சத்தமாய் பேசுகிறாள் என்றோ, மாடியில் போய் கதவடைத்து அழுகிறாளென்றோ இவளுக்குப் புரிந்ததேயில்லை. அப்படியான நேரங்களில் அம்மா அந்த அறையை விட்டு வர ஏழெட்டு மணி நேரம்கூட ஆகும். அப்போதெல்லாம் இவள்தான் வஹிதாவைக் குளிக்க வைக்க, சோறூட்ட, தூங்க வைக்க என அம்மாவின் சாயலில் பார்த்துக் கொள்வாள். ஒரு நாளும் அத்தாவிடமான தன் எதிர்பார்ப்பை மொத்தமாய் அனுபவிப்பவள் என்றோ, அம்மாவின் அழுகைக்குக் காரணமாக இருப்பாள் என்றோ சஹிதா யோசித்ததே இல்லை. வஹிதாவை தங்கை என்பதையும் தாண்டி அம்மாவாய், தனக்குக் கிட்டாமல் போன அத்தாவின் அன்பாய் சஹிதா பார்க்கப் பழகியிருந்தாள். இவளுடைய பிரியத்தை சிந்தாமல் ஏற்றுக் கொள்பவளாக வஹிதாவும் இருப்பதால் வீட்டில் இத்தாமுவிற்குப் பிறகான சந்தோஷமாக சஹிதாவிற்கு மாறிப் போனாள்.

வளர ஆரம்பித்த நாட்களில் வஹிதாவும், அக்காவின் உள் நெஞ்சு ஏதேதோ காரணங்களால் தகித்துக் கொண்டிருப்பதை உணரத் தொடங்கினாள். அது வெளிப்படும் சில நேரங்களில் தாயாய் தாங்கவும் அதற்கும் மேலாக தந்தையின் அன்பைப் பொழியவும் முயற்சி செய்தாள். தன் சாப்பாட்டுத் தட்டில் விழும் நல்ல கறித்துண்டுகளை சஹிதாவின் தட்டுக்கு மாற்றி புன்சிரிப்பொன்றை உதிர்த்து அதை ஏற்றுக்கொள்ள சொல்லுவாள்.

அத்தாவிற்கு தன் மீது பிரியம் இல்லாவிட்டாலும் கடமையைச் செய்வதில் அவர் ஒருபோதும் யோசித்ததில்லை. தனக்கு வேண்டியதையெல்லாம் மிகச் சரியாக செய்யத் தவறியதேயில்லை. பெருநாளுக்குக் கடைக்குக் கூட்டிட்டுப்

போகவோ, கொஞ்சம் வளர்ந்தபிறகு மகள்களுக்கு நகை சேர்க்க ஆரம்பித்தபோது இருவருக்கும் சேர்த்து வாங்கவோ, நல்ல கல்லூரிக்குப் போக வேண்டுமென கேட்டபோது சேர்த்துவிடச் சுணங்கியதோ இல்லை. அவர் தன் கடமையைச் சரியாகச் செய்தார். கடமையை மட்டுமே, அதைத் தாண்டி இவள் எதிர்பார்த்த அன்பின் கதகதப்பை உலரவிட்டபடியே அவளுடைய பால்யத்தைப் பாலைவனமாக்கினார்.

சஹிதா திருமணத்திற்குப் பிறகு மகள் அமீரா பிறந்து மெல்ல மெல்ல பேச ஆரம்பித்து தத்தி நடந்து நாசிமின் உடல் முழுக்க விளையாடி அதை ரசித்து லயித்திருந்த வேளை ஒன்றில் கணவனை அவளும் அத்தா என்றே கூப்பிடப் பழகியிருந்தாள். மென் சிரிப்பை உதிர்த்து நாசிமும் அதை ஏற்றுக்கொண்டிருந்தான்.

8

சஹிதா மூன்றாவது படிக்கும்போதுதான் கூப்பிடும் தூரத்தில் நளினியின் குடும்பம் இவர்களின் வீட்டிற்குப் பக்கத்தில் குடி வந்தார்கள். நளினி இவள் வகுப்பிலும் சொர்ணா நான்காவது வகுப்பிலும் படித்தார்கள். இவர்கள் எல்லோரும் சேர்ந்துதான் பள்ளிக்கூடத்திற்கு ஒன்றாய் நடந்து போவார்கள். நளினியின் வீட்டில் பன்னிரெண்டு பேர். இரண்டு அண்ணன்கள், இரண்டு தம்பிகள், எட்டு பெண்களென மிகப்பெரிய குடும்பம். இங்கு குடும்பம் வரும்போது அவர்கள் மிகவும் சிரமப்பட்ட குடும்பமாகத்தான் வந்தார்கள். ஆனால் இரண்டொரு வருடங்களில் வாசுயேட்டன் ஏதேதோ செய்து யார் யாரையெல்லாமோ பிடித்து ஒரு மகனும் தானுமாக துபாய்க்குப் போனார். போய் ஒரு வருடத்திலேயே இன்னொரு மகனையும் கூப்பிட்டுக் கொண்டார். மற்ற குழந்தைகளோடு சாந்தம்மா சேச்சி திறமையாகக் குடும்பம் நடத்தி ஒன்றைப் பத்தாகப் பெருக்கினாள். குடும்பத்தில் மூன்று பேரின் வெளிநாட்டு வருமானத்தில் பங்களா மாதிரி வீடு கட்டினாள். நகை வாங்கிச் சேர்த்தாள். பத்து மாடுகளை வாங்கி தொழுவத்தையே தன்

பழைய வீடு அளவுக்கு மாற்றினாள். துபாய் பணம் எங்கும் பரவிக் கிடந்தாலும் அனாவசியமாக ஒரு ரூபாயைக் கூட சிதற விட்டதில்லை சாந்தம்மா சேச்சி. என்ன ஆனாலும் பழசை மறக்காத மனசு அந்த குடும்பத்திற்கே சொந்தமாக அவர்கள் எல்லோரையும் வழி நடத்தியது.

இவர்கள் இரண்டு பேரும் எப்போதும் சாந்தம்மா சேச்சியின் வீட்டிலேயேதான் தங்களை வளர்த்தார்கள். அக்கம் பக்கம் வீடுகள் அதிகமில்லாத கேரளச் சூழல் சகோதரிகளுக்கு தனிமையை உணர்த்திய நாட்களில் இவர்களின் வருகை அதை மாற்றியது. எப்போதும் விளையாட்டும் ஆட்டமும்தான். மரம் ஏறுவதும், கயிறு கட்டி நீச்சல் பழகுவதும், மாங்காய் அடித்து தின்பதும், கூட்டாஞ்சோறு செய்வதும், அதிலும் தேங்காய்ச் சிரட்டையில் மண் நிறைத்து புட்டு செய்வதும் கண்ணாமூச்சி விளையாடுவதுமாக அவர்களின் நாட்களே ஆசிர்வதிக்கப்பட்டவையாக மாறின.

சாந்தம்மா சேச்சி தினமும் மாலை ஆறு மணிக்கு, பெரிய பாத்திரத்தில் கஞ்சி இறக்கி சூடாக வைத்து விடுவாள். காய்ந்த மிளகாயும் உப்பும் புளியும் சேர்த்து அம்மியில் நன்றாக அரைத்து தேங்காய் எண்ணெய் பிசைந்து கிண்ணத்தில் வழித்தெடுத்த 'மெழுக்கு பெரட்டி'யும் தொட்டுக் கொள்ள இருக்கும். ஆறு மணிக்கே நல்ல இருட்டு தென்படும் நேரங்களில் சுடு கஞ்சியை மெழுக்கு பெரட்டியுடன் சாப்பிட்டுவிட்டு இன்னும் இரண்டு மணி நேரம் கூடுதல் உற்சாகத்துடன் பிள்ளைகள் விளையாடுவார்கள். ஆனால் இத்தாமு மெல்ல இவர்களைக் காணோமென்று தேடி வருவாள். இரண்டு பேரும் மனசேயில்லாமல் இத்தாமுவுடன் வீட்டிற்கு வருவார்கள். வீட்டிற்கு வந்து அரைமணி

நேரமானாலும் காதில் கேட்கும் இரைச்சலையே இருவரும் ரசித்தபடி அவர்களின் உணவு மேசையில் சாப்பாட்டைக் கிளறிக் கொண்டிருப்பார்கள்.

நளினியின் மூத்த அக்கா லஷ்மிக்குட்டி சஹிதாவை விட ஆறு வயது மூத்தவள். அப்பாவும் அண்ணன்களும் அக்காவுக்கு துபாயிலேயே மலையாள மாப்பிள்ளை பார்த்துப் பேசி முடித்துவிட்டு நான்கு பேரும் மொத்தமாய் மூன்று மாத விடுமுறையில் வந்தார்கள். அக்காவும் எந்த மறுப்பும் சொல்லாமல் திருமணத்திற்குச் சம்மதித்தாள். சந்தோஷத்தில் சிவந்து பருத்தாள். நிறைவில் அலம்பித் ததும்பினாள்

மகளுக்கு வாசுயேட்டன் மிக விமர்சையாகத் திருமணம் நடத்தினார். வெளிநாட்டுப் பணத்தையும் நகைகளையும் வேடிக்கை பார்க்கவே பக்கத்து வீடுகளிலிருந்து ஆட்கள் வந்தார்கள். விதவிதமான நிறத்தில் தமிழ்நாட்டிலிருந்து வாங்கப்பட்ட பட்டுப்புடவைகள் எல்லோரையும் பேச வைத்தன. பத்து நாட்கள் விருந்தும் கொண்டாட்டமுமாய் சொந்தங்கள் எல்லாம் கூடி, வீட்டை சொர்க்கமாக மாற்றினார்கள்.

ஊரையே கூட்டி வீட்டு முற்றத்தில் தாலியும் மாலையும் எடுக்கும் சடங்கு வைத்து, ஒரு பக்கம் திருமணமும் வீட்டின் மறு பக்கம் விருந்துமாக அமர்க்களப்படுத்திவிட்டார். சஹிதாவும் வஹிதாவும் கூட அந்தத் திருமணத்தில் சீர் தட்டான 'தாலம்' எடுத்து ஊர் மக்களின் நடுவே ஊர்வலம் வந்தார்கள். மாலையில் அவர்களின் காரும் இன்னும் ஆறு கார்களும் எடுத்துக்கொண்டு மாப்பிள்ளை வீட்டிற்குப் போகும்போது இவர்களையும் அழைத்துப் போனார்கள். மாப்பிள்ளை வீட்டில் விருந்து முடித்து அன்றிரவே திரும்பி வந்தார்கள். மறு நாளிலிருந்து அக்காவும்

மாமாவும் வரவும் போகவுமாக இரண்டு வீடுகளும் கொண்டாடித் தீர்த்தார்கள். இந்து திருமணச் சடங்குகளெல்லாம் சஹிதாவிற்குப் புதியதாக இருந்தாலும் பிடித்திருந்தன. இத்தாமுவும் அம்மாவும் போய் அழைத்து வந்து சஹிதாவின் வீட்டிலும் விருந்து கொடுத்தார்கள்.

லஷ்மிக்குட்டியும் மாப்பிள்ளையும் மாமியார் வீட்டிற்குப் போய் ஒரு மாதம் இருந்தார்கள். திரும்பி வந்தபோது அவள் ஏதோ பயந்த மாதிரியே எப்போதுமிருந்தாள். சாந்தம்மா சேச்சியிடம் அழுவதும் அதை அவர்கள் சிரித்தபடியே கேட்பதும் ஆறுதல் சொல்வதுமாகவேயிருந்தார்கள். எதிலும் சமாதானமடையாத லஷ்மியின், திருமணத்திற்கு முன்பான முகம் மறுபடியும் அப்படி மாறவேயில்லை.

குழந்தைகள் இவர்களுக்குப் புரியாததும் அங்கே நடந்து கொண்டிருந்தது. லஷ்மிக்குட்டி, அம்மா வீட்டிற்கு வரவே எப்போதும் விரும்பினாள். இங்கு வந்து மாமா வீட்டிற்குத் திரும்பும் போதெல்லாம் முதல் நாளிரவே அழ ஆரம்பிப்பாள். மூன்று மாதங்கள் முடிந்த போதுதான் கணவனின் முகத்தை ஏறெடுத்துப் பார்க்கத் துணிந்திருந்தாள். கேட்கப்படும் கேள்விகளுக்கு நடுங்காமல் பதில் சொல்லப் பழகியிருந்தாள். சாப்பாடு எடுத்து வைக்கும்போது உதறி சிந்தி விடாமல் தட்டில் பரிமாறக் கற்றிருந்தாள். அதற்குள் அவருடைய விடுமுறை முடிந்திருந்தது.

லஷ்மிக்குட்டியின் வீட்டிலிருந்து எல்லோரும் விமான நிலையத்திற்குப் போய் வாசுயேட்டனையும் அண்ணன்களையும் புது மாப்பிள்ளையையும் விமானமேற்றிவிட்டு வந்தார்கள். லஷ்மிக்குட்டி அழுது கொண்டேயிருந்தாள். அவளைத் தேற்றவே முடியவில்லை. அவள் கர்ப்பமாக இருப்பதால் மாமியார்

வீட்டிற்கு அனுப்பாமல் சாந்தம்மா சேச்சியே வீட்டில் வைத்துக் கொண்டாள். அவள் எல்லா நேரமும் அழுதுகொண்டும் வாந்தி எடுத்துக் கொண்டுமிருந்தாள்.

அவளுக்கு இரவுகள் பெருந்துயரைத் தந்தன. பகல் பாலைவனமாய் மாறியது. இப்போது பிள்ளை பெற்று குழந்தை நடக்க ஆரம்பிக்கும்போது மட்டுமே அப்பாவை அறிமுகப்படுத்த முடியும் என்பது அவளுக்குப் பெருந்துயரைத் தந்தது. ஆனால் அதைவிடவும் துயரமாக இரண்டு வருடத்தில் வர இருந்த மாப்பிள்ளை என்ன காரணமென்றே தெரியாமல் நான்காம் வருட முடிவில்தான் வந்தார்.

எப்போதோ வரவிருந்த கணவனின் வருகைக்கான காத்திருப்பில் லஷ்மிக்கு அவன் முகமே மறந்தது போலானது. ஆள் கொஞ்சம் குண்டாகத் தெரிகிறாரோ, கண்புருவம் ஒரு பக்கம் கீழே இறங்கியிருப்பது மாதிரியிருக்கிறதே, நெற்றியில் இந்த தழும்பு முன்பும் இருந்ததோ, நிறமும் அதிகமாக கூடியிருக்கிறாரோ, ஒன்றுமே புரியவில்லை. யாரிடமும் கேட்கவும் முடியவில்லை. எவ்வளவு யோசித்தும் திருமணத்தன்றைய கணவனின் முகம் அவள் கண்களுக்குப் புலப்படவேயில்லை. தனக்கே புரியாமல் தவித்த வேளையில் இதுதான் உன் அப்பாவென்று மூன்று வயது மகனிடம் எப்படிச் சொல்வது? வீட்டில் புதிய மனிதனைப் பார்த்துத் தன்னைச் சுருக்கிக் கொண்டவனுக்கு நீ அவரிலிருந்து வந்தவன், அவர் உனக்கானவரென்று சொல்ல முடியாமல் அம்மாவும் மகனும் மருகி மருகியே உட்கார்ந்திருந்தார்கள். ஆனால் அப்படி எதுவொன்றும் அவருக்குப் பிரச்சனையாகத் தோன்றவேயில்லை.

மாமா ஊருக்கு வந்த ஒரு மாதத்திற்குப் பிறகான காலையில் லஷ்மி துணி துவைக்க சட்டைகளை எடுத்தபோது,

அவருடைய அக்கா எழுதின கடிதமொன்றில் அவளின் குழப்பங்களுக்கெல்லாம் விடைகள் இருந்தன. அவை லஷ்மிக்குட்டியை மேலும் கலவரப்படுத்தின. துபாயில் நடந்த மிக மோசமான விபத்தில் மாமா ஆறு மாதம் சுய நினைவின்றி மருத்துவமனையில் கிடந்திருக்கிறார். மெல்லமெல்லத் தேறி நினைவு தெளிந்து ஒன்பது மாதங்களுக்குப் பிறகு வீட்டிற்கு வந்து, முகத்தில் ஏற்பட்ட காயங்களுக்காக நான்கு அறுவை சிகிச்சைகள் செய்து சரிப்படுத்தியிருக்கிறார்.

தம்பியின் உடல்நிலை குறித்து, பக்கத்திலேயே இருந்து கவனித்துக் கொண்ட துபாயில் வசிக்கும் அக்கா விசாரித்த அந்த கடிதத்தைக் கூட லஷ்மி, அம்மாவிடம் காட்டித்தான் அழுதாள். 'எங்களுக்கும் தெரியும், நீ சொன்னால் தாங்கமாட்டாய், அதனால் உன்னிடம் சொல்லவில்லை' என்று அம்மா சொன்னபோது இன்னும் எல்லோரிடமிருந்தும் விலகினாள்.

கல்யாணம் பண்ணி, தான் அவரோடு வாழ்கிறோம் என்று நினைத்தாலும் அது அப்படியில்லையோ! அவருக்கு விபத்தில் ஏதாவது நேர்ந்திருந்தாலும் இவர்கள் என்னிடம் சாதாரணமாய்ச் சொல்லி எல்லாவற்றையும் கடந்து போயிருப்பார்களோ! என்னை விட அவருக்கு வேறு யார் நெருங்கின உறவு? இவ்வளவு பெரிய ஆபத்து நடந்து, இத்தனை மாதங்கள் மருத்துவமனையில் சிகிச்சை எடுத்து சரியாகும்வரை என்னிடம் சொல்லாமல், நேரில் வந்தபிறகும் தன்னிடம் மிக இயல்பாய் நடந்துகொண்டு அது குறித்துப் பேசாமலிருக்கும் கணவனுக்கு நான் யார்? அவர் சிகிச்சை எடுத்துக் கொண்டிருந்த ஒரு வருடத்தில் எனக்கு வந்த கடிதங்கள் யார் எழுதியவை? தலையணைக்கடியிலும் கையிலும் வைத்து வாசித்துத் தீர்த்த வரிகள் தன் கணவனிடமிருந்து வரவில்லையா? நான் யாரோ எழுதிய

பொய்யெழுத்திற்காகத்தான் மெய்யாய் உருகியிருக்கிறேனோ? எதையும் என்னிடம் சொல்ல வேண்டாமெனில் இரண்டு வருடத்திற்கு ஒருமுறை விடுமுறையில் வரும் கணவனுக்கு நான் வெறும் உடல் மட்டும்தானா? எனக்குள்ளாக இருக்கும் ஒரு மனுஷியை அவர் கண்டுணரவே மாட்டாரா? இவர் மட்டும்தான் அப்படியா? எல்லா ஆண்களும் இப்படித்தானா? அப்பா இப்படியில்லையே; எல்லாவற்றையும் அம்மாவிடம் பகிர்ந்து கொள்வாரே; ஆலோசனை கேட்பாரே; ஒருவேளை தான் அதற்கு தகுதியில்லாதவளோ? அத்தனை விவேகமாய் சிந்திக்கத் தெரியாதவளோ? யோசித்து யோசித்து லஷ்மிக்குட்டி தனக்கும் கணவனுக்குமான இடைவெளி மேலும் அதிகமாவதை உணர்ந்தாள்.

லஷ்மிக்குட்டிக்கு இப்போதும் அவரிடம் பேசவே பயமாக இருந்தது. தனியறையில் அவரோடிருக்கும் நேரங்களில் நடுக்கம் தீரவேயில்லை. காமமும் காதலும் தேவைப்பட்ட நாட்களில் உலர்ந்து பழகிய அவளுக்கு கணவனின் பற்றில்லாமையும் சேர்ந்து ஒரு அந்நிய வாசனை எப்போதும் தன்னுள் நிலைத்திருப்பதை உணர்ந்தாள். ஏனோ ஒரு ஒவ்வாமை அவளுக்குள் படிந்து போனது. வாழ்நாள் முழுக்கத் துடிக்கும் மனசை பாரம் சுமப்பது மாதிரி நாம்தான் சுமந்துகொண்டே திரிய வேண்டும் என்பதை உணர்ந்தாள். அப்படியே தன் மீதி வாழ்வை வாழ்ந்து தீர்க்கவும் அவள் பழகினாள்.

இரண்டாவது மகளுக்கும் அப்பா துபாய் மாப்பிள்ளை பார்க்க முயன்றபோது லஷ்மிக்குட்டி விழுந்து புரண்டு மூர்க்கமாய் அழுது தடுத்து அதை நிறுத்தியும் விட்டாள். சின்ன அக்காவிற்கு அது எதனாலென்று புரியவேயில்லை.

9

சஹிதா திருமணமாகி வருவதுதான் அவள் முதல்முதலாய் வந்த மிக நீண்டதூரப் பயணம். அதுவும் இன்னொரு மாநிலத்திற்கு வந்தது அவளைப் பதட்டமுறச் செய்தது.

நாசிம் பெண் பார்க்க வந்தபோதே சஹிதாவுக்குப் பிடித்துப் போனது. அவள் பார்த்த முதல் மாப்பிள்ளை. கண்களில் கருணையும் சிரிப்பில் நேயமும் புதைத்து வைத்திருக்கும் நாசிமை எல்லோருக்கும் பிடித்துப் போக எம்.ஏ., முடித்த ஆறு மாதத்தில் கல்யாணம். இவளைத் திருமணம் செய்ததில் மாமியார் ஜரீனா பீவிக்கு மட்டும்தான் கொஞ்சம் மன வருத்தம். ஆனால் அந்த இடத்திற்குப் பயணம் செய்து அதை சரி செய்ய நாசிம் முயற்சி எடுக்கவேயில்லை. நாசிமிற்கும் சஹிதாவைப் பார்த்தவுடன் பிடித்துப் போனது. அவளது பெரிய கண்களும் அதில் பளிச்சிட்ட குழந்தைத்தனமும் அவனைப் பெரிதும் ஈர்த்தன.

அத்தா கரீம் சரக்கு ரயிலில் மகளுக்கு சீதனம் அனுப்பிவைத்தார். அது பெரிதாய் பேசப்பட்டது. கட்டில், பீரோ

என சாதாரணமாய் தொடங்கி டிரஸ்சிங் டேபிள், வாஷிங் மெஷின், ஃபிரிட்ஜ், மைக்ரோ ஓவன், ஏர் கூலர்ஸ், நான்கு விதமான மின்விசிறிகள், ஏ.சி.செட், வெள்ளிப் பாத்திரங்கள், செம்பு பாத்திரங்கள், வெண்கலப் பாத்திரங்கள், பித்தளைப் பாத்திரங்கள், எவர்சில்வர் பாத்திரங்கள், அலுமினியப் பாத்திரங்கள், கண்ணாடிப் பாத்திரங்கள், பாத்திரங்கள் அடுக்குவதற்கான அலமாரிகள், டைனிங் டேபிள் செட் என வீடு கொள்ளாத பாத்திரங்களும் மகளுக்கு எண்பது பவுன் நகைகளும் மாப்பிள்ளைக்கு இருபது பவுன் நகைகளுமாக மிகவும் சீரும் சிறப்புமாக அனுப்பி வைத்தார். எதையும் தொட்டுப் பார்க்கும் மனநிலையில் கூட சஹிதாவோ நாசிமோ இல்லை. ஜரீனா பட்டியலிட்டபடி எல்லாவற்றையும் எடுத்து வைத்து, பார்த்துக் கொண்டிருந்துவிட்டு பத்து நாட்கள் வீட்டின் நடுக் கூடத்திலேயே அடுக்கி வைத்து மனநிலைக்கேற்றவாறு ஆட்களுக்கேற்றவாறு பேசிக் கொண்டிருந்தாள்.

''என்னா கொண்டு வந்தா? எங்க வீட்டு ஹால்ல வெச்சா பிசிக்குன்னு இருக்குது'' என்றும், ''இதெல்லாம் எம்மருமகளுக்கு அவங்க அத்தா சீர் அனுப்பினது, ரயில்ல வந்து லாரில போய் எடுத்திட்டு வந்தோம். இந்த சுத்துப்பட்டில யாராவது இப்படி அனுப்பியிருப்பாங்களா?'' என்றும் மாறிமாறி பேசிக் கொண்டிருந்தாள். இதையெல்லாம் கடந்து வர சஹிதாவுக்கு ஒரு புன்னகை போதுமாயிருந்தது.

அன்று மாலை பால்காரம்மா வந்தபோது மாமியார் தன் அறையிலிருந்து போவதைப் பார்த்தாள் சஹிதா. கையில் ஏதோ துணியிருந்தது. என்னவென்று அனுமானிப்பதற்குள் ஜரினா, பால்காரம்மாவிடம் கொடுத்து விட்டிருந்தாள். அது அவள் மிகவும் ஆசையாய் தனக்கான ஒற்றைப் பொருளாய் விரும்பி,

யாருக்கும் தெரியாமல் தன் வீட்டிலிருந்து எடுத்து வந்திருந்த அவளுடைய அத்தாவின் போர்வை. அன்பைப் பொழியும் இத்தாமு, தன் சரிபாதியாய் வாழ்ந்து கொண்டிருக்கும் வஹிதா, அதிகம் பேசாமல் கண்களில் பாசம் கொட்டும் அம்மா, எல்லோரும் இருந்தாலும் அத்தாவின் அருகாமைக்காய் ஏங்கின சஹிதா அவள் அத்தாவையே உடன் கூட்டிக் கொண்டு வருவதைப் போல அந்த ஒற்றைப் போர்வையைக் கொண்டு வந்திருந்தாள். அதன் வாசனையை ஆழ்ந்து நுகரும்போது தன் தந்தையின் உதாசீனம், வெறுப்பு, பாராமுகம் எல்லாம் நினைவில் வந்து வீட்டிலிருப்பதைப் போலவே அவளை உணர வைக்குமென முழுமையாய் நம்பினாள்.

சஹிதா கத்தி அழ ஆரம்பித்துவிட்டாள்.

"அந்தப் போர்வை எனக்கு வேணும், அது என்னோடது..."

"அதுக்கென்ன இப்ப? அதுவே ஒரு பழந்துணி, அதக் குடுத்ததுக்கு ஏண்டி இப்படி கூச்சல் போடற? என்ன ஆச்சு உனக்கு?"

"அது எங்க அத்தாவோடது, எனக்கு வேணும்..."

"ஓ... அது உங்க அத்தா வீட்டுச் சீரா...? அப்ப போட்டும், அது போக வேண்டிய எடத்துக்குத்தான் போகுது"

ஜரீனாவிடம் தன் மனநிலையைப் புரியவைக்க வார்த்தைகளின்றி சஹிதா அழுது கொண்டேயிருந்தாள். வாசலில் காம்பௌண்ட் திறந்து நாசிமின் கார் வருவது தெரிந்தது.

"ம்.. வந்திட்டான், ஒரே ஒப்பாரி வச்சு தீத்துடாத"

சொன்னஜரீனா அவர்களின்படுக்கையறைக்கு வெளியிலேயே இருந்த சோஃபாவில் உட்கார்ந்துவிட்டாள். சஹிதா ஒன்றுமே

சொல்லவில்லை. ஆனால் நாசிம் மனைவியின் முகக்குறியிலேயே எல்லாவற்றையும் புரிந்துகொண்டு அம்மாவிடம் கேட்டான்.

''என்னம்மா ஆச்சு, சஹிதா ஏன் அழுதமாதிரி இருக்கா?''

''அது ஒண்ணுமில்லடா, பால்காரம்மா ஏதாவது பழைய துணி இருந்தா கேட்டிச்சு, உங்க ரூம்ல நஞ்சுபோன ஒரு துணி இருந்திச்சு, அத எடுத்துக் குடுத்திட்டேன், அதுக்கு ஒரே அழிச்சாட்டியம் பண்றா. அந்த அம்மா முன்னாடியே அதக் கேக்கறா. அது என்னா நெனச்சுக்கும் என்ன பத்தி? இந்த வீட்டப் பத்தி வெளியப் போய் எப்பிடிச் சொல்லும்?''

நாசிம் அமைதியாகக் கேட்டுக் கொண்டான். சஹிதாவையே பார்த்தான். அவளைத் தோளோடு அணைத்து அறைக்குள்ளே கூட்டிப் போனான். இன்னும் கொஞ்ச நேரம் கண்ணீரில் உருண்டு மருளும் அந்தக் கண்களையே பார்த்தான். அவளை இறுக அணைத்து நெற்றியில் முத்தமிட்டு கேவலைத் தன் நெஞ்சில் சுமந்தான். அந்தப் புள்ளிதான் சஹிதா வேறானவள் என்பதை நாசிமுக்கு முதல்முதலாய் உணர்த்தியது. அதன் பிறகான நாட்களில் அப்படியானதொரு மன வேதனையை அவள் அனுபவித்ததில்லை. அவன் அம்மாவிடமிருந்து சஹிதாவை எப்போதும் பொத்திக் காப்பாற்றும் தாய்ப் பறவையாகவே மாறினான்.

திருமணத்திற்குப் பிறகான ஒரு மௌனமான இரவில் மிகவும் தயங்கினாலும் இவனிடம் சொல்ல நான் பயப்படத் தேவையில்லை என்ற மனநிலை வெப்பமும் குளிரும் போல நம்பிக்கையைக் கொடுக்க சஹிதா பேச ஆரம்பித்தாள்.

''நாசிம் எங்கிட்ட சில விக்ரகங்களெல்லாம் இருக்கு, அதில எனக்கு நம்பிக்கையும் இருக்கு. நான் தினமும் பூஜை பண்ணுவேன். நான் மாடியில நம்ம ரூமில வச்சுக்கிட்டுமா...?''

''விக்ரகமா? அப்படீன்னா வேற மதத்து சாமி சிலைகளா?'' கேள்வியில் அதிகமான அதிர்வு தெரிந்தது.

''ஆமாம் நாசிம், சின்ன வயசிலயிருந்தே எனக்கு கண்ணனைப் பிடிக்கும். வளர வளர இந்த பிரபஞ்சத்தைக் கட்டிக் காக்கும் சக்தியையும் சிவனையும் ஆராதிக்க ஆரம்பிச்சேன். அவங்க இல்லாம என்னால வாழ முடியாது. அவங்கதான் என்னை இயக்கி வழி நடத்தறாங்க. நம்மைப் படைத்துக் காப்பவர்களை வழிபடாமல் ஒருநாளும் எனக்குத் தொடங்காது''

உடன் வாழும் மனிதர்களைப் போல சஹிதா கடவுள்களை மிக இயல்பாய் பேசியதும், அதில்லாமல் தான் இயங்க முடியாது என்பதைத் தீர்மானமாகச் சொன்னதும் நாசிமிற்குள் பெரும் அதிர்ச்சியாய் இறங்கியது. ஐந்து வேளை தொழும் வீட்டில் இவள் என்ன பேசுகிறாள்? இவளுடைய வரவு இந்த வீட்டை என்னவாக மாற்றும்? அம்மா எப்படிக் கொதித்தெழுவாள்? அவளை சமாதானப்படுத்த முடியுமா? இது சரிதானா? என்ன செய்வது? ஒன்றும் பேசாதவனாய் மௌனமானான். மன அழுத்தம் சொற்களை உள்ளே தள்ளிப் பூட்டியது. மூச்சுத் திணறி கிடைக்குமிடத்தில் வெளியேற அவஸ்தைப்பட்டது. மன அழுத்தம் அதிகமாகும்போது நாசிம் இப்படித்தான் மூச்சுக் காற்றுக்காய் அல்லலுறுவான்.

இரவு முழுவதும் தூங்காமல் புரண்டு கொண்டிருந்த நாசிமைப் பார்த்துக் கொஞ்சம் அதிகமாகவே சஹிதா கலங்கினாள். மூச்சு விட சிரமப்பட்டு படுத்துப் பார்த்து, உட்கார்ந்து பார்த்து, நடந்து நடந்து விடியலை எதிர்நோக்கும் நாசிமைப் பார்த்து பயந்தேவிட்டாள். ஆனால் விடியலில் அவன் தெளிவாய் பேசினான்.

"சஹிதா உன்னோட நம்பிக்கை அப்படியே நம்ம குடும்பத்துக்கும் நம்ம மார்க்கத்துக்கும் எதிரா இருக்கு. ஆனா இது உன்னோட விருப்பம் மட்டும்தான். என்ன நீ இதுக்கு நிர்பந்திக்கக் கூடாது. நானும் உன்னைக் காயப்படுத்த மாட்டேன். ஆனா எங்க வீட்டில இதை நிச்சயமா விசாலமான மனசோட எடுத்துக்கவே மாட்டாங்க. அதனால அம்மாக்குத் தெரியாம உன்னோட கப்போர்டில வச்சுக்கோ. எனக்குப் பிரச்சனையில்ல"

இப்படித் தன் சக மனுஷியை புரிந்துகொண்டு, ஆனாலும் கொஞ்சம் யோசனையோடே பேசிப் புன்னகைத்தவனைக் குனிய வைத்து நெற்றியில் முத்தமிட்டு தன் காதலையும் நன்றியையும் கண்ணீருடன் பகிர்ந்தாள் சஹிதா.

10

சஹிதா திருமணமாகி வரும்போது நாசிமின் அண்ணன் நிசாரை அவள் பெரும் ஆச்சர்யத்துடன் பார்த்தாள். நிசார் அவர் வீட்டில் யாரைப் போலவும் இல்லை. நல்ல நிறம், உயரம், அறிவு, தீட்சண்யமான கண்கள், சிறிய உதடுகளில் எப்போதும் ஒட்டிக் கொண்டிருக்கும் புன்சிரிப்பு, அந்த ஒற்றைச் சிரிப்பில் எதிரிலிருப்பவர்களுக்கு தன் மனதிலிருந்து நேசத்தைக் கடத்தும் வாஞ்சை. மொத்தத்தில் யாராலும் வெறுக்க முடியாத மகன். ஆனால் ஏதோ ஒரு சூன்யதையுடன் எப்போதும் இருக்கிறான்.

நிசார் அந்த வீட்டில் செல்லப் பிள்ளையாய் வளர்ந்தான். ஆனால் கொஞ்சம் மனநலம் குன்றியவனாக... கொஞ்சம் புரிந்து கொள்ளாதவனாக... கொஞ்சம் போதாமை உடையவனாக... கொஞ்சம் சராசரியாய் இல்லாதவனாக... மொத்தத்தில் அவனொரு இயல்பற்றவனாக. ஆனால் அதிபுத்திசாலியாக, பாசமானவனாக, மிகுந்த அக்கறையுடயவனாக வளர்ந்தான்.

இந்தக் கலவை சஹிதாவுக்குப் புரியவேயில்லை.

''என்ன நாசிம், இக்கா கல்யாணம் பண்ணிக்காம நீங்க பண்ணிக்கிட்டீங்க? அவருக்கு ஏதாவது அலயன்ஸ் பாக்கலாமா?''

சாதாரணமாகத்தான் கேட்டாள். எப்போதும் கேள்விகள் ஒற்றை வரிதானே! வாழ்ந்த வாழ்க்கையை, வாழ்ந்து கொண்டிருக்கும் வாழ்வை அப்படி எளிதில் எதிரிலிருக்கும் இதயத்திற்குக் கடத்திவிட முடியுமா என்ன? யாரிடமாவது தான் அனுபவித்துக் கொண்டிருக்கும் துக்கத்தைக் கொட்டிவிட ஆசைப்படும் நாசிமுக்கு ஸ்நேகிதி போல, கருணாமயமான மனைவி இப்படிக் கேட்டதும் மீண்டுமொரு தாய்மடி கிடைத்த ஆயாசத்தில் ஆழ்ந்தான்.

நான்கு வயதிலேயே தாயை இழந்த நிசாருக்கு எல்லாமே இன்னும் நினைவிலிருந்தது. குளித்து நீண்ட முடியைக் காய வைத்து, நன்றாய் தன்னை அலங்கரித்து, புதுப்புடவையணிந்து முகம் தெரியாமல் முக்காடிட்டு இன்னதென்று யாருக்கும் சிந்தி விடாமல் தன்னை முடித்துக்கொண்டு படுத்திருந்தாள் அம்மா. அவள் முற்றிலும் தன்னை மூடிக் கொண்டு கிடப்பதை அறியாத நிசார் அவளுக்குப் பக்கத்தில் தூங்கிக் கொண்டிருந்தான். தூக்கம் கலைந்தபோது, தன் உறக்கம் கலைந்தாலே தானும் உணரும் அம்மா ஏன் இப்படிக் கிடக்கிறாள் என்று புரியவேயில்லை. அவளைச் செல்லங்கொஞ்சி கூப்பிட்டுக்கூப்பிட்டுப் பார்த்தும் அவள் நிசாரைத் தூக்கவில்லை. அவன் மேலும் சத்தமாய் அழ அப்போதுதான் வீட்டுக்குள் வந்த அப்பா பதறியபடி ஓடி வந்தார். அந்தப் பதட்டம் வாழ்நாள் முடிய அவருக்கு நீடிக்குமென்று அவர் அப்போது நினைக்கவேயில்லை. பிறகு நடந்ததெல்லாம் நீர் ஓவியம் மாதிரியும் தெளிவாயும் நிசாருக்கு ஞாபகமிருக்கிறது.

யார் யாரோ வந்தார்கள், மௌனமாய் அழுதார்கள், அவனைத் தூக்கி வைத்துக் கொண்டார்கள். எல்லோரையும் போகச் சொல்லிவிட்டு அம்மாவை மேலும் அழகாக அலங்கரித்தார்கள். நகம் வெட்டினார்கள். தலை சீவி விட்டார்கள். இன்னுமொரு

புதுப்புடவை எடுத்து உடுத்தி கொடுத்தார்கள். வாசனைத் திரவியங்களை உடல் முழுக்கப் பூசினார்கள். வெள்ளைத் துணியால் மொத்தமும் மூடினார்கள். அதன்பிறகு அந்த உடலை யாரும் தொட அனுமதியில்லை.

அவசரமாய் சமைக்கப்பட்ட பிரியாணியை எல்லோருக்கும் பரிமாறினார்கள். அன்று நிசாரால் பிரியாணி சாப்பிட முடியவில்லை. பிறகெப்போதும் பிரியாணி, அம்மாவின் உடலிலிருந்து மேலிட்ட அத்தரின் வாசமெடுத்து அவன் மூச்சை அடைத்தது. அதில் திணறி கண்கள் கலங்க கதறி அழுவான். அவனைத் தேற்றவே முடியாமல் இப்ராஹிம் மிகவும் கலங்கினார்.

மனைவியை இழந்த ஆறு மாதத்திலேயே தன் செல்ல மகனை வளர்க்க முடியாத அவர் கேரளாவில் கொல்லத்திலிருக்கும் தன் அக்காவிடம் பிள்ளையைப் பார்த்துக் கொள்ள வேண்டி படியேறி யாசித்தார். இப்ராஹிம் எதற்காகவும் இப்படிக் கலங்கி அவள் பார்த்ததில்லை. பிள்ளையை வாங்கிக்கொண்டு மனம் பதறி நிற்கும் தம்பியைக் கட்டியணைத்து வெடித்தழுதாள். நிசாருக்கு என்ன நடக்கிறதென்றே தெரியவில்லை. அத்தையிடம் தன்னை ஒப்படைத்துவிட்டு திரும்பிப் போகும் அத்தாவை கை நீட்டி அழைத்து அவன் பெருங்குரலெடுத்து அழுவதை எல்லோரும் அழுதபடியே பார்த்துக் கொண்டிருந்தார்கள். ஆனால் அத்தா திரும்பிப் பார்க்காமல் காரை ஸ்டார்ட் செய்து போயேவிட்டார்.

நிசார் அந்த வயதிலேயே தன்னை மூடிக் கொண்டான். அதற்குப் பிறகு அவன் பெரிதாய் அழவில்லை. யாரிடமும் ஒட்டாத குழந்தையாய், எதற்கெடுத்தாலும் பயப்படும் குழந்தையாய், நள்ளிரவுகளில் வீரிட்டழும் குழந்தையாய் மாறிப்போனான். அத்தை தன் பிள்ளைகளை விட அதிகமாய் நிசாரை நேசித்தாள். அவள் மட்டுமல்ல, எல்லோருமே அவனை

நேசித்தார்கள். ஆனாலும் நிசாரின் பார்வை எங்கோ சூன்யத்தில் லயித்திருந்தது. அந்தப் பார்வையின் தீர்க்கத்தைத் தாங்கமுடியாத அக்கா, தன் தம்பியிடம் எப்படியாவது ஒரு கல்யாணம் பண்ணிக்கொண்டு மகனை உடன் அழைத்துச் செல்ல வற்புறுத்தலானாள். அவளின் தொடர் தொந்தரவு தாங்க முடியாமலும் மகனைப் பார்க்க முடியாத துக்கத்திலும் இப்ராஹிம் மீண்டும் ஒரு திருமணம் செய்ய ஒத்துக் கொண்டார். அப்படித்தான் ஜரீனா நிக்காஹ் முடித்து இந்த வீட்டிற்கு வந்தாள்.

ஆனால் ஜரீனா யாருமே பார்த்துக் கொள்ள முடியாத மாதிரி தன் மூத்த தாரத்து மகனைப் பார்த்துக் கொண்டாள். தனக்கு நாசிம் பிறந்த பிறகு நிசாரை இன்னும் பத்திரமாகப் பார்த்துக் கொண்டாள். இன்னும் அக்கறையுடன் பார்த்துக் கொண்டாள். இன்னும் பிரியமாகப் பார்த்துக் கொண்டாள். இன்னும் தாய்மையுடன் பார்த்துக் கொண்டாள்.

நான்கு வயதில் தன்னை மூடிக்கொண்ட நிசார், பிறகு யாரிடமும் தன்னைத் திறந்து காண்பிக்கவேயில்லை. அப்படித் தன்னை மூடிக்கொண்டதே அவனுடைய சுபாவமானது.

நிசார் நிறைய படிப்பான். எல்லாத் தேர்வுகளிலும் முதல் இடத்தை அனாவசியமாக அடைந்தான். பள்ளி இறுதித்தேர்வு முடித்து சென்னை ஐ.ஐ.டி.,யில் இடம் கிடைத்து ஐந்து வருடப் படிப்பு முடித்து தலைநகர் தில்லியில் மிக உயர்ந்த வேலையில் சேர்ந்தான்.

விதியென்று ஒன்று இருக்குமெனில் அது ஏன் நிசாரின் வாழ்வில் மட்டும் நேராகப் போகாமல் கோணலும் கிறுக்கலுமாகப் பாதை வகுத்தெடுத்தது! அதன் சூட்சுமம் தெளிவானால் வாழ்வில் அற்புதங்களும் அதி துக்கங்களும் நடக்காமலே போய்விடும்.

வேலைக்குச் சேர்ந்த ஒரு வருடத்தில் நிசாருக்கு எல்லா விதத்திலும் பொருத்தமான பேரழகியும் பெரும் அறிவாளியும் அன்பை மழைபோலப் பொழியவும் தெரிந்த சாஹினா நெருக்கமானாள். தங்கள் மனம் ஒரே மாதிரி எல்லாத் திசைகளிலும் பயணிப்பதை நிசாரும் கேரளாவிலிருந்து தில்லிக்கு வேலைக்குப் போயிருந்த சாஹினாவும் உணர்ந்தபோது நட்பிலிருந்து அவர்கள் தடம் காதலுக்கு மாறியிருந்தது. அவளின் அன்பை உறிஞ்சி சேமித்து நிறைந்து லேசாகிப் போனான் நிசார். அவனுக்குள் அடங்கியிருந்த மென்உணர்வுகள் மெல்ல மொட்டவிழ்ந்து வெளியேறின. தனக்குள்ளேயே இத்தனை காலம் அவன் பொதிந்து வைத்திருந்த மணம் சுற்றிலும் பரவி கிறங்கடிக்கத் துவங்கியிருந்தது.

இரண்டு வீடுகளும் இவர்களின் காதலை முழுமையாய் ஏற்றுக் கொண்டு மகிழ்வின் விளிம்பில் சந்தோஷத்தை ஒளியாய் பகிர்ந்து கொண்டார்கள். முதல் முதலாய் நிசார் தன் மௌனம் கலைத்து சிரிக்க ஆரம்பித்திருந்தான். தான் திருமணமாகி வந்த நாளாய் எவ்வளவு அன்பைப் பொழிந்தாலும் மூத்த மகனிடமிருந்து எந்தவிதமான ஆத்மார்த்தமான பகிர்வும் கிடைக்காத ஜரீனாதான், தன் மகனின் வாழ்வில் திரி ஏற்றிவிட வந்த சாஹினாவை மிகவும் நேசித்தாள். இனி எந்தக் குறையுமில்லை எனக் குதூகலித்தாள். விதவிதமாய் கனவு கண்டாள். எப்படியெல்லாம் நிக்காஹ் நடத்த வேண்டுமெனப் பேசித் தீர்த்தாள். ஜரீனாவும் கணவரும் எப்போதும் பேசி தங்கள் மகிழ்வை அவனிடம் பகிர்ந்து கொண்டார்கள். வீடே மகிழ்வில் அலம்பிக் குலுங்கியது.

எல்லோருடைய வண்ணக் கனவுகளையும் கலைத்தபடி அந்த அதிகாலையில் அப்படியொரு செய்தி வந்தபோது இரு குடும்பங்களும் நொறுங்கி உதிர்ந்து போயின. பளீரென எரிந்த தீபம் அடங்கியது போல அவர்களின் வாழ்வில் இருள் சூழ்ந்தது.

காலையில் நடைப்பயிற்சிக்குப் போன சாஹினா எதிரிலிருக்கும் கடைக்கு இளநீர் குடிக்க மிக நீண்ட சாலையைக் கடக்க முற்பட்டபோது வேகமாக வந்த ஒரு மினி லாரியை கவனிக்கத் தவறிய நொடியில் சாஹினா, செல்ல மகள் சாஹினா, ஒரே மகள் சாஹினா, எல்லோரின் பிரியத்தையும் கொண்டாடித் தீர்க்கும் சாஹினா, பழகினவர்களுக்கெல்லாம் மறக்க முடியாத சாஹினா, ஐ.ஐ.டி.யின் ரேங்க் ஹோல்டர் சாஹினா, பணி புரியும் கம்பெனியின் தலைமைப் பொறுப்பிலிருக்கும் சாஹினா எல்லாவற்றையும் விட நிசாரின் வாழ்வில் பூச்சொரியக் காத்திருந்த சாஹினா ஒன்றுமேயில்லாமல் சாலையில் செத்துக் கிடந்தாள். தான் தாங்கவும் தன்னைத் தாங்கவும் கிடைத்த ஒரு பொன் விக்ரகம் ஒன்றுமேயில்லாமல் சாலையில் குருதிக் கொட்டிக் கிடந்தது.

அதற்குப் பிறகு என்னவெல்லாமோ நடந்தது. அதிர்ச்சி, அதிலிருந்து மீள்வதற்குள் மருத்துவமனைப் பிணவறை. தேற்றுவதற்குக் கூட யாருமில்லாத தனிமை. நிசாரால் தாங்க முடியவில்லை.

சாஹினாவின் அம்மா இந்தச் செய்தியை கேட்டவுடன் மயங்கி சரிந்தவள் எழுந்திருக்கவே இல்லை. மகளையும் இழந்து மனைவியையும் இழந்து விடுவோமோவென அப்பா சர்வமும் நடுங்கிப் போனார். இயக்கமற்றுப் போன அவரால் டெல்லிக்கு வர முடியவில்லை. அதன் பிறகான வாழ்வில் ஒரு மனிதன் எதிர்கொள்ளக் கூடாத துயரத்தை, பீதியை, கண்ணீரை நிசார் அந்த மூன்று நாட்களில் சுமந்தான்.

எப்படியெல்லாமோ வாழ ஆசைப்பட்ட சாஹினா, அவள் தனக்குத் தாயாய் இருப்பாள், மனைவியாவாள், குழந்தையாவாள், தோழியாவாள், கற்றுத் தரும் குருவாவாள், கைப்பிடித்து அழைத்துச் செல்லும் வழித்துணையாவாள், தளர்ந்து

உருகும்போது ஊன்றுகோலாவாள் என்றெல்லாம் ஆசைப்பட்ட தன் காதலி சாஹினாவின் அறுத்துக் கூறு போட்டுத் தைக்கப்பட்ட உடலை மருத்துவமனையில் ஒரு பொட்டலமாகக் கட்டிக் கொடுத்தார்கள். கை, கால்கள் உதற உதற கையொப்பமிட்டு வாங்கி நான்கு மணி நேரம் அழாமல் திக்பிரமையடைந்து போய் தரையில் உட்கார்ந்திருந்தான். பிறகு நண்பர்கள் தேற்றி, ரயில் நிலையத்திற்கு கூட்டிக் கொண்டு வந்து, மூன்று நாட்கள் டெல்லியிலிருந்து கொல்லம் வரை தனக்கு எல்லாமுமானவளை இறுதியாகத் தனிமையில் சுமந்து வந்த ரயில் பயணம்...

நிசார் ஒன்றுமில்லாமல் தன் மௌனத்துக்குள் கரைந்து போனான். மலர் வதங்குவதைப் போல இதழ்கள் மூடி உள்ளிருத்திப் பூட்டிக் கொண்ட அடியாழத்திலிருந்து அவனை யாராலும் மீட்டுக் கொண்டுவர முடியாமல் போனது. வேலையை விட்டான். அறைக்குள் கொஞ்சமும் வெளிச்சம் வராமல் பார்த்துக் கொண்டான். யாரையும் சந்திக்கவோ பேசவோ அவனுக்குப் பிடிக்கவில்லை. அழுதுகொண்டே சாப்பிட நிர்பந்திக்கும் அம்மாவிடம் எப்போதாவது ஒன்றிரண்டு வார்த்தைகள் பேசுவான். அதுவுமே கூட அம்மாவிடமாவது பேசுகிறானே என்று சந்தோஷப்படுத்தாமல் பெரும் துக்கத்தையே அந்தக் குடும்பத்திற்குக் கையளித்தது.

"அம்மா எம்பக்கத்தில யாரோ நிக்கறாங்க"

"தலகாணியில யார் தலையோ இருக்கு, கொஞ்சம் தள்ளிப் படுக்கச் சொல்லுங்க"

"எம்பின்னாடியே வராங்க, போச்சொல்லுங்க"

"எனக்கு ரொம்ப பயமாயிருக்கு"

"என்னைக் கொல்ல, கத்தியோட வராங்க"

''என்னை ஒண்ணும் செய்ய வேண்டாம்னு சொல்லுங்களேன்''

''அம்மா நான் செத்துப் போயிடுவேன் போலயிருக்கும்மா, என்னப் பாத்துக்கோயேன்''

''சிரிச்சுக்கிட்டே வராங்க பாருங்களேன், ஆனா நம்பாதீங்க, அவங்க கையில கத்தி வச்சிருக்காங்க''

''அய்யோ, என்னக் காப்பாத்துங்க...''

இப்படியெல்லாம் அரற்றும் மகனைக் கட்டிக்கொண்டு ஜரீனா வெடித்தழுதாள். 'அய்யோ! அல்லா! இதப் பாக்கவா என்ன உயிரோட வச்சிருக்க, எம்புள்ள தவிக்கறானே, ஏதாவது நல்ல வழிக்காட்டேன் அல்லா' என அழுது துடித்தாள்.

குழந்தையாய் இருக்கும்போதே தாயை இழந்து தந்தையைப் பிரிந்து இரண்டாம் தாயால் மிக நன்றாகப் பராமரிக்கப்பட்டாலும் இளவயதில் தனக்குக் கிடைக்கவிருந்த எல்லா சந்தோஷங்களும் நொடிப் பொழுதில் தகர்ந்து போனதை முழுவதுமாய் அனுபவித்து மனச்சிதைவுக்குள் விழுந்தழிந்தான்.

சாப்பிடுவதுமில்லை. நேரம் தவறாமல் அம்மா கொண்டு போய் வைக்கும் மோரையோ ஹார்லிக்ஸையோ தொட்டுக்கூடப் பார்ப்பதில்லை. எப்போதாவது தாங்க முடியாமல் ஜரீனா குழந்தைக்கு ஊட்டுவது மாதிரி ஊட்டிவிட்டால் இரண்டு வாய் சாப்பிடுவதோடு சரி. வேறெந்த அசைவும் இல்லாமல் கண்களை இருட்டுக்கு ஒப்புக் கொடுத்திருந்தான் நிசார்.

ஒட்டு மொத்தமாய் இருபத்தியேழு வருட வாழ்க்கையையும் ஒன்றாய் கேட்க நேர்ந்த சஹிதாவுக்கு மூச்சுத் திணறியது. அவர்கள் இருவரும் இரு தாய் பிள்ளைகள் என்பதே அவளுக்கு ஆச்சரியம்தான். நிசாரின் மேல் பெரிய கரிசனம் சுரந்த அந்த நிமிடத்திற்குப் பிறகு, நிசாரை கணவனின் மூத்த சகோதரனாய்

அவள் பார்த்ததேயில்லை. ஒரு குழந்தையாய் பார்க்கவும், கையாளவும் பழகிக் கொண்டாள். முதலில் நிசாரின் அறைக்குள் நுழைவதை அனுமதிக்காத அம்மா இப்போதெல்லாம் ஒன்றும் சொல்வதில்லை. மருமகள் தன் மகனை நன்றாகக் கவனித்துக் கொள்வதில் மிகுந்த ஆயாசமாக உணர்ந்தாள் ஜரீனா.

ஆனால் நிசாரே முதலில் சஹிதா அறைக்குள் வருவதை அனுமதிக்காமல்தான் இருந்தான். அதன் பிறகான நாட்களில் அவளின் கனிவான பார்வையும், என்னை ஸ்நேகிதியாய் பார்த்துக் கொள்ளேன் என்று இறைஞ்சும் மனசையும் நிசார் புரிந்துகொள்ள ஆரம்பித்தான். அதன்பிறகே அவளைப் பார்த்து மெல்ல புன்னகைக்கவும், ஓரிரு வார்த்தைகள் பேசவும், அவன் அறையிலிருந்து வீட்டிற்குள் அடியெடுத்து வைக்கவும் ஆரம்பித்தான். சில நேரங்களில் சிரிக்கவும் கண்களில் ஒளி சிந்தவும் தொடங்கினான். எல்லோரும் சாப்பிட்ட பிறகு சாப்பிட உட்காரும் சஹிதாவிடம் 'உனக்கு சட்னி இருக்கா? கறி ரொம்ப கம்மியா இருக்கு போலயிருக்கு, பத்துமா?' என்று அக்கறைப்பட ஆரம்பித்தான்.

மெல்ல மெல்ல சகஜ நிலைக்குத் திரும்பும் மகனைப் பார்த்து ஜரீனா புளகாங்கிதமடையாத நாளே இல்லை. சஹிதாவுடன் சில நேரங்களில் கடைக்குப் போய் காய்கறிகள் வாங்கி வரவும், வங்கிக்குச் சென்று பணம் எடுத்து வரவும், கடிதங்களை அனுப்பவும் கற்றுக் கொண்டான்.

அவளுக்கு குழந்தை அமீரா பிறந்தபோது அவன் அடைந்த சந்தோஷத்திற்கு அளவேயில்லை. தன் மகனை இப்படி மீட்டுக் கொண்டுவந்த மருமகளை நினைத்து நிறைவாக இருந்தாலும் அவளுடைய மாமியார் மனது சஹிதாவிடம் நன்றி சொல்லவோ, அப்படி ஒரு பார்வையைச் சிந்தவோகூட அனுமதித்ததேயில்லை.

11

அன்று அநியாயத்திற்கு மனசு சொல்ல முடியாததொரு மனநிலையில் இருந்தது. ஏன் இப்படியெல்லாம் நடக்கிறது? ஏன் இப்படியெல்லாம் யோசிக்கிறேன்? நான் மட்டும்தான் இப்படி யோசிக்கிறேனா? எல்லோருடைய மனசும் இப்படி யோசித்து வெளியே தன்னை மூடிக் கொள்கிறதா? நான் வாழ்வது வெளித் தோற்றத்துக்கு மட்டும்தானா? என் மனசுக்கு இதமாய் நான் ஆசைப்பட்ட வாழ்வை நான் வாழ முடியாதா? இதெல்லாம் நடந்தால் நான் என்னவாகிப் போவேன்? என் நாசிமும் மகளும் என்னாவார்கள்? அதற்காக நான் இப்படியே இருந்துவிட முடியுமா? இருளும் ஒளியும் போல மனசு நிழலாடி நிழலாடி இருளில் போய் விழுந்தது. அந்த இருளில் ஒரு தீபம் சுடர்விட்டு எரிந்து கொண்டிருந்தது.

எல்லாவற்றையும் நாசிமிடம் பேசிவிட முடியும். எந்தக் கோடுகளும் எல்லைகளும் இல்லாதவன், எந்த முன் முடிவுகளும் குற்றச்சாட்டுகளும் இல்லாதவன், எந்தத் தவறான புரிதல்களும் புரிதலின்மையும் இல்லாதவன். ஆனாலும் ஒரு இஸ்லாமியக்

குடும்பத்தில் பிறந்தவன் இதை எப்படி எடுத்துக் கொள்வான்? விக்ரகங்களை வைத்துக் கொள்கிறேன் என்று சொன்ன அன்று மன அவஸ்தைப்பட்டானே. இதைச் சொல்லும்போது அவனை நேர்கொண்ட பார்வையில் என்னால் பார்க்க முடியுமா? அவனால் முழுக்க உள்வாங்கிக் கொள்ள முடியுமா? இம்மி பிசகாமல் கையிலேந்த முடியுமா? சஹிதா பயந்து நெளிந்தாள். குழம்பித் துடித்தாள். வேதனையில் கரைந்தாள்.

என் நிதர்சனம் வஹிதாவிற்குப் புரியுமில்லையா? அவள் என்னை முற்றிலும் அறிந்தவள்தானே? என்னில் பாதியானவள்தானே? அவளிடம் என்னை இன்னுமின்னும் திறந்து காண்பிப்பதில் எனக்கு குழப்பமில்லையே என்று தோன்றின நிமிடத்தில் மாடிக்குச் சென்று கதவைச் சாத்தி தாழ்ப்பாள் போட்டுக் கொண்டு கட்டிலுக்கருகில் உட்கார்ந்து கொண்டு தொலைபேசியில் வஹிதாவை அழைத்தாள்.

வஹிதா கல்யாணம் முடித்து மாப்பிள்ளையுடன் ஹைதராபாத்தில் இருந்தாள். அவளுக்கு ஒரு ஆண் குழந்தை பிறந்து ஒன்பது மாதங்களாகிறது. பிரசவத்திற்கு அம்மா வீட்டிற்குப் போய் இப்போதுதான் திரும்பியிருக்கிறாள்.

வஹிதா நிஜமாகவே சஹிதாவின் பாதிதான். பிறந்த குழந்தையாய் இருந்ததிலிருந்து தங்கைக்கு அம்மாவாய், அக்காவாய் பல நேரங்களில் தோழியாய்தான் இருந்திருக்கிறாள்.

வாரம் ஒருமுறை தூர்தர்ஷனில் ஒளிபரப்பப்படும் தமிழ்ப்படம் பார்க்க மிகவும் ஆசைப்படுவார்கள். ஆனால் அப்போதுதான் தொலைக்காட்சி சரியாகத் தெரியாமல் கோடுகளையும் வெளிச்சப் புள்ளிகளையும் மட்டுமே உமிழும். அதனால் மேசைமேல் நாற்காலி போட்டு ஏறி சகோதரிகள் இருவரும் யாருக்கும்

தெரியாமல், அப்பா வேலைக்குப் போயிருக்கும்போது, அம்மா குளிக்கப் போயிருக்கும் போதென அதை சரி செய்வார்கள். எப்போதும் வஹிதாதான் மேலே ஏறுவாள். அன்று சஹிதா நான்தான் ஏறுவேனென்று பிடிவாதம் பிடித்து ஏறினாள். நாற்காலியில் ஏறி நின்று ஆண்டனாவைத் திருப்பும்போது அத்தாவின் செருப்புச் சத்தம் கேட்கத் தொடங்கியது. வஹிதா மிகவும் பயந்துவிட்டாள். ''அக்கா அப்டியே குதிச்சிடுக்கா'' என்று பதிந்த குரலில் சொல்லிவிட்டுப் பதுங்கிக் கொண்டாள். மேலேயிருந்து அப்படியே குதித்ததில் கையிலும் காலிலும் எலும்பு முறிவேற்று மூன்று மாதங்கள் சஹிதா படுத்த படுக்கையாகி விட்டதில் தங்கைக்குத் தாங்க முடியாத துயரமும் குற்ற உணர்வும் கூடின. அந்த மூன்று மாதங்களும் மகளைப் பார்த்துக் கொள்வது மாதிரி அக்காவை வஹிதாதான் பார்த்துக் கொண்டாள்.

எப்போதும்போல அன்றும் பக்கத்து வீட்டு சாந்தம்மா சேச்சி கஞ்சி வைத்துவிட்டு 'மெழுக்கு பெரட்டி'யும் செய்து வைத்திருந்தாள். வஹிதாவிற்குத் தோட்டத்து மாங்காயில் மிளகாய் உப்பு சேர்த்து அரைத்து சாப்பிட ஆசை வந்துவிட்டது. மாங்காய் பறித்தவள் மிளகாயையும் உப்பையும் சேர்த்து ஒன்றும் பாதியுமாய் அரைத்தாள். மாங்காயை அதன்மேல் வைத்து தட்டினாள். மாங்காய் தெறித்து எகிறி விழுந்தது. சிரித்துக்கொண்டே அதை எடுத்துக்கொண்டு வந்த சஹிதா, அவளை எழுப்பி விட்டு கல்லில் மாங்காயை வைத்துத் தட்டினாள். இப்போது அம்மிக்குழவி எகிறி வந்து சஹிதாவின் காலில் விழுந்தது. இல்லையில்லை வஹிதாவின் காலில் வந்து விழுந்தது. அப்படி இருவருமே சொல்லிக் கொண்டாலும் யார் காலில் விழுந்ததென்று இந்த ஏழெட்டு வருடங்களாகியும்

இருவருக்குமே தெரிந்ததில்லை. காலில் கல் விழுந்து நான்தான் நடக்க முடியாமல் வலியில் அவஸ்தைப்பட்டேன் என்று இருவருமே சொல்லிக் கொள்வார்கள். ஆனால் நிச்சயமாக அம்மிக்குழவி யார் காலில் விழுந்தது என்று கல்லே வாய் திறந்து சொன்னால்தான் இருவரில் ஒருவர் நம்பலாம்.

எல்லாம் ஒன்றாய் நினைவிற்கு வர சஹிதா தொலைபேசியில் தங்கையைக் கூப்பிட்டாள்.

''வஹி, ஃப்ரீயா இருக்கியா? கொழந்தை தூங்கறானா?''

''ஆமாங்கா, அவன் தூங்கறான், என்னக்கா உன்னோட கொரலே சரியில்லயே, என்னாச்சு?''

''இல்ல, ஏதேதோ மனக்குழப்பமா இருக்கு, அதான்...''

''சொல்லுக்கா, என்ன பண்ணுது?''

''..''

''மறுபடியும் ஏதாவது கனவுகள் வருதா, எதையாவது நெனச்சு ரொம்ப கொழப்பிக்கிறயா?''

''..''

''அக்கா, எனக்கு ரொம்ப பயமா இருக்கு. நீ அமைதியா இருக்காத, பேசு''

''இல்ல வஹி, பயப்படாத, எனக்கு என்னமோ... என்னால... வீட்டில இருக்க முடியும்னே தோணலடி''

''அக்கா இப்படி பேசாத, வீட்டில இருக்கும்போது ஏதேதோ பேசுவியே அது மாதிரி இப்பவும் பேசாதக்கா''

''அப்படியில்ல வஹி, நான் செய்ய வேண்டியது இந்த பூமியில எவ்வளவோ இருக்கற மாதிரி தோணுது. அத ஒரு குடும்பப்

பெண்ணா இருந்திட்டு என்னால செய்ய முடியாது, என்னை யாரோ கூப்பிடறது மாதிரியே இருக்குடி. நான் போயே ஆகணும். என்னோட மரணம் சாதாரண மரணமா இருக்காது. அது பேசப்படும். அதை நான் முழுமையா நம்பறேன்''

''அக்கா... நீ என்ன வேணும்னாலும் செய், எப்படி வேணும்னாலும் வாழ்ந்துக்கோ, அதுக்குன்னு வீட்டிலயிருந்து போயிடுவேன்னு சொல்லாத. எனக்கு ரொம்ப பயமா இருக்கு. சின்ன வயசில அப்பாவுக்குத் தெரியாம ராமாயணம் வாங்கிட்டு வந்து படிச்சபோதும் கிருஷ்ணன் கோவிலுக்குப் போனபோதும் 'மிண்டா தங்ஙள்' ட்ட போய் நின்னு ஜெபிச்சபோதும் அது ரொம்ப சாதாரணமானதுன்னு நெனச்சேன். அது இன்னும் உன்னோட மனசில ரொம்ப ஆழமாப் போயிட்டே இருக்குதேக்கா, எனக்கு ரொம்ப பயமா இருக்கு. நான் வேணா பாய்ஜான்ட்ட பேசிப் பாக்கட்டுமா?''

''இல்ல வேண்டாம். நான் செய்ய வேண்டிய வேலைகள் நிறைய பாக்கியிருக்க நான் ரொம்ப வேஸ்டா வீட்டில அடஞ்சி கெடக்கறேனோன்னு கலக்கமா இருக்கு. என்னைக் கூப்பிடற அந்தக் குரல் இந்தப் பிரபஞ்சத்துக்கானது, அது பரிசுத்தமானது, நான் வாழ ஆசைப்படுவது, நான் போயே ஆக வேண்டும், நிறைய வேலைகள் எனக்காகக் காத்திட்டிருக்கு, ஆனா என்னாலயும் அது என்னன்னு சரியாச் சொல்ல முடியலடி, என்னப் புரிஞ்சுக்கோயேன், ப்ளீஸ் வஹி...'' குரல் தழுதழுத்தது.

''எனக்கு ரொம்ப பயமாயிருக்குக்கா....''

வஹிதா வெடித்து அழ ஆரம்பித்துவிட்டாள். அன்று முழுவதும் பத்து நிமிடத்திற்கு ஒருமுறை வஹிதா தொலைபேசியில் கூப்பிட்டுக் கொண்டே இருந்தாள். அவள்

தொண்டை இடற இடறப் பேசினாள். அதன் பிறகான ஒரு வாரமும் அவள் அப்படிப் பேசிக் கொண்டேயிருந்தாள்.

"அக்கா நான் வந்து உங்கூட ஒரு வாரம் இருந்திட்டு வரட்டுமா?"

"சஹிக்கா அம்மாகூட போய் கொஞ்சநாள் இருந்திட்டு வாயேன்"

"பாய்ஜானும் நீயும் அமீராவைத் தூக்கிட்டு எங்கயாவது ஒரு மாசம் போயிட்டு வாங்களேன்"

"அக்கா என்னோட ஃபிரண்டுக்குத் தெரிஞ்சவங்க ஒரு சைக்கியாடிரிஸ்ட் இருக்காங்க, நீ போய் பாக்கறியா மனசுக்கு கொஞ்சம் ஆறுதலா இருக்கும்"

"அப்படியே வேற மாதிரி புக்ஸ் படிக்க ஆரம்பியேன். கொஞ்சம் நிதானமா உணருவ"

இப்படி தினம் ஒன்றாய் பேசிக் கொண்டேயிருந்தாள் வஹிதா. அவளின் மனசுக்குத் தன்னைப் புரியவைக்க முடியாமல் எப்போதும்போல தோற்றுப் போனாள் சஹிதா.

ஆனால் வஹிதா அப்படியெல்லாம் அக்காவை விட்டு விடவில்லை. அடுத்த பத்து நாட்களில் ஹைதராபாத்திலிருந்து தன் குட்டிப் பையனுடன் தனியாகக் கிளம்பி வந்தாள். அப்படி எங்குமே தனியாகப் போகாத வஹிதாவைப் பார்த்து குடும்பமே அதிர்ந்தது.

"என்னடி இது தனியாவா வந்தே. அகமது எப்படி உன்ன விட்டாரு?"

"அதெல்லாம் ஒண்ணுமில்லக்கா, பாய்ஜான் எப்படி இருக்கீங்க? அம்மா நல்லாயிருக்கீங்களா? அக்கா இவனக்

கொஞ்சம் வாங்கிக்கோயேன், கையிலயே வச்சிட்டிருந்தது கை கொடச்சலா இருக்குக்கா''

அப்போதுதான் குழந்தையைக்கூட வாங்காமல் அதிர்ந்து அப்படியே நின்றது சஹிதாவுக்கு உறைத்தது. பத்துமாதக் குழந்தை ஒன்றரை வயது போல இருந்தான். அப்படியே வஹிதாவின் ஆண் உருவாய் சிரித்தான்.

முகம் கழுவி காஃபி குடித்து, கொஞ்சம் ஆசுவாசப்படுத்திக் கொண்டு மீண்டும் வஹிதா, அக்காவைத் தனியறைக்குள் கூட்டிக்கொண்டுபோய் உட்காரவைத்து பேசித் தீர்த்தாள்.

''அக்கா நீ நெனக்கற மாதிரி இல்லக்கா வாழ்க்கை. அது ரொம்ப மோசமான பின் விளைவுகளோட எப்பவும் நம்மள விழுங்கக் காத்திருக்கறது போலவே எனக்குத் தோணும். அப்படியான கனவுகள்தான் எனக்கு வருது. நீ என்னென்னமோ சொல்ற. அதையெல்லாம் நெனச்சா என்னால தூங்கவே முடியலக்கா. பாய்ஜான் மாதிரி ஒரு மனுஷன நாம வாழ்க்கையில பாக்க முடியுமா? என்னோட அகமதுகூட அப்படி இல்லக்கா. அவரு நம்ம அத்தா மாதிரிதான். எனக்கு எந்தக் கொறையும் இல்ல, ஆனா நான் நிறைவாயும் இல்ல. பாய்ஜான் அப்படியா? எப்படி உன்னப் புரிஞ்சுக்கறார்? உன்னத் தனி மனுஷியாய் நடத்தறார். உன்னோட எல்லா உணர்வுகளையும் எப்படி மதிக்கிறார்? நீ ஏங்க்கா இப்படி என்ன யாரோ கூப்பிடறாங்க, நான் போணும்னே சொல்லிட்டிருக்க? அக்கா, தனியா நீ ரோட்டை கிராஸ் பண்ணுவியா? எப்படித் தனியா இருப்ப, எங்க போவக்கா நீ...'' பேசிக்கொண்டே போனவள் முட்டி வந்த அழுகையை அடக்காமல் கொட்டித் தீர்த்தாள்.

சஹிதாவால் தங்கை கேட்கும் எந்தக் கேள்விகளுக்கும் பதில் சொல்ல முடியவில்லை. தீர்க்கமாக அவளையே பார்த்தாள்.

அதன்பிறகு அவள் அங்கிருந்த நான்கைந்து நாட்களும் இதையே மனம் ஏற்க வேண்டுமென்று வெவ்வேறு மொழிகளில் சொல்லிப் பார்த்தாள். சஹிதாவையும் நாசிமையும் அழைத்துக் கொண்டு எங்காவது போகலாமென்று ஹைதராபாத்திற்கு கூட்டிக்கொண்டு வந்தாள். அங்கு ஒரு வாரம் இருந்துவிட்டு கிளம்பும்போது சஹிதாவும் நாசிமும் நேராக சென்னைக்குப் போகவில்லை.

மனம் போன போக்கில் பயணித்த அவர்களுக்கு திருவண்ணாமலைக்கும் போகத் தோன்றியது. அங்கு ரமணர் ஆஸ்ரமத்திற்கு வந்து தியான மண்டபத்தில் உட்கார்ந்தபோது மனம் லகுவானதை சஹிதா உணர்ந்தாள். ரமணரின் கண்களிலிருந்து வந்த ஒளியை சஹிதாவால் முழுமையாக உள்வாங்க முடிந்தது. நேரம் போவதறியாமல் உட்கார்ந்திருந்தவளை சத்தமெழுப்பாமல் தொட்டு எழுப்பினான் நாசிம். வெளியே வந்தபோது முகத்திலடித்த காற்று நாசி வழி சென்று உள்ளுக்குள் நிறைந்ததை முழுமையாய் உணர்ந்தாள்.

ஒன்றும் பேசாமல் சிரித்தபடி வெளியே வந்த சஹிதா எதிரே இருந்த ஒரு கடையில் காஃபி குடிக்க உட்கார்ந்தாள். இரண்டு டம்ளர் காஃபியுடன் வந்த நாசிம், வயதான பழுத்த பழம் என்பதற்கு பொருத்தமாய் உட்கார்ந்திருந்த அம்மாவிடம் சஹிதா பேசிக் கொண்டிருந்ததைப் பார்த்தான்.

‘‘நாசிம் இவங்க பேரு அனந்திதா. மைசூரிலிருந்து இங்கேயே வந்து செட்டிலாகியிருக்காங்க. தனியா இருக்காங்களாம். வீட்டுக்காரர் ஊர்ல இருக்கார். ரெண்டு பசங்களும் கனடால

இருக்காங்க. என்னப் பாத்தவுடனே என்னமோ தெரியல பேசத் தோணிச்சாம் நாசிம், அதான் பேசிக்கிட்டிருக்கோம்''

நாசிம் ஒன்றுமே பேசவில்லை. வயது முதிர்ந்த அனந்திதா அம்மாவின் பாதம் தொட்டு ஆசிபெற்று அவர்கள் கையில் ஒரு காஃபி டம்ளரைக் கொடுத்துவிட்டு தனக்கொன்றை வாங்கி வர மீண்டும் போனான்.

அன்று மாலை அவர்கள் அனந்திதா அம்மாவின் வீட்டிற்குப் போனார்கள். அந்த வீடே தியான மண்டபத்தின் இன்னொரு பகுதி போல இருந்தது. சிந்தனையாளரும் தத்துவ விசாரகருமான ஓஷோவுடன் நெருங்கிய தொடர்பும் அவருடனே சிறிது காலம் தங்கும் வாய்ப்பும் பெற்ற அனந்திதாவால் பிறகு வழமையான வாழ்விற்குள் போக முடியவில்லை. தன் குரு எப்போதும் சொல்வது போல 'எல்லாவற்றையும் கவனி, அமைதியாயிரு' என்ற தத்துவத்தில் தன்னைக் கரைத்துக் கொண்டவள். எதையும் நாம் ஒன்றும் செய்துவிட முடியாது, கவனி, அது ஒன்றே போதும் என்பதைப் பயிற்சியாகவே கடைபிடிக்கக் கற்றுக் கொண்டவள்.

ஆனாலும் சில கடமைகளை முடித்துக் கொடுக்க வேண்டிய பொறுப்புகள் இருந்ததால் சிறிது காலம் குடும்பத்துடன் தங்கும் நிர்பந்தம் ஏற்பட்டதால், உண்மையாக வாழ்ந்து, பிறகு திருவண்ணாமலைக்கு வந்து சிவனின் ஜ்வாலையை உணர்ந்து ரமணரின் தண்ணொளியில் தங்கி விட்டதை அனந்திதா சொல்லச்சொல்ல சஹிதா மீண்டும் தகிக்கலானாள்.

12

சஹிதாவின் திருமண நிச்சயத்திற்குப் பிறகு வீடே சந்தோஷத்தின் உச்சத்தில் நிறைந்து ததும்பியது. கரீமின் மூத்த மகள், இத்தாமுவின் பேத்தி, அவர்கள் குடும்பத்தில் சித்தப்பா பெரியப்பா எல்லோருக்குமாய் பிறந்த மூத்த பெண் குழந்தை. நல்ல மாப்பிள்ளை அமைந்ததில் வீடு, தோட்டம், வேலிப்படல், அது தாண்டியும் மகிழ்ச்சி தன்னை நுரைத்துப் பொங்க செய்தது.

நிக்காவிற்கு நாற்பத்தியோரு நாட்கள் முன்பிலிருந்தே முதல் சடங்கு ஆரம்பித்தது. அத்தைகள், சித்திகள், பெரியம்மாக்கள், பக்கத்து வீட்டு சாந்தம்மா சேச்சி என எல்லோரும் வந்து மஞ்சள் பூசு சடங்கைத் தொடங்கி வைத்தார்கள். தலை முதல் கால் வரை மஞ்சள் பூசி குளிக்க வைத்து புதுத்துணி அணியச்செய்து வீடே பிரியாணியும் கறிப் பெரட்டலுமாய் அமர்க்களப்பட்டது. ஆனால் இது வீட்டோடு செய்யும் சடங்காக இருந்தாலும் சஹிதாவிற்கு எல்லாமே கூடுதலாய் நடந்தேறியது.

நிக்காஹ் மூன்று நாள் கோலாகலம். மாப்பிள்ளை மதராஸ் என்பதால் திருச்சூரில் சஹிதாவின் வீட்டுக்குப் பக்கத்திலேயே

மாப்பிள்ளை நலங்கு, மறுவீடு எல்லாவற்றிற்கும் வசதியாக ஒரு பெரிய வீடெடுத்து அவர்கள் சொந்தங்களோடு வந்து தங்கி விட்டிருந்தார்கள்.

நிக்காவிற்கு மூன்று நாட்கள் முன்பு பந்தக்கால் நட்டு மஞ்சள் பூசி சஹிதாற்கு நலங்கு வைத்து மெருகேற்றினார்கள். வீட்டில் எப்போதும் குழந்தைகளின் இரைச்சலும், பதின்வயதுப் பெண்களின் எதற்கென்றே தெரியாத பொங்கிப் பெருகும் சிரிப்பொலிகளும் அலைஅலையாய் பரவியபடியிருந்தன. வயசுப் பையன்கள் ஓரக்கண்ணால் திருட்டுப் பார்வை பார்ப்பதும், அது மிகச் சரியாய் அந்தப் பெண்களைத் திரும்பிப் பார்க்க வைப்பதும், அதில் லேசாய் பையன்கள் அதிர்வதும் வெட்கப்படுவதும் நடந்தன. சில அம்மாக்கள் தங்கள் மகளுக்கு மாப்பிள்ளை பார்த்தார்கள். சில அம்மாக்கள் தங்கள் மகனுக்கான பொருத்தமான பெண்களைக் கூட்டத்தில் தேடினார்கள்.

மறுநாள் மாப்பிள்ளை அழைப்பு முடிந்து நாசிம் வீட்டிலிருந்து மஹரும் பட்டுப் புடவைகளும் நகைகளுமாய் சஹிதாவிற்கு அனுப்பினார்கள். இவர்கள் வீட்டிலிருந்தும் மாப்பிள்ளைக்கு சீர் அனுப்பினார்கள்.

நிக்காஹ் அன்று காலையிலேயே மஞ்சள் பூசிக் குளித்து பட்டணிந்து நகைகளிட்டு பூச்சூடி சஹிதா ஜொலித்தாள். மகளைக் கண்டு அம்மாவும் இத்தாமுவும் நிறைவில் கண்களில் நீர் நிறைந்து உச்சி முத்தமிட்டு அன்பைப் பகிர்ந்தார்கள்.

மசூதியிலிருந்து மௌலவி வந்து பூக்களால் குவித்து குனிந்து உட்கார வைக்கப்பட்டிருந்த மணப்பெண் சஹிதாவின் காதுகளில், ‘‘அல்லாவின் திருப்பெயரால் மணமகன் நாசிமைத் திருமணம் செய்ய உனக்குச் சம்மதமா, யாருக்கும் பயப்படாமல், ஊருக்கு

அஞ்சாமல், கௌரவத்திற்கு நடுங்காமல், அல்லாவின் பெயரால் மட்டும் அவர் அருளின குரான்மீது நம்பிக்கை வைத்து சொல், உனக்குச் சம்மதமா?'' என்று கேட்டார். முகம் முழுக்க வெட்கம் படர குனிந்த தலை நிமிராமல் அவருக்கு மட்டும் கேட்கும் சப்தத்தில் மெல்ல தன் சம்மதத்தைச் சொன்னாள் சஹிதா. மிக திருப்தியுடன் மௌலவி அந்தச் செய்தியுடன் மசூதிக்கு கிளம்பினார். காலை பதினொரு மணிக்கு மசூதியில் துஆ செய்யும் சரியான நேரத்தில் மாமியார் ஜரீனா பீவி சஹிதாவின் கழுத்தில் தாலி கட்டினார். தன் தலைக்கு மேல் பிடித்துக்கொண்டிருந்த பெரிய பெரிய தாம்பாளத் தட்டுகளில் வைக்கப்பட்டிருக்கும் சாக்லேட்டுகள், உலர் திராட்சைகள், பேரிச்சம்பழங்களெல்லாம் நிக்காஹ் முடிந்ததின் அடையாளமாய் வாரி கூட்டத்திற்கு நடுவில் இறைக்கப்பட்டன. சஹிதாவின் மனம் போல எல்லாம் நிறைந்திருந்தன.

அன்று மாலை பெண்ணின் முகம் பார்க்கும் சடங்கு நடந்தது. இத்தாமு காலத்தில் பெண் பார்க்கும் வைபவம் எல்லாம் கிடையாது. பெரியவர்கள் பார்த்து முடிவு செய்வதுதான், மாப்பிள்ளையும் பெண்ணும் பார்த்துக் கொள்ளவே மாட்டார்கள். நிக்காஹ் முடிந்த அன்று மாலைதான் கண்ணாடியில் முதல் முதலாய் முகம் பார்க்கும் சடங்கு செய்வார்கள். அம்மா காலத்தில் கொஞ்சம் மாறி, காலமாற்றத்தில் அது வெறும் சடங்காக மாறிப் போனாலும், சஹிதாவின் நிக்காவிலும் நடந்தேறியது. அன்றிரவு மணமகன் வீட்டில் தங்கி மீண்டும் இவர்கள் வீட்டில் அழைத்து வந்து சடங்குகளால் திணறடித்தார்கள்.

மூன்றாம் நாள் சஹிதாவை நன்றாக அலங்கரித்து மாப்பிள்ளை பக்கத்தில் உட்காரவைத்து அப்பாவும் சித்தப்பாவும் அத்தை கணவருமான மாமாவும் எண்ணெயில் முக்கி எடுத்த

வெற்றிலையை சஹிதாவின் நெற்றியில் தடவி இனி இந்த வீட்டிற்கும் உனக்கும் சம்மந்தமில்லை, இனி உனக்கானது அந்த வீடுதான் என்று சொல்லாமல் சொன்னார்கள்.

சஹிதாவிற்குத் துக்கம் நெஞ்சுக்கூடு நிறைந்து வெடித்தது. இனி இது என் வீடில்லையா? என் ரகசியங்கள் காக்கும் கூட்டை எங்கோ நகர்த்திக் கொண்டு போக வேண்டுமா? நான் உட்கார்ந்த பலா மரத்தடி இனி எனக்கில்லையா? பக்கத்திலிருக்கும் கிருஷ்ணன் கோவிலுக்கு நான் எந்த யோசனையும் இல்லாமல் போக முடியாதா? மனதுக்குள் தோன்றும் வரிகளை எழுத பேனாவையும் தாள்களையும் எடுத்துக் கொண்டு உட்கார முடியாதா? வஹிதாவும் நானும் தாழ்ந்து தொங்கும் மாமரக்கிளையில் உட்கார்ந்து பேச முடியாதா? அம்மாவின் மடியில் படுத்து என் கனவுகளில் மூழ்க முடியாதா? இத்தாமு ஓரக்கண்ணால் சிரித்து உணவு மேசையில் மட்டன் சுக்கா எடுத்துக் கொடுக்க மாட்டாளா? அத்தாவின் கால் தடங்களுக்கு நான் பயப்பட வேண்டாமா? சத்தமாகச் சிரித்தால், என்னைப் பார்வையால் இனி அவர் அடக்கமாட்டாரா? அப்படிச் கூட அத்தா இல்லாத வீடு எனக்குப் பிடிக்குமா?

நினைவுகளின் ஆரவாரம் இவளை அதிகமாய் கலவரப்படுத்தியது. பக்கத்திலிருந்த நாசிமை ஏறெடுத்துப் பார்த்தாள். அவன் முகத்திலிருந்து உதிர்ந்த நேயமான புன்னகை அவளை ஆற்றுப்படுத்தியது. மெல்ல நாசிமின் கைகளுக்குள் தன் விரல்களைப் புதைத்துக் கொண்டாள். அப்படியே கொஞ்சநேரம் லயித்திருந்தவள் எல்லோரும் சிரிக்கும் குரல்கள் கேட்டு சட்டெனக் கண்விழித்து கொஞ்சம் தள்ளி உட்கார்ந்தாள்.

அம்மா தாம்பாளத்தட்டின் அளவில் பெரியதாக சுடப்பட்ட பூரியுடன் சமையலறையிலிருந்து வெளியே வந்தாள். அந்தப்

பெரிய பூரியின் உள்ளே குட்டி குட்டியாய் சுட்டு நிரப்பப்பட்ட பூரிகள் நிறைந்திருந்தன.

‘‘மோளே சஹிதா, இந்தப் பெரிய பூரியைக் கையில வச்சிருக்குற காசால மெல்ல மெல்ல ஒடைக்கணும். சின்னப் பூரியில படக்கூடாது. நீ போப்போற குடும்பத்தையும் உனக்குப் பொறக்கப் போற கொழந்தைகளையும் நல்லாப் பாத்துப்பேன்ற சடங்கு இது’’ இத்தாமு சொல்லி கையில் நிறைய சில்லறைக் காசுகளைக் கொடுத்தாள். வயதில் பெரியவர்களும் சில்லறைக் காசுகளை சஹிதாவின் கையில் கொடுத்தார்கள். மிகவும் கவனமாக சஹிதா சின்னப் பூரி ஒன்றைக்கூட தொடாமல் பெரிய பூரியைக் குத்திக்குத்தி உடைத்தாள்.

அதன் பிறகான மிக நீண்ட பயணம் சஹிதாவிற்கு மிகுந்த அலுப்பைத் தந்தது. அவள் இதுவரை இத்தனை தூரம் பயணித்ததில்லை. சென்னை வீட்டிற்கு வந்ததும் மாமியாரும் உறவினர்களுமாய் மஞ்சள் சுண்ணாம்பு கலந்து ஆலம் கரைத்து அதில் சஹிதாவை இரண்டு கைகளையும் முக்கி எடுத்து சுவற்றில் பதிக்கச் சொன்னார்கள். அம்மா வீட்டிலும் மாமியார் வீட்டிலும் தான் இனி எப்படி வாழவேண்டுமென்ற அறிவுறுத்தல்கள் நடந்தபடியே இருந்தன. பெண்ணானவள் கணவனுக்கும் மாமியாருக்கும் குழந்தைகளுக்கும் பிடித்தவளாக மட்டுமே இருக்க வேண்டுமென்ற அறிவுரைகள் குமட்டின. குடும்பத்தில் மட்டுமே தன்னை உறைய வைக்க எல்லோரும் சொல்லும் வார்த்தைகள் வரிகளாய் உயிரற்றுப் போயின. யாருக்குமே சஹிதாவின் உணர்வுகளும் அது எப்படி வாழ ஆசைப்படுகிறதென்றும் யோசிக்கக் கூட நேரமும் மனசும் இல்லாமலிருந்தன. ஆனால் அவ்வளவு சீக்கிரம் பிடுங்கி நடப்பட்ட மரம், வேர் பிடிக்குமா என்ன! அவள் மனதில்

கிருஷ்ணனும் நீலிமாவும் நளினியும் தான் எழுதித் தீர்த்த பாடல் வரிகளும் அதற்கான தன் தேடல்களுமாக வரிசை கட்டி நின்றன. நடுநடுவே மரம் துளிர் விடவும் தொடங்கின.

ஐந்து வெள்ளிக்கிழமைகள் முடியும்வரை புது மருமகள் எந்த வேலையும் செய்யக்கூடாது என்று மாமியார் மேற்பார்வையிலேயே எல்லாம் நடந்தன. நாசிமும் சஹிதாவும் தங்களைக் கொடுத்து மீட்டு இழந்து பெற்றுக் கொண்டிருந்தார்கள். அவர்களிலேயே தங்களை இல்லாமலாக்கி மூழ்கி லயித்து புணர்ந்தெழுந்து வந்தார்கள். இந்த நாட்களில் மிக நீண்டகால பந்தத்தை அவர்கள் அடைந்திருந்தார்கள்.

ஆறு மாதங்கள் இப்படியே விருந்து, ஊர் சுற்றல், உறவினர் வீட்டுக்குப் போய் வருவது, அம்மாவுடன் இரண்டு நாட்கள் தங்கிவிட்டு வந்தது என வாழ்வு ஒரே பாதையில் சுற்றுகிறதோ என சஹிதாவிற்குத் தோன்ற ஆரம்பித்தது. தோன்றல் மட்டுமல்ல அதுதான் நிஜம் என்றபோது மிகுந்த சலிப்பைத் தந்தது. வீடு மொத்தமும் மாமியார் ஜரீனா பீவியையே சுற்றிச் சுழன்றது இவளுக்கு மிகவும் புதிதாகவும் சந்தோஷமாகவும் இருந்தது. ஆனால் அந்த அதிகாரத்தை வைத்துக்கொண்டு ஜரீனா இவளை நடத்துவது சுத்தமாய்ப் பிடிக்கவில்லை. சஹிதாவின் வீடு, அத்தா கரீமையே சுழன்றபடியிருக்கும். சின்ன அத்தா வீட்டிலும் அப்படித்தான். நாசிம் தன் வருமானத்தையும் மாமனார் தன் இலாபங்களையும் ஜரீனாவிடம் கொண்டு வந்து கொடுக்க அவளே எல்லாவற்றையும் தீர்மானிப்பதும் அதன் வழியான அவளின் அதிகாரமும் விட்டேத்தியான பேச்சும் இவளிடம் காண்பிக்கும் முரட்டுத்தனமும் லேசான கசப்பை அவளுள் விதைக்க ஆரம்பித்தன.

"நாசிம் எனக்கு சும்மா வீட்டு அடுப்படியிலேயே சுத்தி வரப் பிடிக்கல, நான் ஏதாவது வேலை செய்யலாம்னு இருக்கேன்"

"என்ன பண்ணலாம்னு தோணுது சஹிதா?"

"சின்னதா ஏதாவது பிசினஸ், ஆனா அதைப் பெருசா மாத்துவேன். எப்போதுமே அப்படி ஒரு ஆசை எனக்கிருக்கு நாசிம்... பெண் தொழிலதிபரா... சுயமா சம்பாதிச்சு, நிறைய நமக்கும் மத்தவங்களுக்கும் செய்யற அளவுக்கு நாசிம்... தமிழ்நாட்டின் சிறந்த பெண் தொழிலதிபரா மாறணும்... பத்திரிகைல பேர் வரணும்..."

பெரிய பெரிய கண்கள் விரிய பேசிக்கொண்டே போனவளை, ஆசையாய்ப் பார்த்தான் நாசிம். தன் மனைவி பேசுவது எத்தனை நல்ல விஷயம் என்று தோன்ற அம்மாவிடம் அனுமதி கோரி நின்றான். அத்தனை சுலபமாய் ஜரீனா பீவி ஒத்துக் கொள்ளவில்லை.

"பிசினஸ் பண்ணி என்ன நடத்திக் காட்டணுமாம் இப்ப அவளுக்கு? சம்பாதிச்சா பொண்ணுங்களுக்கு ரொம்ப திமிராயிடும்டா, அதெல்லாம் ஒண்ணும் வேணாம். பேசாம வீட்டு வேலையைப் பாத்துகிட்டு அடங்கிக் கெடக்கச் சொல்லு. அவ சொன்னா, அழுதான்னு எங்கிட்ட வந்து நிக்காத. தெரியுதா?"

"அம்மா அதில்லம்மா, வீட்டிலயே ஏதாவது சின்னதா செய்யட்டுமே, படிச்ச பொண்ணு எப்படி சும்மா உக்காந்து பொழுதைக் கழிக்க முடியும்? வாழ்க்கையில ஏதாவது நோக்கம் வேண்டாமா? அவ ஏதாவது செய்யட்டும்மா..."

"இல்லடா நாசிமே, அது சரி வராது. வீட்டிலயே ஆரம்பிச்சா ஆம்பளைகள் எல்லாம் வேலைக்கு வருவாங்க, அதெல்லாம் நம்ம வீட்டுக்கு ஒத்துவருமா? பின்னால பிரச்சனைய எப்படித்

தீக்கறதுன்னு யோசிக்கறதவிட ஆரம்பத்திலேயே தொடச்சி எறிஞ்சிடறது நல்லதுதானே? அதனால பேசாம இருக்கச் சொல்லு''

''இல்ல அம்மா, எனக்கு இது தப்புன்னு தோணல, செய்யட்டும் பாக்கலாம். பின்னால பிரச்சனை வரும்னு ஒரு வேலையைச் செய்யாம இருக்கறது எனக்கு சரின்னு படல, அவ செய்யட்டும்''

மெல்லச் சொன்னாலும் மிகத் தீர்க்கமாக நாசிம் சொன்னது ஜரீனாவின் வேகத்தைக் கொஞ்சம் அசைத்துப் பார்த்தது. தலை நிமிர்த்தி நாசிமைப் பார்த்தாள். அதன் அர்த்தம் கண்டுபிடிக்கவெல்லாம் மகன் அங்கே நிற்கவில்லை. நாசிமின் அத்தா ஒரு புன்சிரிப்புடன் இதைக் கடந்து போனார்.

அடுத்த ஒரு மாதத்திற்குள் நாசிம், வீட்டு மாடியில் ஒரு அறையை அலுவலகமாக மாற்றி, மின்சார இணைப்பை மாற்றி, சின்னச்சின்னதாய் மேசை நாற்காலிகள் போட்டு அதை ஒரு அலுவலகமாகவே உருமாற்றிக் கொடுத்தான். முதலில் நாசிமிற்கும் கொஞ்சம் பழக்கமான வேலை என்பதால் உள் நாட்டிற்கும் வெளிநாட்டிற்கும் வேலைக்கு ஆட்களை பணியமர்த்திக் கொடுக்கும் ஏஜென்ஸியும் அது தொடர்பான ஆவணங்களைத் தயாரித்து சரி செய்யும் வேலைகளையும் தொடங்கினார்கள்.

சஹிதா மிகவும் ஈடுபாட்டோடு தன்னை அதில் உட்படுத்தினாள். எல்லாவற்றையும் பக்கத்திலிருந்து தாங்கும் நாசிமைத் தவிர்த்து தனியாக முடிவெடுக்கக் கற்றுக் கொண்டாள். தொப்புள் கொடி அறுபட்ட குழந்தையாய் மூச்சுக் காற்றுக்காய் தவித்து, திணறி, வெளிக்காற்றை சுவாசித்து, தெளிவுற்று, பின் தனித்து நிற்கப் பழகினாள். திடமாய் நின்றாள். எல்லாவற்றையும் உரமேற்று எதிர் கொண்டாள். வேலை பழகிப் போனதில் சவால்களை எளிதாகக் கையாளக் கற்றுக் கொண்டாள்.

அவளுடைய முழு ஈடுபாடு, நினைத்ததைவிட மிக நன்றாக வருமானத்தையும் நல்ல பேரையும் தந்தது. மெல்ல உச்சம் தொட ஆரம்பித்தாள். சஹிதா நாள் முழுக்க வேலைப்பளு மிக்க பெண்ணாக மாறிப் போனாள்.

வெளிநாடுகளில் வேலை பார்த்துப் பழகிய கிருஷ்ணன் இந்தியாவிலேயே இருக்க முடிவு செய்து வந்தபோது மலேஷியாவில் அவர் வேலை பார்த்த இடங்களுக்கு வேலையாட்கள் தேவைப்பட சஹிதாவின் அறிமுகம் தேடி வந்தார். கிருஷ்ணன் இதுவரை நாட்கணக்கில் காத்திருந்து விண்ணப்பங்கள் பூர்த்தி செய்து, அதற்கு அரசாங்க அனுமதி பெற்று, அதில் மேலும் வரும் பிரச்சனைகளைத் தீர்த்து, சரியான ஆட்களை சரியான இடத்திற்கு அனுப்பி முடிப்பதற்குள் ஓய்ந்து விடுவார். அவருடைய வேலைகளை, கண்காட்டினால் செய்ய அத்தனை வேலைக்காரர்கள் இருந்தாலும் தான் வேலை செய்து, சம்பாதித்து, நிறைவடைந்த தேசத்திற்கு ஆட்களை அனுப்புவதில் மட்டும் அவர் மிக கவனமாக இருப்பார். அவரைப் பார்த்தாலே எல்லோரும் மிகுந்த மரியாதையும் பயமும் வைத்திருந்தாலும் சில நேரங்களில் பணிகள் தாமதமாயின. அதைச் சுலபமாக்கி எல்லாவற்றையும் சஹிதா தனதாக்கிக் கொண்டதால் இதுவரை எல்லாவற்றிற்கும் பணச்செலவும் காத்திருப்புமாய் அலுத்து போயிருந்தவர், அவளுடைய வேலைகளில் நிம்மதியடைந்தார். ஆயாசமான வேளையில், நெகிழ்வில் வார்த்தைகள் உறவைத் தேடி வந்தன.

"நாசிம், எனக்கு சஹிதாவை ரொம்பப் பிடிச்சிருக்கு. ஒரு வேளை என் மகனுக்கு கல்யாணமாகாம இருந்தா, மதத்தையெல்லாம் மீறி நான் எங்க வீட்டு மருமகளாக்கியிருப்பேன்"

''அதனாலென்னப்பா, அவள உங்க வீட்டு மகளாக்கிக்கோங்க, நீங்களே கூட்டிட்டுப்போய் வச்சுக்கோங்க''

''ரொம்ப சந்தோஷம் நாசிம், நான் அவள அதுக்கும் மேலாதான் நெனக்கிறேன், சஹிதா சாதாரண பொண்ணே கிடையாது, அவளால யாருக்கும் சிறுதீங்கும் நெனக்கக்கூட முடியாது. அவ சக்தியோட அம்சம். அவ நின்ன எடம் செழிக்கும்...''

சீமத் தாத்தா என்று எல்லோரும் பயத்துடன் பார்க்கும் பெரிய மனிதர் கிருஷ்ணனுக்கு பேச்சு தழுதழுத்தது. சஹிதா சட்டென அவர் காலில் விழுந்து ஆசி பெற்றாள்.

''எம்மருமக சரிதா உன்ன மாதிரிதாம்மா, எங்குடும்பத்த காக்கற தெய்வம், ஒரு வார்த்த அதிகமாப் பேசமாட்டா, மச்சினர்களையும் ஓரகத்திகளையும் அரவணைச்சு குழந்தைகள்ட்ட வேறுபாடில்லாம நடந்துப்பா. ஒரு வேலையச் செஞ்சான்னா அதத் திருப்பி செய்ய வேண்டி வராதும்மா. அவ்வளவு நருவிசா இருக்கும். நான் அந்த விஷயத்தில கொடுத்து வச்சவன்ம்மா. நீ நாசிமக் கூட்டிட்டு ஒருமுறை வீட்டுக்கு வாயேம்மா''

''கண்டிப்பா வரேன்ப்பா, எனக்கும் நீங்க சொல்லச் சொல்ல சரிதாக்காவைப் பாக்கணும்னு ஆசையாத்தான் இருக்கு''

பார்க்க நினைத்த சரிதாக்காவை, தனக்காகத் துடித்துக் கொண்டிருக்கும் தன்னைப் பார்க்கத் துடித்துக் கொண்டிருக்கும் ஆத்மாவோடு சேர்ந்து சந்திக்க நேரிடும் என்பது அவள் எதிர்பாராதது.

ஒரு திங்கள்கிழமை காலை சரிதாவும் மீராவும் சஹிதாவைப் பார்க்க வந்தார்கள். மாடியேறிப் போனவர்களை ஏனோ

எரிச்சலோடு பார்த்துக் கொண்டிருந்தாள் ஜரீனா பீவி. யார் மாடிக்குப் போனாலும் ஜரீனாவுக்குக் கோபமும் எரிச்சலும் மண்டிக்கொண்டுதான் வருகிறது. ஆனால் நாசிமும் இதற்கு உடன்பட்டு நடப்பதால் அவளால் ஒன்றும் செய்ய முடியவில்லை, எரிச்சல் படுவதைத்தவிர.

''வணக்கம் மேடம், உள்ள வரலாமா?''

''ப்ளீஸ் வாங்க, உக்காருங்க''

''நல்லாயிருக்கீங்களா?''

வரும் வாடிக்கையாளர்கள் நலம் விசாரிப்பது ஆச்சரியமாய் இருந்தது அவளுக்கு.

''ம்... நல்லாயிருக்கேன், என்ன வேணும் உங்களுக்கு?'' கேட்ட சஹிதாவை மீரா ஆழமாகப் பார்த்தாள்.

''என்ன மேடம், அப்படிப் பாக்கறீங்க?''

''இல்ல... நான் மீரா, இவங்க சரிதா, கிருஷ்ணன் சாரோட மருமக...'' திடமான பார்வையை முகத்திலிருந்து எடுத்தபடி பேசினாள்.

''ஓ... அப்படியா, வாங்க வாங்க, உங்களப் பாக்கணும்னு ரொம்ப நாளா நெனச்சிட்டிருந்தேன், உக்காருங்க அக்கா. சார் உங்களப்பத்தி ரொம்ப சொல்லுவாரு. நானும் இப்படியான நேரத்துக்குத்தான் காத்திட்டிருந்தேன்''

'இப்படியான நேரத்துக்குத்தான் காத்திட்டிருந்தேன்' என்ற வார்த்தை எதற்கு வந்ததென்றே தெரியவில்லை. அவர்களின் நட்பை, காலம் கடந்து எடுத்துச் செல்லப் போவதைச் சட்டெனச் சொல்லிவிட்டாளோ என்றே தோன்றுகிறது. இருவரும்

உட்கார்ந்தவுடன் ஒரு நிமிட அமைதி தோய்ந்து போனது. சஹிதாதான், அதைத் துடைத்தெறிய விரும்பினாள்.

''சொல்லுங்க, நான் என்ன செய்யணும் உங்களுக்கு?''

''ஒண்ணுமில்ல, நீங்க எங்களுக்கு ஒண்ணும் செய்ய வேண்டாம். மொதல்ல நான் மீரா. என்னைப் பேர் சொல்லியே கூப்பிடலாம். நானும் உங்கள சஹிதான்னுதான் கூப்பிடப் போறேன், சரிங்களா''

மீரா இப்படிப் பேசியதும் சஹிதாவுக்கு கண்களில் ஒளி சிந்தி சிரிப்பு வந்தது. மீராவும் சஹிதாவும் அப்படியே ஒட்டிக் கொண்டார்கள். இவர்களை விட, கொஞ்சம் வயதில் பெரியவளாகத் தெரிந்த சரிதாவை இரண்டு பேரும் 'சரிதாக்கா' என்றே கூப்பிட்டுப் பழகினார்கள்.

''சஹிதா, நானும் சரிதாக்காவும் ஒரே ஏரியாவிலதான் குடும்பம் இருக்கோம். சரிதாக்காவுக்குத் தேவையே இல்லன்னாலும் வீட்ல சும்மா இருக்கப் பிடிக்கல, அதனால நாங்க ரெண்டு பேரும் சேந்து சின்னதா ஒரு கேட்டரிங் யூனிட் ஆரம்பிச்சு நடத்தறோம். மதியம் மட்டும் சாப்பாடு குடுக்கற யூனிட். இப்ப நூத்தி எழுவது பேர் சாப்பிடறாங்க. சாப்பாடு கொண்டு போக ஒரு வேனும், ஆறு வேலைக்காரங்களுமா நல்லாப் போயிட்டிருக்கு. உங்களோட சேர்ந்து இதை நடத்தினா, இன்னும் நல்லா செய்யலாம்னு எங்களுக்குத் தோணிச்சு. சிட்டி முழுக்கக் கொண்டு போக முடியும். அதான் கேக்க வந்தோம்''

சஹிதாவுக்கு பெண்கள் வேலை பார்த்துச் சம்பாதிப்பது பிடிக்கும், அதிலும் பாதுகாப்பான வேலைக்குப் போய் மாதச் சம்பளம் வாங்குவதை விட தொழில் தொடங்கி அதன் கஷ்ட நஷ்டங்கள் பார்த்து, சிரமப்பட்டு, ஓடி உழைத்து,

அவமானப்பட்டு, சவால்களேற்று முன்னேறுவது மிகவும் பிடிக்கும். அவள் யாரையும் கேட்காமல் யாரிடமும் பகிர்ந்து ஆலோசிக்காமல் தீர்மானமாய் பதில் சொன்னாள்.

"என்னோட சேந்து இந்த வேலை பார்த்தால் இன்னும் நல்லா வரும்னு நெனச்சா, கண்டிப்பாச் செய்யலாம். எனக்கு முழுச் சம்மதம்"

சட்டென எழுந்த மீரா, "நீங்க நிச்சயமா மறுக்க மாட்டீங்கன்னு நான் நெனச்சேன். ரொம்ப சந்தோஷம் சஹிதா" என்று ஒரு நிமிடம் நிறுத்தியவள், "நான் உங்களை ஒருமுறை ஹக் பண்ணிக்கலாமா?" என்று கேட்டாள்

தன் இருக்கையிலிருந்து எழுந்து வந்து மீராவை இறுக அணைத்துக் கொண்டாள் சஹிதா. அந்த அணைப்பில் பல நாட்களின் தாகமிருந்தது. இன்னும் பல நாட்களின் நட்புக் கண்ணியிருந்தது. எதிர்பார்ப்பின்மையிருந்தது. எந்த நேரத்திலும் விட்டு கொடுக்காத அன்பின் தூய்மையிருந்தது, நன்றியிருந்தது, நிறைவுமிருந்தது.

சரிதாவும் மீராவும் குடும்பங்களுக்குள் தங்கள் நட்பை நீட்டித்தார்கள். மூன்று வீட்டு ஆட்களும் ஒரு குடும்பமாய் மாறினார்கள். எல்லோருக்கும் வயதில் சிறியவளாக இருந்தாலும் சஹிதாவே இந்தக் குடும்பத்தின் அச்சாணியானாள். அலுவலகத்துக்கு வந்த கிருஷ்ணன் சார் வீட்டுக் குழந்தைகளுக்கு எப்படியோ அதே மாதிரி சஹிதாவிற்கும் மீராவுக்கும் கூட 'சீமத்தாத்தா' ஆனார். மற்றவர்களிடம் கடுமை காட்டும் சீமத்தாத்தா அவளிடம் நட்பாய் உறவைக் கொண்டாட மட்டுமே விரும்பினார். அவருக்கு உடல் சுகவீனமான நாட்களில் சஹிதா தனக்குத் தெரிந்த சிகிச்சை முறையில் குணப்படுத்தப் பெரு முயற்சி எடுத்தாள். அதில் அவருக்கும் நல்ல குணம் தெரிந்தது.

வலி குறைந்த நாட்களில் சீமத்தாத்தா நன்றாகப் பேசவும் இசை கேட்கவுமாய் மகிழ்ந்திருந்தார்.

அவர்களைப் பார்த்த நாளிலிருந்தே தன் வாழ்க்கை மிக வேகமாகப் பள்ளத்தை நிரப்ப ஓடும் ஆற்றுநீரைப் போல மாறும் என்பதை சஹிதா கொஞ்சமும் யோசித்திருக்கவில்லை.

நூற்றி எழுபது சாப்பாட்டை உள்ளடக்கின கேட்டரிங் யூனிட் மூன்று வருடத்தில் ஆயிரத்தி இருநூறு என்ற கணக்கைத் தொட்டது. உணவை எல்லா இடங்களுக்கும் கொண்டு செல்ல ஆறு வேன்கள் வாங்கப்பட்டன. ஓட்டுநர்கள், சமையலர்கள், வேலையாட்கள், அவர்களுக்கான சம்பளம், தங்கும் வசதிகளை ஏற்பாடு செய்வது, பொருட்களை அதிக அளவில் மொத்தமாய் வாங்குவது, அதில் ஏற்படும் லாப நஷ்டங்கள் என பரபரப்பாக, ஆனால் மிகவும் சுவாரசியமாக மாறிய இந்தச்சூழலில் சஹிதா கொஞ்சநாட்கள் வேறு எந்தச் சிந்தனையுமில்லாமல் ஓடிக் கொண்டேயிருந்தாள். திடீரென வேலை ஆட்கள் வராதபோது எந்த முன் யோசனையுமின்றி இவர்களே சமைத்தார்கள். அதில் உடல் சோர்ந்து போகும்போது வேறு ஆட்களைத் தேடி அலைந்தார்கள். ஆனாலும் அதில் அவர்களுக்கு மனச்சோர்வு ஏற்பட்டதேயில்லை.

சஹிதா பொருளாதார ரீதியாகவும் முன்னேறிக் கொண்டிருந்தாள். வருமானத்தைக் கொட்டி செலவு செய்யாமல் யோசித்து பொருட்கள் வாங்கினாள். அவளுக்கென்று ஒரு பைக், நாசிமுக்கு அன்று உச்சத்திலிருந்த கார், மாமியாருக்கு அவர்களுக்குப் பிடித்த நகைகள், மாமனாரின் தேவைகள், நிசாரின் ஆசைகள் என பூர்த்தி செய்துகொண்டே வந்தாள். ஒரு அபார்ட்மெண்ட் வாங்க முடிவு செய்தபோது மட்டும் நாசிம் ஏனெனக் கேள்வி கேட்டான்.

''தனியாப் போறதுக்கெல்லாம் இல்ல நாசிம், ஒரு வார கடைசியில மட்டுமாவது நாம மட்டுமோ நம்ம நண்பர்களோடோ போய் தங்கறதுக்கு மட்டுமானது அது. வேற எந்த உள்நோக்கமும் இல்ல நாசிம் எனக்கு''

பெசண்ட் நகரில் நான்கு வீடுகள் கொண்ட அபார்ட்மெண்டில் ஒன்றை வாங்கியபோது எதிர்பார்த்ததுக்கும் மேலாக ஜரீனா சந்தோஷமே அடைந்தாள். ஆனால் வேலைக்கு ஆட்களில்லாத நாட்களில், இக்கட்டான சூழ்நிலைகளில் தன் மகனே மில்லுக்குப் போய் மிளகாய்த்தூள் அரைத்து வருவதையும் திடீரென சப்பாத்தி மாஸ்டர் வரவில்லையானால் 'பீட்டர் இங்லேண்ட்' சட்டையையும் பேண்டையும் கழட்டி வைத்துவிட்டு அவன் சப்பாத்தி போடுவதையும் அவளால் தாங்கிக் கொள்ளவே முடியவில்லை. அதற்கும் மேலாக ஒரு நாள் சமையலறையில் பாத்திரம் கழுவும் குழாயில் ஏற்பட்ட அடைப்பை நாசிமே குச்சி வைத்தும் கம்பி கொண்டும் குத்திக் கொண்டிருந்தபோது வெடித்துச் சிதறினாள்.

''ஏண்டா நாசிமே, நான் அப்பவே சொன்னேனில்லடா, பொம்பளய வைக்கற எடத்தில வைக்கணும், இல்லன்னா இப்படித்தான். சாக்கட தோண்ட வுட்டுட்டா பாத்தியா?''

''அம்மா, இதில என்ன இருக்கு? வீட்டு சிங்க் அடச்சிட்டா நாந்தானே சரி பண்ணுவேன், நீ அப்ப இவ்ளோ கத்தினது இல்லயே. உனக்கு பிரச்சனை நான் சுத்தம் பண்றதா? இல்ல சஹிதா கண்ட்ரோல்ல இருக்கறதா?''

ஜரீனாவால் பதில் பேச முடியவில்லை. முகத்தை இன்னும் இறுக்கமாக்கிக் கொண்டு எழுந்து உள்ளே போனாள்.

நாசிம் எப்போதும் அப்படித்தான். தன் வேலைகளைச் செய்வதில் கௌரவம் பார்க்கத் தெரியாதவன். அத்தனை வேலைக்காரர்களை வைத்துக்கொண்டு அலுவலகத்தில் வேலை பார்த்தாலும் வீட்டில் அதன் சுவடுகூட இல்லாமல் ஒரு கணவனாய், அப்பாவாய், மகனாய், தம்பியாய் வாழத் தெரிந்தவன். வீட்டு வளாகத்திலிருந்து பென்ஸ் கார், குளிரூட்டப்பட்ட அலுவலக வளாகம், மேல் தட்டு மக்களோடு பழக்கம், நட்பு, வியாபாரம் என்றிருந்தாலும் மிகவும் கீழே இறங்கி வருவதில் எந்தத் தயக்கமும் காட்டாதவன். அது சஹிதாவை எல்லா விதத்திலும் தாங்கிப் பிடித்து வாழ்வின் எல்லா மட்டங்களையும் தரிசிக்க வைத்தது. சஹிதா மிகவும் சௌகரியமான, பாதுகாப்பான, நிறைவான வாழ்வினை, தனக்குள் அடைமழையின் குளிர்போல அனுபவித்தாள்.

மீராவும் சரிதாவும் நிறையப் படிப்பவர்களாகவும் வாதிப்பவர்களாகவும் இருந்ததும் சஹிதாவுக்குப் பெரிய ஆசுவாசமாயிருந்தது. எவ்வளவு நேரம் பேசினாலும் தீராத மாதிரியான பந்தம் அவர்களுக்குள் நூலிழையாய்த் தொடங்கி உருக்கி வார்த்த கம்பியாய் இறுக ஆரம்பித்திருந்தது. இலக்கியம், தத்துவம், சினிமா, பொது வாழ்வு, ஆன்மீகம் என எப்போதும் விவாதித்தார்கள். கருத்து வேறுபாடுகளோ முரண்பாடுகளோ அந்தத் தோழமைக்குள் பெரிதாக வந்ததேயில்லை. சரிதாவுக்கு தெலுங்கில் வாசிக்கவும், நல்ல இலக்கியங்களை வாசித்துச் சொல்லவும் பிடிக்கும். மீராவும் சஹிதாவும் ஆங்கிலத்திலும் இந்தியிலும் வாசிப்பதால் பல மொழிகளைப் படிக்கவும் சிலாகிக்கவும் முடிய, ஸ்நேகிதிகள் தங்கள் நட்பில் இன்னும் இறுகிக் கொண்டார்கள். சஹிதா கூடுதலாக மலையாளப் புத்தகங்களும் வாசித்துச் சிலாகிக்க ஆரம்பித்தாள். அப்படி ஒரு

நாள் 'மொழி ஆழம்' என்ற மலையாளப் புத்தகம் தன் வாழ்வைப் புரட்டிப்போடப் போவதறியாமல் எடுத்து வாசிக்க ஆரம்பித்தாள்.

புத்தகம் படிக்க ஆரம்பித்த சஹிதா அமைதியானாள். வறண்ட நிலத்தில் பெய்த மழை போல அது தன்னை உறிஞ்சி உள்ளிழுத்துக் கொண்டது. சிறிது காலமாய் தனக்குள் ஏற்படும் மனக் குழப்பங்களுக்கு ஏதோ தெளிவு கிடைத்தது மாதிரி சௌகத் எழுதிய 'மொழி ஆழம்' புத்தகம் அவள் மடியில் கிடந்தது. நான்கு நான்கு வரிகளாய் எழுதப்பட்ட தத்துவார்த்தமான, தீர்க்கமான ஆனால் எளிமையான புத்தகம். ஒரு வருடமாய் அதை எடுத்துப் படிக்கவும் ஆழ்ந்து யோசிக்கவும் செய்தாள். காரணம் தெரியாமல் அழுத அழுகைக்கு அர்த்தம் புரிந்தது போலவும், நான் தனியில்லை என்று சொல்வது போலவும் இருந்தது. ஒரு பின்னிரவில் தனக்குத் தோன்றியதையெல்லாம் எழுதி சௌகத்திற்கு ஒரு மின்னஞ்சல் போட்டுவிட்டு தூங்கிப் போனாள் சஹிதா. இரவில் மொட்டாய் இருந்தது விடியலில் மலரும் மலராய் காலையில் தன் மின்னஞ்சலைத் திறந்தபோது உணர்ந்தாள். சௌகத்திடமிருந்து அவளுக்குப் பதில் வந்திருந்தது. தன் புத்தகத்தை இத்தனை ஆழமாகவும் செறிவாகவும் உள்வாங்கிய ஒரு மனுஷியைப் பார்க்க விரும்புவதாகவும் தான் இப்போது கேரளாவில் இருப்பதாகவும் சென்னை வரும்போது சந்திக்க முடியுமாவென்றும் கேட்டிருந்தார். பறவையிலிருந்து உதிர்ந்த இறகைப் போல லேசானாள் சஹிதா.

புதிய அதிதிகள் வீட்டிற்கு வருவதானால் மாமியாரிடம் அனுமதி வாங்க வேண்டும். வீட்டு ஆண்கள் இருக்கும் போதுதான் அவர்கள் வரவேண்டும். அப்படி அனுமதி வாங்கி சௌகத் வீட்டிற்கு வந்த மதிய வேளையில் நாசிம் மாமனார்,

மாமியார், நிசார் என எல்லோருமே வீட்டில் இருந்தார்கள். மலையாள எழுத்தாளர் வீட்டிற்கு வருகிறார் என்ற மட்டில் வீட்டில் பெரியவர்களுக்கு அறிமுகமாயிருக்க, நாசிம் மட்டும் 'மொழி ஆழம்' புத்தகத்தோடு அவரை ஒப்பிட்டுப் பார்த்துக் கொண்டான்.

சாப்பிட்ட பிறகு உட்கார்ந்து நிறைய பேசினார்கள். பேச்சு தீருகிற மாதிரித் தோன்றவேயில்லை. கொஞ்ச நேரத்தில் இவர்கள் மூன்றுபேரும் மட்டுமே பேசிக் கொண்டிருந்தார்கள். எழுந்து போகும்போது தன் முதல் சந்திப்பின் ஞாபகமாய் சஹிதாவுக்கு 'ஒரு யோகியின் சுயசரிதம்' புத்தகத்தைப் பரிசளித்துவிட்டு, 'பிறகு எப்போதாவது பார்க்கலாம்' என்று சொல்லிவிட்டு உதடும் கண்களும் ஒப்பாய் சிரிக்க எழுந்து போனார் சௌகத்.

13

அன்றும் மாலையில் அத்தா விளக்கேற்றியவுடன் வழக்கம்போல அஸ்மா திட்ட ஆரம்பித்தாள். திட்டுவதென்ன, முணுமுணுப்புதான். சத்தம் கேட்பது போல அவள் திட்டவும் முடியாது, மற்றவர்கள் அதைக் கேட்டுவிடவும் முடியாது. ஆனால் சின்ன வயதிலிருந்தே அத்தா குரான் அறையில் விளக்கேற்றும்போது அம்மாவுக்குக் கோபம் வருவதை சஹிதா பார்த்திருக்கிறாள். ஏனென்றே தெரியாமல் அவள் ஒரு நாள் இத்தாமுவிடம்தான் கேட்டாள்.

"இத்தாமு, ஏன் அம்மா அத்தாவை இப்படித் திட்டிட்டே இருக்காங்க? அம்மாவுக்கு வெளக்கு வச்சா புடிக்காதா? நீலிமா வீட்டில அவங்க அம்மம்மா தினமும் சாயங்கால நேரத்தில வீட்ல தீபம் ஏத்தி எல்லா சாமிகிட்டயும் காமிச்சு வீட்டு வாசல்ல கொண்டுவந்து வைக்கறாங்க. அவங்க வீட்ல அவங்க அம்மா திட்டவே மாட்டேங்கிறாங்க"

"இல்லடா எஞ்செல்லமே, அது ஒவ்வொருத்தரும் கும்பிடற சாமியப் பொறுத்து இருக்குடா"

''சாமி எல்லாருக்கும் ஒண்ணு இல்லையா?''

''இல்லம்மா, அதில நிறைய வேறுபாடுகளிருக்கு''

''வேறுபாடுகளோட கடவுள் இருக்க முடியுமா இத்தாமு?''

''அப்படி இல்லம்மா, நிறைய பேர் கடவுள வணங்குறாங்க, கொஞ்சப் பேர் கடவுள வணங்கச் சொன்னவங்கள வணங்கிறாங்க''

''யாரு கடவுள வணங்கச் சொல்றவங்க? அது நமக்கே தெரியாதா? அதப்போய் எதுக்கு மத்தவங்க சொல்லித் தரணும்?''

''கடவுள் இந்த பூமியைப் படச்ச நாள்லயிருந்தே அப்படிக் கொஞ்சம் பேரும் வந்தாங்கம்மா, கடவுளப்பத்தி தெரியாதவங்க, புரிஞ்சுக்க முடியாதவங்க, அறியாமைல இருந்தவங்க என எல்லாரையும் கூட்டி வெச்சு அல்லாவோட பெருமைகளைச் சொல்லி அவரை உணர வெக்க இறை தூதர்களா கொஞ்சபேர் வந்தாங்க. கொஞ்சம் பேர் இல்ல, லட்சக் கணக்கில வந்தாங்களாம். அப்படி ரொம்ப காலத்துக்கு முன்னாடி ஒரு ஆழிப் பேரலைல அடிச்சிட்டு, காத்து வீசற பக்கமெல்லாம் அலைக்கழிஞ்சு, மனசொடிஞ்சு போயி, பாய்மரமெல்லாம் பிஞ்சு தொங்கி, கப்பல்ல பல பாகங்கள் ஒடஞ்சு, ஆனாலும் அல்லாவோட கிருபையால தாக்குபிடிச்சு கரை ஒதுங்கி மயங்கி கிடந்தவங்கதான் பீமா உம்மாவும் அவங்க மகன் சையத்தும். அப்பறம் அவங்கள ஊரில இருக்கவங்க எல்லாம் காப்பாத்தி சாப்பாடு குடுத்து தங்க வச்சு பாத்துக்கிட்டாங்க. அவங்க அப்படியே நம்ம ஊரிலயே தங்கிட்டாங்களாம். பெரிய கப்பல்ல ரொம்ப தூரத்திலிருந்து வந்தாலும் அல்லாதான் தங்களைக் காப்பாற்றி இந்த ஊருக்கு அவரோட பெருமைகளைப் பரப்பச் சொல்லி அனுப்பி வச்சாருன்னு அந்த பீமா உம்மா

சொல்வாங்களாம். ரொம்ப காலம் வாழ்ந்த அவங்க தர்க்காவுக்கு நாமெல்லாம் கூடப் போகலாம். இந்த வருஷம் அங்க நடக்கப்போற உருசு சந்தனக்கூடு திருவிழாக்கு கரீம்கிட்ட நம்மள கூட்டிட்டுப் போகச் சொல்றேன்''

''நாமெல்லாம் போலாமா?''

''கண்டிப்பாப் போலாம், அங்க இருக்கற புனிதக் கெணத்திலயிருந்து தண்ணி எடுத்து தெளிச்சிட்டு வந்தா தீராத வியாதியே இல்லம்மா''

''நாம எப்பப் போனாலும் தண்ணி இருக்குமா? நீலிமாவோட அத்தாவுக்குக் கால்வலி அதிகமாயி நடக்கவே முடியாம அவரு வேலைக்கே போறதில்லையாம். அவரையும் கூட்டிட்டுப் போலாம் இத்தாமு''

''கண்டிப்பாக் கூட்டிட்டுப் போலாம், அந்தக் கெணத்துத் தண்ணி வத்தவே வத்தாது. நானெல்லாம் சின்னப் பொண்ணா இருந்த காலத்தில பஞ்சம் வந்து சாப்பாடு இல்லாம ஒரு வாய் தண்ணி இல்லாம மனுஷங்க கொத்துக்கொத்தா செத்துப் போனாங்களாம். எப்படியாவது புள்ள குட்டிகளக் காப்பாத்த மனுஷங்க ஊரையே காலி பண்ணிட்டு பீமா பீவிட்ட போய் வேண்டுதலும் பிரார்த்தனையுமா இருந்தாங்களாம். அந்தப் பஞ்சத்திலயும் பீமாபள்ளியில இருக்கற கெணத்துத் தண்ணி வத்தினதேயில்லயாம். மக்கள் அந்தத் தண்ணி குடிச்சுதான் தங்களக் காப்பாத்திக்கிட்டாங்களாம். எங்க அம்மாவும் அத்தாவும் கதகதயாச் சொல்வாங்க. நாம நிச்சயமாப் போலாம்''

''அங்கப் போனா அம்மா திட்ட மாட்டாங்களா?''

''அம்மா ஹஜ்க்கு போனா இல்லயா, அப்ப குரான் வகுப்புக்கெல்லாம் போனால்ல, அதில உருவத்தை வச்சு நாம

தொழுகை செய்யக்கூடாதுன்னு இருக்கு, அதனாலதான் அவ உங்க அத்தாவைக் கோவிக்கறா, அம்மா சொல்றதிலயும் நியாயமிருக்கு. ஒரு உருவத்தைத் தொழுகறதை நம்ம மார்க்கம் சொல்லிக் குடுக்கல. ஆனா உங்கப்பா சின்ன வயசிலருந்தே அப்படித்தான். எல்லாரும் மசூதிக்குப் போனா அவன் தர்க்காவுக்குப் போவான். வெளக்கு வச்சு தொழுகக் கூடாதுன்னா அவன் மிண்டா தங்ஙள்க்கு தினமும் வீட்டில விளக்கேத்தி வச்சுத் தொழுவான். அதுலதான் உங்க அம்மாக்கும் அத்தாக்கும் எப்பவுமே சண்டை''

''மிண்டா தங்ஙள் யாரு இத்தாமு?''

''அவரும் பீமா பீவி மாதிரி திருச்சூரில வாழ்ந்தவர்தான். அல்லாவைப் பத்தி அறியாமையில இருக்கறவங்களுக்காக வந்த இறைதூதர். உங்கம்மா அல்லா பரம்பரையில வந்தவங்களை யாரையும் தொழக்கூடாதுன்னு சொல்லுவா. அவ சொல்றதும் சரிதான். அல்லா ஒருத்தர்தான் கடவுள். அவரை விடப் பெரிசு நமக்கொண்ணும் இல்லன்னு நம்ம குரான் சொல்லுது''

சஹிதாவுக்குள் அல்லாவும் பீவிகளும் தங்ஙள்களுமாகச் சுற்றிச் சுழன்றார்கள். தன் ஆதி கடவுளைக் கண்டடைய முயலும் அம்மாவைப் பிடித்திருந்தது. மனித குலம் பார்க்காத அல்லாவை விட தன் முன்னோர்களில் ஒருவரை, அல்லாவின் வழி வந்தவரைப் பின்பற்றும் அப்பாவை இன்னும் பிடித்திருந்தது. யாருக்கென்று இல்லாமல் தனக்குத் தெரிந்ததை வெள்ளந்தியாய் பேசும் இத்தாமுவை இன்னுமின்னும் பிடித்திருந்தது.

அவளும் அத்தாவோடு சேர்ந்து மாலைகளில் விளக்கு வைத்தாள். நீல வர்ணக் கண்ணனைத் தொழுது கண்ணீர் மல்கினாள். எந்த நேரத்திலும் மன அமைதி தந்த கண்ணனின்

முகச் சிரிப்புக்குத் தன்னை ஒப்புக் கொடுத்தாள். பெயரிட முடியாத, இன்னதென்று இனம் புரியாத உணர்வுகளை மோன நிலைக்குத் தருவித்து மௌனமானாள்.

எதுவுமே தெரியாமல் கரீம் விளக்கு வெளிச்சத்தில் காணும் மகளின் முகத்திற்கு ஆத்மார்த்த புன்னகை நல்கினார். அதுவொன்றே தனக்குக் கிடைத்த பாக்கியமாய் கரைந்தாள் சஹிதா. தங்கை வஹிதாவுக்கு மட்டும் அக்கா தங்ஙளை வணங்கவில்லை எனப் புரிந்தது. ஆனாலும் அவள் மௌனம் காத்தாள். அதை விளையாட்டில் மறந்தாள். திடீரென ஞாபகம் வந்தால் சஹிதாவிடம் வருவாள், ''அக்கா, நீ என்ன பாட்டு பாடறே யாருமில்லன்னா? எனக்கு அது புரியலயே'' என்று கேட்பாள்.

''எனக்கும்தாண்டி ஒண்ணும் புரியல'' தலை கவிழ்த்த சஹிதாவிடமிருந்து இரண்டு சொட்டு கண்ணீர்த் துளிகள் மட்டுமே வரும்.

14

பெசன்ட் நகர் வீடு அவ்வளவு பெரிதொன்றுமில்லை. எல்லா வசதிகளும் செய்யப்பட்டதில்லை. பொருட்கள் கொண்டு குவிக்கப்பட்டதில்லை. ஆனாலும் சஹிதாவுக்கு நிம்மதியையும், நிலைவுறுதலையும் தரும் வீடாக அமைந்தது. எவ்வளவு இரைச்சலில் மனக் கொந்தளிப்பில் போனாலும் சாந்தமடையச் செய்தது, வீடென்பதற்குப் பொருளாய் மனித உணர்வுகளோடு இசைந்து இருந்தது.

வீட்டின் மொட்டை மாடியில் உட்கார்ந்து நேரம் போவதே தெரியாமல் கடலைப் பார்த்துக் கொண்டிருக்க அவளுக்கு மிகவும் பிடித்திருந்தது. சில நேரங்களில் இரவு முழுக்க அதன் இரைச்சலை, அதன் சப்த மாற்றத்தை ரசிக்கும் மனைவியை அதிர்ந்து பார்த்து ஒன்றும் பேசாமல் போயிருக்கிறான் நாசிம். மலைகளளவு சஹிதாவுக்குக் கடலும் பிடித்திருந்தது.

அந்த வீடு அப்படி ஈர்க்க விஷ்ணுவும் காரணம். மாடியிலிருந்து பார்த்தால் கீழே உட்கார்ந்திருக்கும் எட்டு வயதான விஷ்ணு கை மாற்றி கை மாற்றி கூழாங்கல் விளையாடிக்

கொண்டிருப்பது தெரியும். அவன் கோபமடைந்தோ அழுதோ சஹிதா பார்த்ததேயில்லை. எதற்காகவும் அடம் பிடித்ததில்லை. அந்தச் சின்ன மனசு என்ன நினைக்கிறதென்றும் யோசிக்கிறதென்றும் யாருக்குமே புரிந்ததில்லை. குனிந்த முகத்தில் கன்னக் கதுப்பில் அவன் சிரிப்பு வழிந்தோடுவதை எப்போதும் ரசிப்பாள் சஹிதா. அவன் பேசாமல் ஈர்த்த ஒரு மாலை, அலைகளும் அமைதியாயிருக்க விஷ்ணுவின் வீட்டிற்குப் படியிறங்கிப் போனாள்.

மிகுந்த நேசத்துடன் முதல் பார்வையிலேயே தன்னை வீட்டிலும் மனசிலும் ஏற்றுக்கொண்ட விஷ்ணுவின் அம்மா அன்பானவளாயிருந்தாள்.

"கொழந்தயப் பாக்க வந்தேன்..."

"வாங்க உள்ள வாங்க"

"எப்பவும் வெளியவே ஒக்காந்திருக்கான், தனியா வெளயாடிட்டு இருக்கானே, உங்கள தொந்தரவே பண்றதில்ல போலயிருக்கு"

சஹிதாவின் சிரிப்பு விஷ்ணு அம்மாவின் கண்களில் நீராய் நிறைந்தது. இவள் பதறிப் போனாள்.

"அய்யோ என்னங்க ஆச்சு? நான் எதுவும் தப்பா கேட்டுட்டேனா?"

"இல்லங்க, நீங்க எதுவும் கேக்கல, விஷ்ணுவால எனக்கு மட்டுமில்ல, யாருக்கும் தொந்தரவு கொடையாது, அவன் அப்படியான கொழந்தை"

"எனக்குப் புரியலீங்க"

''எங்களுக்குக் கல்யாணமாகி பதிமூணு வருஷம் கொழந்த இல்லாம இருந்தோம், ஒரு மாதிரி நானும் ஹரியும் ஒரு கொழந்தையைத் தத்து எடுத்துக்கலாம்னு முடிவு பண்ணி ஆறு மாசக் கொழந்தயா இருந்த விஷ்ணுவ அடாப்ட் பண்ணோம். ஆனா வளர வளரத்தான், அவனொரு ஸ்பெஷல் சைல்ட்ன்னு தெரிய வந்திச்சு''

''கொழந்தய அடாப்ட் பண்றதுக்கு முன்னாடி மெடிக்கல் ஹிஸ்ட்டிரி பாக்கலயா நீங்க?''

''பாத்தோம், அவன் வளரும்போது இப்படியிருக்கானேன்னு போய் கேட்டோம், எதுக்கும் பொறுப்பான பதிலில்லை. வேணாம்ன்னா கொண்டு வந்து குடுத்துடுங்கன்னு சொன்னாங்க. ஹரிக்கு ரொம்ப கோவம் வந்திடிச்சு. அது என்னங்க ஒரு பொருளா, வேணாம்னா திருப்பிக் குடுக்க? கொழந்த இல்லாதவங்களுக்குத்தான் அதோட வலி தெரியும், அவன நாங்க நல்லா வளத்துப்போம். இனி இப்படி யாருகிட்டயும் நடந்துக்காதீங்கன்னு சொல்லிட்டு வந்திட்டார்''

''......................................''

''ரொம்ப அழுதேன் சஹிதா, ஆறு மாசம் அழுதேன். அப்பறம் கொஞ்ச கொஞ்சமா ஹரிதான் என்னைத் தேத்தினார். ராதா, வேற யார்கிட்டயாவது போயிருந்தா கொழந்த ரொம்ப கஷ்டப்பட்டிருப்பான். நமக்குக் கொழந்த இல்லாததேக் இப்படியொரு கொழந்தையை நல்லபடியா வளக்கத்தான்னு நெனச்சுக்கோ ராதா, அப்பத்தான் இவன்கிட்டயிருந்து நாம சந்தோஷத்தை எடுத்துக்க முடியும்ன்னு என்னைத் தேத்தினார். நான் அதை அப்படியே ஏத்துகிட்டேன்''

ராதா சொல்லி முடித்தபோது கண்ணீர் சஹிதாவின் கண்களுக்கு இடம் மாறியிருந்தது.

அப்படியே விஷ்ணு அவள் மனதோடு ஒட்டிக் கொண்டான். அவனோடு விளையாடினாள்; பேச முயன்றாள்; தன் மனதை, கடத்த முயன்றாள். அவனைப் புரிந்து கொள்ள இவள் பயிற்சியெடுத்துக் கொண்டு முயன்றாள். விஷ்ணு, சஹிதாவோடு நட்பானான். இவளைப் பார்க்கும்போது குனிந்து கன்னக்கதுப்பில் பரவி, எச்சில் வடியச் சிரித்தான். கைகளில் இடம் மாறும் கூழாங்கல் இவள் கைகளுக்குத் தடம் மாறியபோது குதூகலித்தாள். அதிக நேரம் அவனோடே இருக்க ஆரம்பித்தாள். எப்போதும் வியப்பு மாறாக் கண்களும், யார் என்ன சொன்னாலும் அந்த நேரத்துக்கேற்ற புன்னகையின் விரிவும், கிடைக்கும் சிறு பொருட்கள் வழியே விதவிதமாய் வடிவங்களை மாற்றி மாற்றி அமைப்பதும் அழிப்பதுமாய் இருக்கும் விஷ்ணு ஒரு வார்த்தை கூடப் பேசுவதில்லை. யார் அவனிடம் என்ன பேசினாலும் மலர்ந்த கண்களும், ஈரப் புன்னகையுமாகவே இருப்பான்.

ராதாவும் ஹரியும் தங்கள் வாழ்க்கையை அந்தக் குழந்தைக்காய் மாற்றி வடிவமைத்துக் கொண்டார்கள். அவர்களுக்கு எல்லாமே விஷ்ணுதான். அவனைச் சுற்றித்தான் அவர்களின் பேச்சும் செயல்பாடுகளும் அமைந்திருந்தன. தண்ணீர் அவனுக்குப் பிடிக்குமென்பதால் பெசன்ட் நகரில் கடற்கரையோர வீட்டை வாங்கினார்கள். வேலைக்குப் போவதை ராதா முழுமையாகவும் ஹரி பாதியாகவும் குறைத்துக் கொண்டார்கள். விஷ்ணுவை, அவனை வேதனைப்படுத்தாமல் பயிற்சிகளுக்குக் கூட்டிப் போனார்கள். மூளை வளர்ச்சிக் குறைபாடுள்ள அவனால் மருத்துவ ரீதியாக குறைவான முன்னேற்றத்தையே கொடுக்க முடிந்தது.

மண்ணும் கூழாங்கற்களும் சிப்பிகளும் தன் நேரங்களையும் வாழ்வையும் முழுமையாக்கப் போதுமாயிருந்தது அவனுக்கு. ஆழமும் விரிவும் கொண்ட கடலை நெடுநேரம் பார்ப்பது சிலரால் மட்டுமே முடியும். அது அவனுக்கு வாய்த்திருந்தது. வார்த்தைகளின்றி அதில் பயணிக்க முடிந்தது. தண்ணீரில் விளையாடுவதும் மழையில் நனைவதும் கூடுதல் சந்தோஷம். மழை பெய்யும் நேரங்களில் மூன்று பேரும் மழையில் நனைந்து உற்சாகமாயிருப்பார்கள். என்ன செய்தாலும் விஷ்ணுவின் மனசில் ஓடும் எண்ண அலைகளுக்கு வரிவடிவமும் ஒலி வடிவமும் கொடுக்க முடியாமல் ராதாவும் ஹரியும் திணறித்தான் போகிறார்கள்.

அன்று சஹிதாவும் இந்த வீட்டிற்கு வந்திருந்தாள். அரை மணிநேரம் பெய்த மழையில் விஷ்ணுவுக்காய் பெரியவர்கள் மூன்று பேரும் ஓடிப் பிடித்து விளையாடினார்கள். மழை நின்றபின் தன் வீட்டிற்குப் போய் துணி மாற்றிக் கொண்டு வருவதற்குள் விஷ்ணுவை நன்றாகத் துடைத்து, தலை முடியை டிரையர் இட்டுக் காய வைத்துக் கொண்டிருந்தாள் ராதா.

''என்ன ராதா கொஞ்சம் முடி தானே இருக்கு அவனுக்கு, அது தானா காஞ்சிடாதா?''

''இல்ல சஹிதா, அவனுக்கு முடி கழுத்துகிட்ட வந்தா ரொம்ப டிஸ்டர்ப் ஆயிடுவான். அதனாலதான் எப்பவும் உச்சிக்குடுமி போட்டு வச்சிடறது. இல்லன்னா ஒரு நாளைக்குள்ள ஆயிரம் தடவையாவது கழுத்தத் தடவிப் பாத்து ரொம்ப எரிச்சலாயி தொந்தரவாயிடுவான். அதில மட்டுந்தான் அவன் கோபப்படறத நாம பாக்க முடியும். அதனால இப்படி நனஞ்ச உடனே டிரையர் போட்டு குடுமி போட்டு விட்டுடுவோம். அப்ப அவனப் பாக்கணுமே. கண்ணாலயே நன்றி சொல்லும் செல்லம்'' ராதா

அவனுடைய முடியை எடுத்து உச்சிக்குடுமி போட்டுவிட்டுக் கன்னத்தில் முத்தமிட்டாள்.

அன்று மிக அதிசயமாக, சஹிதா அவனுக்குத் தலையை வாரி உச்சிக் குடுமி இடுவதை விஷ்ணு ஏற்றுக்கொண்டான். தலையை வாரி குடுமி சேர்த்து அதை இறுக்க ரப்பர் பேண்டை எடுக்குமுன் சீப்பை அவன் தலையிலேயே பதித்து வைப்பாள் சஹிதா. அதன் பிறகு அவள் சீப்பை கீழே வைத்தாலும் விஷ்ணுவே எடுத்து தலையில் செருகிக் கொண்டு சிரிப்பான்.

விஷ்ணு சொற்களால் உணர்த்த முடியாததைக் கண்களால் எப்போதும் புரிய வைப்பான். ராதாவும் ஹரியும் இயல்பான குழந்தையிடம் உரையாடுவது போலவே அவனிடம் பேசுவார்கள். எந்த பதிலும் அவனிடமிருந்து வரவில்லையானாலும் தங்களின் எந்த உணர்வையும் அவர்கள் கட்டுப்படுத்தியதேயில்லை. எல்லா உணர்வுகளுக்கும் விஷ்ணு தன் சிரிப்பையே பதிலாகக் கொடுத்துக் கொண்டிருந்தான். அவனுடன்தான் எல்லா இடங்களுக்கும் போனார்கள். அவனுக்காக எல்லாம் வாங்கினார்கள். அவனிலேயே வாழ்ந்தார்கள்.

சஹிதா, நாசிமிடமும் அமீராவிடமும் எப்போதும் விஷ்ணுவைப் பற்றியே பேசிக் கொண்டிருந்தாள். அமீரா, விஷ்ணுவிடம் அம்மா காட்டும் பிரியத்தை பனிபோலக் கடந்தாள். விஷ்ணுவைப் பார்க்கும்போது தனக்குள் ஏதோ ஒன்று நிறைவடைவதை தான் உணருவதாக நாசிமிடம் பகிர்ந்து கொண்டபோது எல்லாவற்றையும் புன்னகையில் கடக்கும் நாசிம் தன் மனைவியின் குழந்தைமையை ரசித்துக் கடந்தான்.

15

சஹிதாவுக்கு இது ஏழாவது மாதம். அவள் மிகுந்த சோர்வுடனும் பலகீனமாகவுமிருந்தாள். திருச்சூரிலிருந்து அம்மா, அப்பா, வஹிதா, சின்னம்மா, சின்னத்தா, சாந்தம்மா சேச்சி, குழந்தைகளென பெரிய பட்டாளமே வந்திருந்தது. அவள் சட்டென உற்சாகமானாள். புது ரத்தம் ஊறியது போல சிவந்து மகிழ்ந்தாள். நிக்காஹ் முடிந்து முழுமையாய் இரண்டு ஆண்டுகள் நிறைவடைந்த பிறகுதான் சஹிதா கர்ப்பமானாள். மூத்த மகளுக்கு பிரசவம் பார்க்க அஸ்மா ஆசையும் ஆர்வமுமாகக் காத்திருந்தாள். மகளுக்கு சீர் கொண்டு வந்து சிறப்பாக விருந்து செய்து சடங்கு முடித்து மகளைத் தன் வீட்டிற்குக் கூட்டிக் கொண்டு போனாள்.

ஒன்பதாம் மாதம் முடிந்ததொரு அதிகாலையில் பிள்ளை நோவெடுத்த சஹிதாவை அப்பா மருத்துவமனைக்குக் கூட்டிக் கொண்டு போனார். மிகச் சரியாக நாசிமும் அந்த நாளில் உடனிருந்தான். அதிக வேதனைப்படுத்தாமல் காலை ஏழுமணிக்கெல்லாம் பிறந்த தன் பிரதி பிம்பமான மகளை கண் திறந்து பார்த்த சஹிதா அதிர்ந்து போனாள். மகள் அப்படியே

தன்னை ஒத்திருந்தாள். நிறம், வடிவம், சாயல் எல்லாம்... எல்லாம்... அத்தாவிற்கு தன்னைப் போலவே தன் மகளையும் பிடிக்காமல் போய்விடுமோ? அவளையும் உதாசீனப்படுத்தி விடுவாரோ? அவள் தாங்குவாளா? அவளுக்கு அத்தா நாசிம்தானே? அவனொன்றும் அப்படியில்லையே? மகளிடம் அத்தா பேசாமலே போய்விடுவாரோ? அவளுக்கும் எல்லாம் செய்து அன்பை மட்டும் தன்னகத்தே மறைத்துக் கொள்வாரோ? இல்லையில்லை நாசிமின் முகத்தில் பெரும் சந்தோஷச் சாயல்கள் துள்ளி விளையாடின. பிறந்த குழந்தையின் ரத்தப் பிசுபிசுப்பைச் சுத்தம் செய்து கொடுத்த தாதியிடமிருந்து அவன்தான் மகளை முதலில் வாங்கினான்.

''துணி சுத்தாம குடுங்க சிஸ்டர். என் மகளின் ஸ்பரிசத்தை நான் உணரணும்'' எனக் கேட்டு மகளை வாங்கி அப்படியே அணைத்து உச்சியில் முத்தமிட்டு அவளின் இளஞ்சூட்டை தன் உள் வரை அனுபவித்தான். உடல் முழுதும் சிலிர்க்க ஒருமுறை உதறித் துடித்தடங்கின இதயத்துடிப்பை சாந்தமாக்கி, உலகைத் தரிசிக்க வந்த தன் மகளை முதலில் ஸ்பரிசித்து அவன் பாக்கியவானான். மெல்ல சஹிதாவின் அருகில் குழந்தையைக் கிடத்தி, ' போதும் சஹிதா, இப்படியொரு மகளை எனக்கு வாழ்நாளில் தந்தியே அதுவே போதுமென' குனிந்து சஹிதாவின் கன்னத்தில் முத்தமிட்ட பொழுதில் 'இது அத்தா இல்லை, இது என் நாசிம்' என அவன் கைகளை இறுக்கிப் பிடித்துக் கொண்டாள்.

மூன்றாம் நாள் வீட்டிற்கு வந்த பிறகு பக்கத்து வீட்டு சாந்தம்மா சேச்சியின் அராஜகம் ஆரம்பமானது.

''அஸ்மா, நீங்க என்ன வேணாலும் சடங்கு சம்பிரதாயமெல்லாம் செஞ்சுக்கோங்க, ஆனா, மகளை பதினஞ்சு நாள் நாந்தான் கவனுச்சுப்பேன். நீங்க ஒண்ணும் சொல்லக்கூடாது''

"நான் என்ன சேச்சி சொல்லப் போறேன்? அவ உங்க மகளும்தானே, நீங்க என்ன விட நல்லாப் பாத்துப்பீங்களே"

"என்ன சாந்தம்மா, உன்னோட இத்தனை பிள்ளைகளுக்கு பிரசவம் பாத்தும் ஆசை தீரலயா? எம்பேத்திக்கும் செஞ்சாத்தான் ஆசை அடங்குமா, சரி செய். உன்னோட ஆசைப்படி என்ன வேணாலும் செய். எஞ்செல்லத்தை நீ நல்லாப் பாத்துக்கும்போது எனக்கென்ன கவலை?" இத்தாமுவும் அப்படியே சஹிதாவை சாந்தம்மா சேச்சியிடம் ஒப்படைத்தாள். அதன் பிறகுதான் சேச்சி தன் வேலைகளை ஆரம்பித்தாள்.

அதிகாலை நான்கு மணிக்கே அவர்கள் வீட்டில் வேலை செய்யும் வெள்ளச் செரமனையும் சின்னாவையும் கூட்டிக் கொண்டு சஹிதாவின் வீட்டிற்கு வந்துவிடுவாள் சாந்தம்மா சேச்சி. சின்னா குத்துக் காலிட்டு உட்கார்ந்து முதலில் பசுமஞ்சளை மைய அரைத்து உருட்டி வைத்து விடுவாள். அதன் பிறகு மிளகு, சீரகம், தனியா, தோலோடு பூண்டு வைத்து மைய அரைத்து ஒரு உருண்டையாகப் பத்தியக் குழம்புக்கு எடுத்து வைப்பாள். அதற்குள் வெள்ளன் அடுப்பு பற்ற வைத்து முந்தின நாளே காடு மேடெல்லாம் அலைந்து கொண்டு வந்த மருத்துவ குணமுள்ள மரத்தின் வேர், பட்டை எல்லாம் சுடு நீரிலிட்டு கொதிக்க வைத்து தண்ணீரை நல்ல கடுங்காப்பி நிறத்தில் காய்ச்சி ஆற வைத்திருப்பான். பச்சைத் தண்ணீர் கலக்கக் கூடாதென்று நான்கு அண்டாக்களில் தண்ணீர் அதுவே ஆறியபடியிருக்கும். பறவைகள் மேலே பறந்து எச்சமிடக் கூடாதென வெள்ளை மல்வேட்டி போட்டு வெந்நீரை மூடி வைத்திருப்பான்.

ஐந்து மணியாக காத்திருந்தவள் போல வீட்டிற்குள் வந்து குழந்தையைத் தூக்கி பால் குடிக்க வைத்து முகம், கை, கால்களையெல்லாம் வீட்டுத் தேங்காயெண்ணெய் தேய்த்து

உருவிவிட்டு, தலை பிடித்துவிட்டு, புருவம் சீராக்கி, மேலுதடு நீவி விட்டு, நெஞ்சு, வயிறு வழியாக எண்ணெய் தடவி, பெண் குறியில் எண்ணெய் தடவின வெற்றிலை வைத்து தடவிக்கொடுத்து ஒரு துணியில் கிடத்தி குழந்தையை இத்தாமுவைப் பார்க்க சொல்லிவிட்டு சஹிதாவைக் குளியலறைக்குக் கூட்டிப் போவாள் சாந்தம்மா சேச்சி.

குளியலறைக்குள் முக்காலியிட்டு உட்காரவைத்து தலையில் எண்ணெய் தேய்க்க ஆரம்பிப்பாள். ஒவ்வொரு முடி இழையாய் தேய்த்துத் தேய்த்து மொத்தமாய் உச்சியில் கொண்டை கட்டி வைத்து கோட்டக்கல் வைத்தியசாலையிலிருந்து வாங்கி வந்திருந்த, பக்குவமாய் நெய் விட்டு காய்ச்சின மருந்து எண்ணெயை கழுத்து முதல் கால் பாதம் வரைத் தேய்த்து விடுவாள். உடல் முழுக்க எண்ணெய் தடவி ஏற்கனவே கொண்டு வந்து வைக்கப்பட்டிருந்த வெந்நீரை மெல்ல மெல்ல இடுப்பு கை, காலென நீவி நீவி சாந்தம்மா சேச்சி ஊற்றி விடும்போது, சஹிதா அவளிடம் கூச்சப்பட்டதேயில்லை. சூடு பொறுக்க முடியாமல் அவள் சப்தமிடும்போது தாய்மையுடன் ஒரு கை எண்ணெயெடுத்து மீண்டும் நீவிவிட சாந்தம்மா மறந்ததுமில்லை. முலைகளில் மட்டும் எண்ணெயோ, மஞ்சளோ தேய்த்துப் புரட்ட வேண்டாமென்பாள். அவ்வளவு சூடாக வெந்நீர் ஊற்றினால் குழந்தைக்கு பால் வற்றிவிடுமென்று முலைகளை மட்டும் தண்ணீர் ஊற்றி சோப்பிட்டுக் கழுவச் சொல்லுவாள். வெந்நீர் பட்டே உடலில் தேய்த்த அவ்வளவு எண்ணெயும் போய்விடும். பிறகு உடல் முழுக்க பசு மஞ்சள் வாசம் படரத் தேய்த்துக் குளித்து முடிப்பதற்குள் அவள் சோர்ந்துவிடுவாள்.

குளித்துவிட்டு வந்தவுடன் அம்மா ஐந்தாறு மாதங்களாக சேர்த்து வைத்திருந்த பூண்டுத் தோலை நெருப்பிலிட்டுப் புகைத்து

கால் அகட்டி பெண்ணுறுப்பில் சூடு ஏறும் வரை நிற்க வைப்பாள். பிறகு அதில் சாம்பிராணிப் புகையிட்டு தலையைக் கோதிகோதி உலர வைப்பாள். கிட்டத்தட்ட இரண்டு மணி நேரத்தில் இதெல்லாம் முடித்து, கட்டிலில் படுக்க வைத்து வெள்ளை மல் துணியை நன்றாக முக்காலடியாய் மடித்து சஹிதாவின் இடுப்பைச் சுற்றி இறுக்கமாய் கட்டி விடுவாள். ''வலிக்குது சேச்சி, மூச்சே விட முடியல'' என்று சிணுங்கும் அவளை, ''அப்பத்தான் வெளிக் காத்தும் உள்ள வராது, வயிறும் பெருக்காது. கொஞ்சமாத்தான் மூச்சுவிட முடியும்'' என்று சிரிப்பாள். துணியை இறுகக் கட்டக்கட்ட உதிரம் அடி வயிற்றிலிருந்து இறங்குவதை உணர முடியும். பத்தே நிமிடத்தில் சூடாக சோறு வடித்து வெண்கலக் கிண்ணம் நிறைய அமுத்தி வைக்கப்பட்டு பத்தியக்குழம்புடன் இத்தாமு எடுத்து வருவாள். உரித்து, பதமாய் நல்லெண்ணெயில் பொரித்து அரை உப்பும் மிளகுத்தூளும் கலந்த பூண்டு ஒரு கிண்ணமும் பொன்னிறமாய் பொறிக்கப்பட்ட பால்சுறாக் கருவாடுமாய் அம்மாவும் வருவாள். ஒரே ஒரு டம்ளர் வெந்நீர் எடுத்து வைத்துவிட்டு எல்லோரும் வெளியே போய் விடுவார்கள். கால் நீட்டி உட்கார்ந்து சோற்றின் சூடு தொடையில் பட வைத்து, சாப்பிடச் சொல்லிவிட்டு, 'எல்லாத்தையும் மிச்சம் வக்காம காலி பண்ணணும்' என்ற கண்டிப்பும் செல்லமும் வெளியே போகும் சாந்தம்மாவின் கண்களிலும் தாழ்ப்பாளிடும் கதவின் ஓசையிலும் வெளிப்படும். சஹிதாவும் அதீதப் பசியிலிருப்பாள். ஒவ்வொரு நாள் காலையிலுமே பரக்கப்பரக்க சாப்பிடுவாள். அது எப்படித்தான் கடைசி வாய் உள்ளிறங்கும் போது சாந்தம்மா சேச்சிக்கு தெரியுமோ, மிகச் சரியாய் உள்ளே வருவாள். கிண்ணத்திலேயே கை கழுவச் சொல்லிவிட்டு, சுறுசுறுவென்று நாக்கில் இறங்கும் கஷாயமும், பல மூலிகை

மருந்துகளின் கூட்டாய், நெய் சேர்த்து கிண்டி எடுக்கப்பட்ட லேகியமும் சாப்பிடத் தந்து, கையிலேயே வைத்திருக்கும் துளிர் வெற்றிலைகளையும் சீவல் பாக்கையும் நீர்த்த சுண்ணாம்பையும் பதமாய் தடவிக் கொடுப்பாள். மீண்டுமொரு முறை குழந்தைக்குப் பால் கொடுக்கச் சொல்லிக் காத்திருந்து படுக்க வைத்து, ''நல்லா மல்லாந்து கால் மேலே கால் ஏத்தி வச்சு நீட்டிப்படு, நான் மத்தியானம் வரேன். அதுக்குள்ள இத்தாமுகிட்ட மூணு தடவை வெத்திலை போட்டுத் தரச் சொல்லி சாப்பிடணும் புரியுதா?'' என்று செல்லமாய் கட்டளையிட்டாலும் அச்சொல்லின் அக்கறையை மீறவே தோன்றாது.

வெற்றிலை போட்டுச் சிவந்த உதடுகளுடனும் மருந்து எண்ணெய் தேய்த்துக் குளித்த மினுமினுப்பிலும் உட்கார்ந்திருந்த சஹிதாவைப் பார்த்து நாசிம் ஒருமுறை எதேச்சையாய் சொல்லிவிட்டான்.

''சஹிதா நீ இப்ப பாக்க இன்னும் அழகாயிருக்க, வெத்தில போட்டுச் சிவந்த உதடு எப்படியிருக்கு தெரியுமா? எண்ணெயோட மினுமினுப்பு நிறத்தக் கூட்டிக் காமிக்குதே''

சாந்தம்மா சேச்சிக்குக் கோபமே வந்துவிட்டது.

''இதுக்குத்தான் புருஷனையே பதினஞ்சு நாள் பாக்கக் கூடாதுன்னு சொல்றது, இனி நீங்க நாப்பதாம் நாள் சடங்குக்குத்தான் வரணும், போங்க'' என்றவள் வெள்ளன் வீட்டுக்குப் போய் கூரையைப் பிடுங்கி தலைமுடி, உப்பு, மிளகாய், கரித்துண்டு வைத்து திருஷ்டி சுற்றி அடுப்பிலிட்டு அந்தக் காரத்தைக் கைபொத்தி எடுத்து வந்து சஹிதாவின் முகத்திலிருந்து உடல் முழுக்க நீவி விட்ட பிறகுதான் உட்கார்ந்தாள்.

காலையில் குழந்தையைக் குளிக்க வைத்து தூங்க வைப்பது, மதியம் வந்து அவளுக்குப் பத்தியச் சாப்பாடு செய்வதிலிருந்து எல்லாமே சாந்தம்மா சேச்சிதான். மாலையிலும் அதே மாதிரி வெந்நீர் வைத்து மேலுக்கு ஊற்றிவிட்டு ஆறு மணிக்கு முன்பாக சாப்பாடு கொடுத்துவிட்டுதான் போவாள். ஐந்தாம் நாள், ஒன்பதாம் நாள், பதினோராம் நாள், பதினைந்தாம் நாள் என நான்கு நாட்களும் தலைக்குக் குளிக்க வைத்து, சின்னக்கோழியோ, புறாவோ பத்தியமாக சூப் வைத்து கறி சமைத்து, தனியாகக் கொண்டுவந்து சாப்பிட வைப்பாள். பதினைந்தாம் நாள் காலை குளிக்க வைத்து முடிந்தவுடன் அம்மாவிடம் சாந்தம்மா சேச்சி சொன்னாள்.

''அஸ்மா, இனி நீங்க என்ன வேணா செஞ்சுக்கோங்க, என்னோட வழக்கப்படி மகளுக்கு நான் எல்லாம் முழுமையா செஞ்சிட்டேன். இனி நாப்பதாம் நாள் உங்க வழக்கப்படி சடங்கு செஞ்சிடுங்க, ஒண்ணும் பிரச்சனையில்ல. இந்தப் பதினஞ்சு நாள்தான் ஒடம்பு தளந்திருக்கும். அவளோட வயசான காலம் வரைக்கும் இந்த கவனிப்பு அவசியம். எனக்கு நிறைவா நான் செஞ்சிட்டேன். அஸ்மா, நான் வரட்டுமா?'' என்று கேட்ட சாந்தம்மா சேச்சியைக் கண்களில் நீருடன் அம்மா நெகிழ்ந்து கைகளை இறுகப் பற்றிக் கொண்டாள். பேச்சற்ற மௌனம் அங்கு சற்று நேரத்திற்குச் சுற்றிச் சுழன்றது.

குழந்தைக்கு எட்டாம் நாள் சடங்கு செய்து, அஸ்மா தங்களுடைய வழக்கப்படி கறுப்பு வளையலிட்டு கயிறு கட்டி புதுத்துணி போட்டு எல்லோருக்கும் விருந்து வைத்தாள். சாந்தம்மா குடும்பமாய் அதில் பங்கெடுத்தாள். நாற்பதாம் நாள் நாசிம், அம்மா அத்தாவுடன் வந்திருந்தான். பெண் வாரிசு

கிடைத்ததில் மாமியார் ஜரீனாவுக்கு பெரிய சந்தோஷம். குழந்தைக்கு அமீரா எனப் பெயரிட்டு எல்லாத் தங்க நகைகளும் அணிவித்து சஹிதாவின் அத்தா எந்தக் குறையும் இல்லாமல் சீர் செய்தார்.

அமீராவுக்கு ஐந்து மாதமாகும் போதுதான் சஹிதா சென்னைக்கு வந்தாள். அவளுக்கு வீட்டில் எல்லோரையும் பிரிவதை விட சாந்தம்மா சேச்சியை விட்டு வர மனதே இல்லை. அந்த ஐந்து மாதங்களிலும் வந்த மாதத் தீட்டு சமயத்தில் முதல் மூன்று நாட்களும் அதே பத்தியச் சாப்பாடு கொடுத்து பதமாகப் பார்த்துக் கொண்டாள் சேச்சி.

அடுத்த பிரசவத்துக்கும் நாந்தான் எல்லாம் செய்வேன், ஆனா மூணு வருஷங்கழிச்சுதான் வரணும் என்று நாசுக்காய் உணர்த்திய சேச்சிக்கு, 'எனக்குப் பிரசவமே முடிந்துவிட்டது, இனி ஒரு பிள்ளை எனக்கில்லை' என்று தான் தீர்மானித்ததை சஹிதாவால் அப்போது சொல்ல முடியவில்லை.

சஹிதா உள்ளுக்குள் தீர்மானித்திருந்தாள். தான் மிக சந்தோஷமாய் நாசிமுடன் வாழ்ந்த வாழ்க்கையின் உச்சம் மகள் அமீரா. அதுதான், தான் அவருக்கு கொடுத்திருக்கும் பரிசு. அந்த ஒற்றைப் பரிசுடன் தான் விலகிக் கொள்ளும் பாதையின் பயணத்தை, அவள் காணும் கனவுகளில் தேட ஆரம்பித்து விட்டாளென்பதை அன்று யாரிடமும் சொல்ல முடியவில்லை. அதை வெளிப்படுத்த அடுத்த எட்டு ஆண்டுகள் அவளுக்குத் தேவைப்பட்டன.

16

திருவண்ணாமலையிலிருந்து திரும்பியதும் இன்னுமின்னும் மனசு கலங்கத் தொடங்கியது. எதிலுமே ஒட்ட முடியாமல் இருந்தது. இந்த வேலை தனக்குத் தேவைதானாவென்று யோசிக்க வைத்தது. இந்த வருமானமும் விரிவாக்கமும் ஓட்டமும் பொறுப்பும் எதற்கு? நான் அடைய வேண்டிய இடம் இது இல்லையே, இன்னும் அமைதியாக எங்கோ ஒரு மூலையிலிருந்து மன அடுக்குகளில் எழும் சப்தத்தை அடக்கி வேலை பார்க்க வேண்டியவளாயிற்றே? வேறு எங்கோ எப்படியோ இருக்க வேண்டியவள், எதற்காக இங்கே இருக்கிறேனென்று தவிக்கத் தொடங்கியது மனசு.

தூக்கம் வரவில்லை, ஆனால் கண் விழித்து இருட்டைப் பார்க்கவும் பிடிக்கவில்லை. பக்கத்தில் படுத்திருக்கும் நாசிமை இன்னும் ஒட்டிப் படுத்துப் பார்த்தாள். எவ்வளவு உன்னதமானவன் இந்த நாசிம், உலகம் முழுக்கத் தேடினாலும் இப்படியான நட்பான மனித உறவு தனக்குக் கிடைக்குமா? இவனையும் அமீராவையும் விட்டுவிட்டு எங்கு போக முடியும்?

ஆனால் என்னை என் வாழ்வு வேறு எங்கோ நிலை கொள்ள அழைக்கிறதே? நான் என்ன செய்வேன்? அழுகை இன்னும் கூடியது.

ஜன்னல் வழியாக வந்த காற்று கொஞ்சம் கூடுதலாக வீசத் தொடங்கியது. சட்டென புத்தக அலமாரியிலிருந்து ஒரு புத்தகம் கீழே சரிந்து அதனுள்ளிருந்து ரமணரின் புகைப்படமொன்று வெளியே வந்து விழுந்து, கிட்டத்தட்ட அவளுடைய கட்டிலருகில் கைக்கெட்டும் தூரத்தில் கிடந்தது. சஹிதா துள்ளி எழுந்து அந்தப் புகைப்படத்தையும் புத்தகத்தையும் ஒருசேரப் பார்த்தாள். சௌக்கத் கொடுத்துவிட்டுப் போன 'ஒரு யோகியின் சுயசரிதம்' புத்தகத்திலிருந்து ரமணர் தியான நிலையில் முகத்தின் மந்தகாசம் ஒளிர்ந்திருக்க உட்கார்ந்திருப்பதாய் அவளுக்குத் தோன்றியது. ரமணர் இதன்மூலம் எனக்கு ஏதாவது செய்தி சொல்கிறாரா? ஒன்றுமே புரியவில்லையானாலும் ஒரு அமைதி திரும்பியது. அப்படியே புத்தகத்தைக் கையில் வைத்தபடி உறங்கிப் போனாள்.

கனவில் மீண்டும் அந்தக் குழந்தை வந்தான். கையிலிருக்கும் கூழாங்கற்களைக் கைமாற்றி விளையாடிக் கொண்டிருந்தான். குனிந்தபடியே இருந்தான். சிரிப்பு மட்டும் பக்கவாட்டுக் கன்னக் கதுப்பில் தெரிந்தது. இவள் குரல் கேட்டு பேரன்புடன் நிமிர்ந்து பார்த்துச் சிரித்தான். அதிகாலையைத் தொந்தரவு செய்யாத சின்ன ஒலியுடன் கேட்ட சிரிப்பில் சஹிதாவுக்கு நான்கு மணிக்கே விழிப்பு வந்தது.

விஷ்ணுவைப் பார்த்து ஒரு மாதமாகிவிட்டது. அவனைப் போய் பார்க்க வேண்டுமென நினைத்த நேரத்தில் நேற்று இரவின் மிச்சங்கள் மீண்டும் மனதுக்குள் நிறைந்தன. இரவில் நல்ல மழை

பெய்திருக்கிறது. கொட்டித் தீர்த்த மழையின் சுவடுகள் காம்பௌண்ட் சுவரை ஒட்டி வளர்ந்திருக்கும் எல்லா மர இலைகளிலும் நீர்த்திவலைகளைத் தக்க வைத்திருந்தன. நாசிமும் அமீராவும் தூங்கிக் கொண்டிருந்தார்கள். சஹிதா எழுந்து முகம் கழுவி ஜன்னலோரம் ஒரு நாற்காலியை இழுத்துப் போட்டு உட்கார்ந்து 'ஒரு யோகியின் சுயசரிதம்' புத்தகத்தைப் பிரித்துப் படிக்க ஆரம்பித்தாள். மிக வேகமாகப் பக்கங்கள் புரள அதில் மூழ்கலானாள். ஏழு மணிக்கு நாசிம் எழுந்து ஆச்சர்யப்பட்டுக் கூப்பிட்ட போது அவள் 128 பக்கங்கள் படித்திருந்தாள்.

"என்ன சஹிதா காலையிலேயே இப்படி அதிசயமாப் படிக்க உக்காந்திட்டே?"

"ஒண்ணுமில்ல நாசிம், தூக்கம் வரல, நைட்டெல்லாம் மனசு எப்படியோ இருந்திச்சு, அதான் காலைல இந்த புக்க எடுத்திட்டு உக்காந்திட்டேன்"

"என்ன புக் அது?"

"ஒரு யோகியின் சுயசரிதம்"

என்னவோ திடீரென ஒரு சின்னச் சுணக்கம் நாசிமின் முகத்தைக் கடந்து போனது. சட்டென காலை வேளையில் கொஞ்சம் அதிகமாகவே கோபப்பட்டான்.

"இதெல்லாம் படிச்சிட்டு மனசு அப்படி இருக்குது இப்படி இருக்குதுன்னு அழறதுக்கா? நீயே வாழ்க்கையை ரொம்ப கஷ்டத்துக்குள்ள கொண்டு போகாத சஹிதா. காலைல ரொம்ப டென்ஷனாக்காதம்மா" சொன்னவன் அப்படியே எழுந்து குளிக்கப் போனான். இரண்டு நிமிடத்தில் குளித்துவிட்டு வந்து கிளம்பி சாப்பிடாமல் கூட காரை எடுத்துக்கொண்டு அலுவலகத்திற்குப் போய்விட்டான்.

சஹிதாவிற்கு என்ன செய்வதென்றே புரியவில்லை. அப்படியே பித்துப் பிடித்தவள் போல நின்றுவிட்டாள். என்ன ஆனாலும் நாசிம் வருத்தப்பட்டால் அவளால் இயங்கவே முடியாது. மாடியிலிருந்து கீழே இறங்கவேயில்லை. மனசு முழுக்க பேரிரைச்சலால் நிரம்பியிருந்தது. திரும்பத்திரும்ப அவன் சொன்ன வார்த்தைகள் அலை மேல் அலை அடிப்பது மாதிரி விழுந்தபடி அவளைக் கொந்தளிக்கச் செய்தன.

மாமியார் காலை சமையலுக்கு எதிர்பார்த்திருக்கலாம், நிசார் அவள் சாப்பாடு எடுத்துக்கொண்டு வருவாள் என்று காத்திருந்திருக்கலாம். மாமனார் பார்த்திருந்துவிட்டு இரண்டு ரொட்டித்துண்டுகளை முட்டை வைத்து சாப்பிட்டுவிட்டுப் போயிருக்கலாம். அவளால் அசையவே முடியவில்லை. அமீரா எழுந்து கட்டிலிலிருந்து இறங்கிவந்து, காலைக் கட்டிக் கொண்டபோதுதான் சுய நினைவுக்கு வந்தாள். குழந்தையைத் தூக்கிக்கொண்டு கீழே வந்து மாமியாரிடம் கொடுத்துவிட்டு வாசலுக்கு வந்தாள். இரவு கொட்டித் தீர்த்த மழையின் ரௌத்திரம் கீழே உதிர்ந்து கிடந்த பவழமல்லியிலும் மரமல்லியிலும் தெரிந்தது. மெல்ல மெல்ல தரையில் உட்கார்ந்து பவழ மல்லியைச் சேகரிக்க ஆரம்பித்தாள். கை நிறைய பொறுக்கிச் சேர்த்த பவழமல்லியை இழுத்து சுவாசித்தாள். பவழமல்லி வாசமிருக்காது என்று எல்லோரும் சொல்வார்கள். ஆனால், சஹிதாவிற்கு அந்தப் பூவிலிருந்து வரும் ஒருவித வாசத்தில் தன்னை இழக்கவும் மீட்டெடுக்கவும் முடிந்திருந்தது.

மீராவிடமும் சரிதாக்காவிடமும் எல்லாவற்றையும் சொன்னாள். ஸ்நேகிதிகள் அமைதியாகக் கேட்டுக் கொண்டார்கள். நிதானமாய் மீரா ஆரம்பித்தாள்.

"என்ன சஹிதா செய்ய நெனக்கற? என்ன வேணும் உனக்கு? உம்மனசு ஏன் இப்படி அலைபாயுது? நீ நெனக்கறத கோர்வையா யோசிச்சுப் பாக்க முடியுதா உன்னால? நீ என்ன ஆவேன்னு யோசிச்சயா?"

கேள்விகளின் அடுக்கில் சஹிதா சோர்ந்து போகவில்லை.

"இல்ல மீரா, என்னால ஒரு குடும்ப வாழ்க்கைய இனி வாழ முடியும்ன்னு தோணல..."

"என்ன சஹிதா இப்படி சொல்ற?" அதிர்ந்து போனாள் மீரா. "சரிதாக்கா என்ன சொல்றா பாத்தீங்களா?"

"அவளப் பேச விடு மீரா, என்னதான் சொல்றான்னு பாப்போம்"

"இல்ல சரிதாக்கா, மீராவோட பதட்டம் எனக்குப் புரியுது. ஆனா இனி இங்க இருந்து என்னால மனைவியா, அம்மாவா, வேலையை சரியா செஞ்சிட்டு இருக்க முடியும்னு தோணல, ஒவ்வொரு நாளும் எனக்கான இந்த பிரபஞ்சத்தின் அழைப்புக் குரல் கேட்டுட்டே இருக்கு. நான் வேற ஏதோ வேலை செய்ய வேண்டியிருக்கற காலத்தை ரொம்ப வீணாக்கறேன்னு தோணுது. அது என்னை ரொம்ப தொந்தரவு செய்யுது. நிம்மதியா இருக்க முடியல, நான் வேஷம் போட வேண்டியதாயிருக்கு. எப்படி நாசிம் மாதிரி ஒருத்தர்ட்ட நடிக்க முடியும்?"

"எல்லாருமே ஏதோவொரு வேஷம் போட்டுட்டுதான் வாழ்ந்துகிட்டிருக்கோம். யார் சொந்த மொகத்தோட வாழறோம் சஹிதா? அதனால வாழ்க்கையை அதனோட எல்லைக்கோடு வரை போய் பாத்திட முடியுமா? மனசக் கட்டுப்படுத்தப் பழகிக்கோம்மா. உன்னோட கட்டுப்பாடில்லாம நீ துடிக்காத,

திரும்பித் திரும்பி அது சுழல் மாதிரி உன்ன வெளிய வர விடாமப் பண்ணிடும்''

''இல்ல மீரா, எனக்கான வேலையைச் செய்யத் தொடங்கிட்டேன்னா நான் சமாதானமாயிடுவேன்னு தோணுது''

''சரி, கொஞ்சம் பொறு. கொழப்பமா இருக்கும்போது முடிவெடுக்காத. எந்தச் சிந்தனையும் உன்ன அலைகழிக்காம ப்ளெய்னா மனச வச்சுக்கப் பழகு. அப்பறம் யோசிக்கலாம்''

பக்கத்திலிருந்த சஹிதாவை இன்னும் அருகில் சேர்த்தணைத்து மடியில் படுக்க வைத்தாள் மீரா. அழுகை மேலும் தீவிரமாகி அழுதழுது அப்படியே தூங்கிப் போனாள்.

அன்று சௌகத் வருவாரென்று அவள் நினைக்கவேயில்லை. வீட்டில் இருக்கிறீர்களா என்று கேட்ட சௌகத்தின் குரல் அவளை தன் குழந்தைமையை உணர வைத்தது. கண்ணனோடு விளையாடும் குதூகலமா அது! நீலிமாவின் வீட்டிற்குப் போவதற்கு ஒப்பானதா அது! நளினியின் தம்பியோடு கண் பொத்தி விளையாடும் ஆனந்தமா அது! சொல்லவோ கோர்க்கவோ முடியவில்லை. ஆனால் மனசு இப்போது சௌகத்திடம் பேசினால், அந்தக் கைகளைப் பிடித்துக் கொண்டு உட்கார்ந்தால் போதும், உயரும் அலைகளைப் பேரிரைச்சலின்றி சாந்தப்படுத்த அந்த ஸ்பரிசத்தாலும் கண்களின் தொடுதலாலும் மட்டுமே முடியும் என்றிருந்தது. ஆனால் எப்படி ஒரு மிகச் சரியான சந்தர்ப்பத்தில் அவர் வருகிறார்? இதெல்லாமே ஒரு நிமித்தமா? அப்படியெனில் என் வாழ்வில் என்னவெல்லாம் இப்படி நடக்கப் போகிறது? யோசனைகளின் தெளிவின்மையில் இருக்கும்போது நாசிமின் கார் சௌகத்தைக் கூட்டிக்கொண்டு காம்பௌண்ட் சுவருக்குள் நுழைந்தது.

காலையில் சாப்பிட்டு விட்டுப் பேசிக் கொண்டிருந்தார்கள். மதியம் சாப்பிடும் நேரத்தில் வருவதாய் சொல்லிவிட்டு நாசிம் அலுவலகத்திற்குப் போனான். இவர்கள் இரண்டு பேரும் பேசிக் கொண்டேயிருந்தார்கள். தன் வலிகளை, துக்கத்தை, தேடலை, தனக்கு வரும் அபூர்வக் கனவுகளை, அது தரும் பதட்டத்தை எல்லாம் எல்லாம் செளகத்திடம் சொன்னாள்.

''ஒரு பயணம் தேவைப்படும்னு நெனக்கறேன் உனக்கு. தனியாப் போக முடிஞ்சா நல்லது, ஆனா நீ போவியான்னு தெரியல. கூட யாரா இருந்தாலும் ஒரு தனிமையை ஏற்படுத்திக்கிட்டு போயிட்டு வா''

''எங்க போக முடியும்னு தெரியல செளகத், போணும்னு மட்டும்தான் தோணுது...''

''நீ திருவண்ணாமலைக்குப் போ. அங்கதான் உனக்கு ஒரு அமைதி கிடைக்கும்''

பேச்சே எழாமல் கண்களில் நீர் வழிய உட்கார்ந்தாள். தன் மன அடியாழத்திற்குள் திருவண்ணாமலைக்குப் போகத் துடிக்கும் உணர்வைத் தானே புரிந்துணர முடியாமல் இருக்கும்போது இவன் எப்படி அதைக் குறித்துப் பேசுகிறான். நிஜத்தில் யாரிவன்? என்ன வித்தை இவனிடமிருக்கிறது? நான் அவ்வளவு எளிதில் கணிக்க முடிகிற ஆளாகயிருக்கிறேனா? இல்லை செளக்கத்தால் மற்றவர்களின் மன ஆழத்திலும் பயணப்பட முடிகிறதா? மனம் குழம்பினாலும் ஒரு தெளிவுக்கு வர முடிந்தது.

17

மீராவும் சஹிதாவும் ஒத்த மனநிலையிலிருந்தார்கள். ஆனால் சரிதா எல்லாவற்றையும் கவனிப்பவளாகவே இருந்தாள். இவர்களை விட பத்து வயது பெரியவளாக இருந்ததனால் சரிதா, மீராவையும் சஹிதாவையும் நட்பை மீறித் தாய்மையுடனேயே பார்த்தாள். சரிதா பெரிய கூட்டுக் குடும்பத்தில் தன் வாழ்வை இணைத்துக் கொண்டவள். நான்கு அண்ணன்கள், இரண்டு தங்கைகள் எனக் கணவனுடன் பிறந்தவர்கள் அதிகம். தங்கைகள் திருமணமாகி திருச்சிக்கும் புதுக்கோட்டைக்கும் போய்விட நான்கு ஆண்களும் அவர்களின் மனைவிகளும், பதினோரு குழந்தைகளும் மாமனார் மாமியார் எனப் பெரிய ஆனால் அவ்வளவு சந்தோஷமான குடும்பம். வந்த நான்கு மருமகள்களும் அப்படி ஒரு ஒற்றுமையாய் பெரியவர்களை மனம் கோணாமல் வைத்துக் கொள்வதில் போட்டியே நடக்கும். சரிதாதான் மூத்த மருமகளாய் அந்த வீட்டின் எல்லாவற்றையும் தாங்குகிறாள். அவள் அப்படி இருப்பதாலேயே அந்தக் கூடு சிதிலமடையாமல் கட்டுக்கோப்பாக இருக்கிறது. அதில் அடைந்த அனுபவமே அவளின் மீதி வாழ்வு.

தினமும் காலையில் மீராவுடன் வந்து சஹிதாவின் வீட்டிற்குப் பக்கத்திலேயே ஒரு பெரிய வீட்டை வாடகைக்கு எடுத்து இவர்கள் நடத்தும் சமையலறையில் நடக்கும் வேலைகளைக் கவனிப்பது, ஆட்களைச் சரியாய் பராமரித்து, நேரத்திற்கு அவர்கள் பொறுப்பெடுத்துக் கொண்ட நிறுவனங்களுக்கு உணவு அனுப்பி, மத்தியானத்திற்கு மேல் வரவு செலவுகள் பார்த்து, பொருட்கள் வாங்க ஆட்களை அனுப்பி, அதை சரி பார்த்து எடுத்து வைத்து என நாட்கள் இறுக்கமாய்தான் போய்க் கொண்டிருக்கும். ஆனாலும் தாங்கள் பார்த்த படத்திலிருந்து ஒரு காட்சியையோ, படித்த கதையிலிருந்து ஒரு பகுதியையோ அவர்கள் பகிர்ந்து கொள்ளாமல் இருந்ததில்லை. அப்போதெல்லாம் மீரா மிகவும் அறிவு சார்ந்தும் சஹிதா உணர்வுபூர்வமாகவும் பேசுவதை சரிதா கேட்டு ரசித்துக் கொண்டிருப்பாள். பேசப்பேச புதிய தகவல்கள் வந்து கொண்டேயிருக்கும். முதிர்ச்சியுடன் எல்லா பரிணாமங்களையும் புரிந்து, விவாதிப்பார்கள். எவ்வளவு பேசினாலும் கலைந்து போகும்போது போதாத, தீராத வார்த்தைகளின் மிச்சம் எப்போதுமிருக்கும்.

மீரா தங்களுடைய தொழிலில் சஹிதாவை இணைத்துச் செயல்படவே வந்தாலும் உள்ளூர அவளுக்கு இன்னொரு தேடலும் ஏக்கமும் இருந்தது. தன் வாழ்நாளில் இன்னுமொரு பந்தம் தன்னை வந்தடையுமென உறுதியாய் அவள் நம்பினாள். அந்த உறவிற்காக இரவு பகல் காத்திருந்தாள். ஆன்மீகத் தேடலுக்கும் தனக்குள் ஏற்பட்டு அலைக்கழிக்கும் விடைதெரியாக் கேள்விகளுக்கும் எங்காவது சாந்தப்பட முடியுமாவெனத் தேடிக் கொண்டிருந்த நாட்கள் அவை. சஹிதா அப்படியான தேடல்கள் உள்ள பெண்ணென்று தன் தோழி மூலம் தெரிந்து வைத்திருந்தாள். அது மட்டுமல்லாமல் சுகவீனமுற்றவர்களுக்காக எந்த எதிர்பார்ப்புமின்றி பிரார்த்தனை

செய்கிறாளென்றும் ‘ரேக்கி ஹீலிங்’ மூலம் இயற்கையின் சக்தி கொண்டு மனிதனின் வலிகளைக் குறைத்து குணப்படுத்தும் பயிற்சியில் தேர்ந்தவளென்றும் வீடுகளுக்குப் போய் அவர்களை ஆற்றுப்படுத்துகிறாளென்றும் அதில் நிறைவுறும் மனசு அவளுக்கு இருக்கிறதென்றும் மீராவுக்குத் தெரிந்திருந்தது. அப்படித்தான் சஹிதாவைப் பார்க்க மிகுந்த ஆவலோடு வந்திருந்தாள்.

ரஹிதாவிடம் பேசிய ஒற்றை வரியிலேயே வாழ்நாள் முழுக்க நீடிக்கப்போகும் பந்தம் இதுவென்று மீராவுக்குப் புரிந்தது. இதற்காகத்தான் இவ்வளவு காலம் தான் காத்திருந்ததென்றும் இனி எந்த நட்பும் தனக்குத் தேவைப்படாதென்றும் மீராவால் நிறைவுற முடிந்தது.

சஹிதா, வீட்டு மாடியில் தன் அலுவலக மேசை இழுப்பறையில் காளி, சிவன் மற்றும் ஷீரடி சாய்பாபா சிலைகளையும் வைத்திருப்பாள். உடல் வலி சார்ந்தும் மன அலைவுறுதல் சார்ந்தும் வரும் பலரை அவள் ஆற்றுப்படுத்தியிருக்கிறாள். சிலைகளின் காலடியில் இரண்டு பவழமல்லிகளை மட்டுமே தினம் வைத்து வணங்கும் பழக்கம் அவளுக்கு இருந்தது. கீழ் வீட்டின் ஐந்து வேளை தொழுகையும் குரான் வழி வாழ்க்கையும் தன் பிறந்த வீட்டைப் போலவே அவளை எந்தத் தொந்தரவும் செய்யவில்லை.

யாராவது வரும்போது மட்டுமே மேசை திறந்து சிலைகள் வெளியே எடுத்து வைக்கப்படும். ‘ரேக்கி ஹீலிங்’ முடிந்து அவர்கள் மிகுந்த ஆசுவாசத்துடன் போகும்போது சிலைகள் மீண்டும் உள்ளே போய்விடும். அப்படி சஹிதாவின் சொல் கேட்டு நடக்கும் சிலைகளைப் பலமுறை நாசிம் சிரித்துக் கடந்திருக்கிறான்.

தன் குழந்தைமையிலிருந்து உடன் வந்த நீலநிறக் கண்ணன் மாயமாகி அந்த இடத்திற்கு அண்ட சராசரத்தையும் தன் களி நடனம் மூலம் அளந்த சிவன் எப்படி வந்தானென்று அவளால் கண்டடைய முடியவில்லை. தனக்குள் எரிந்து கொண்டிருக்கும் அக்னியைப் பொசுக்க இன்னொரு அக்னியால் மட்டுமே முடியும் என்பதை சஹிதா நம்பினாளா, தெரியவில்லை.

தான் தேடியலைந்த எல்லாக் கேள்விகளுக்கும் விடை கண்டடைய முடிந்ததை ஒரு வருடத்தின் முடிவில் மீரா உணர்ந்திருந்தாள். வாசிப்பும் விவாதங்களும் அந்நிலையை எட்ட உதவியிருந்தன. மீரா நிறைந்து தெளிந்திருந்தாள். நிச்சலனமற்று மழை பெய்து முடித்த வானம் போல மனசும் அதன் வழி வாழ்வும் அவளுக்குத் தடம் பதித்துக் கொடுத்தன. எந்த நேரமும் ஏதோ பறி கொடுத்த மனநிலையில் தகித்திருந்த மீராவை, சாந்தப்பட்டிருந்த மனநிலையில் பார்த்த குடும்பமும் சஹிதாவை நன்றியுடன் தங்களுள் ஒருத்தியாக அடைகாத்தது. அந்த இளஞ்சூடு சஹிதாவிற்கும் தேவைப்பட்ட காலகட்டமது. அதனால் அந்தப் பிரியம் இறுகிஇறுகி கெட்டிப்பட்டிருந்தது. மீரா தன் வாழ்வில் வந்தடைய நினைத்த இடமும் இதுதான். மிகச்சரியாய் தன் வாழ்வு மடை மாற்றப்பட்டு போய்க் கொண்டிருப்பதை உணர்ந்து நிம்மதியுற்றாள்.

எங்கே போனாலும் மூன்று பேரும் இரண்டு வண்டிகளில் போய்விடுவார்கள். வேலை பார்ப்பதும், ஊர் சுற்றுவதும், வாழ்வைக் கொண்டாடுவதுமாக அவர்கள் நாட்கள் கடந்து கொண்டிருந்தன. ரசனையான, எளிமையான, எதிர்பார்ப்பற்ற ஆனால் மிகவும் உண்மையாக ஒளிர்ந்த நட்பு. மத்திய வயதில் இவர்கள் அடைந்திருக்கும் உன்னத நிலையும் அன்பும் காதலும் ஒருவேளை இதில் யாரவது ஒருவர் ஆணாக இருந்திருந்தால்

குடும்பங்களில் பெரிய பிரச்சனையே கூட வந்திருக்கும் என்ற மட்டில் இணைந்திருந்தார்கள்.

மீராவும் சஹிதாவும் வேலை சார்ந்து ஒன்றாய் இருப்பதைத் தவிர நிறைய நேரங்களில் சரிதாவின் வீட்டிற்குப் போவதை மிகவும் விரும்பினார்கள். சரிதாவின் வீட்டு மனிதர்களில் இவர்கள் தங்களையும் இணைத்துக் கொண்டார்கள். அது போலவே அந்தக் கூட்டுக் குடும்பத்தின் ஒவ்வொருவரும் தங்கள் மருமகளின் ஸ்நேகிதிகளை மதித்து அன்பானார்கள். இது எல்லாமே அபூர்வம்தான்; ஆச்சரியம்தான். ஆனால் அது அப்படியாகவேயிருந்தது.

18

சரிதாவின் மாமனார் சீமத்தாத்தா எல்லோருக்கும் பிரியமானவராக இருந்தாலும் கண்டிப்பானவர். அவருடைய பதின்வயதில் மலேஷியாவிற்குப் போய் நிறைய சம்பாதித்துவிட்டு வந்த வெகு சிலரில் அவரும் ஒருவர். ஒவ்வொரு முறை இந்தியா வரும்போதும் ஒரு சொத்து வாங்குவார். அதை அடுத்தமுறை வருவதற்குள் பல்கிப் பெருக்குவார். நாற்பத்தி ஐந்தாம் வயதில் இங்கேயே தங்கிவிட முடிவு செய்து வந்தபோது கோடீஸ்வரனாக இருந்தார். ஆறு பிள்ளைகள், இரண்டு வருடத்திற்கொரு குழந்தை என்ற கணக்கில் மூத்த மகன் பதினாலு வயதிலிருந்தான். பத்து வருடத்தில் மூத்த மகனுக்கு கல்யாணம் முடித்து சரிதா வீட்டிற்கு வந்தபோது குடும்பத்தின் ஒற்றுமையை நீ தான் கலையாமல் பார்த்துக் கொள்ள வேண்டுமென மாமனாரும் மாமியாரும் சாசனம் எழுதி வாங்காத குறைதான். மாமியார் மிகவும் கெட்டிக்காரியும் கருணையுள்ளவளுமாக இருந்தாள். சரிதாவும் அப்படியே அமைந்ததில் வீடு இன்னும் ஒன்றாகவே இருந்தது.

பதினோரு பேரப்பிள்ளைகளும் எப்படி தாத்தாவிடம் சீமைக் கதைகளைக் கேட்பார்களோ அதேபோல இவர்கள் இருவரும் உற்சாகமாக கதை கேட்பார்கள். ஆனால் தாத்தா பேரப் பிள்ளைகளோடு மிகவும் கண்டிப்பாக இருப்பார். பெரிதாய் யாரிடமும் பேசிவிட மாட்டார். தனக்குக் கொஞ்சம் முடியவில்லையானாலும் சஹிதா நாசிமோடு வீட்டிற்கு வந்து நிற்கும் அக்கறையும், தனக்குத் தொழில் சார்ந்து செய்யும் வேலைகளின் சுத்தமும் அவருக்கு அவள் மீதான கரிசனத்திலும் பிரியத்திலும் தொடங்கி எல்லா விஷயங்களையும் பகிர்ந்து கொள்ளுமளவுக்கு மாறியிருந்தது.

சீமத்தாத்தா சம்பாதித்து வந்த ஒன்றைப் பலதாக்கினாள் பாட்டி. முப்பது மாடுகள் எப்போதுமிருக்கும். பித்தளை அண்டாக்களில் காலையில் பால் கறந்து வைக்கும்போது கண் பட்டுவிடுமென்று தொழுவத்திற்குள் யாரையுமே விட மாட்டாள். மோரும் தயிரும், வெண்ணையும், நெய்யும் தண்ணீர் போல அந்த வீட்டில் சாதாரணமாயிருக்கும். தினமும் இரண்டு ரெட்டை மாட்டு வண்டிகள் நிறைய சோளத் தட்டையும் மூட்டை மூட்டையாக தவிடும் புண்ணாக்கும் வந்தபடியேயிருக்கும். மாடுகளை வீட்டின் ஐஸ்வர்யமாகவும் சொத்தாகவுமே பாட்டி பார்த்தாள்.

வீட்டின் சுத்தம் தாத்தாவுக்கு மிகவும் முக்கியம். பெருக்கித் துடைக்கவென தனி ஆள். துடைத்துச் சுத்தப்படுத்தின வீட்டை வாசல் படியிலிருந்து குனிந்து பார்ப்பார். எப்போதாவது கவனக் குறைவினால் சின்ன அழுக்கை எங்கேயாவது பார்க்க நேர்ந்தால், ''மரகதம் இங்க வா, என்ன இது ம்...'' என்று அவர் எழுப்பும் குரலுக்கு பதினைந்து வருடமாய் வீட்டிலேயே தங்கி வேலை செய்யும் வேலைக்காரம்மா மரகதம் நடுங்கிப் போய்விடுவாள்.

கண்ணெல்லாம் கலங்கி நடுங்கும் குரலில், ''அய்யா இதோ தொடச்சிடறேன் அய்யா, ஒரே நிமிஷம்...'' என்று அவள் குரல் வெளியே வராமல் செய்தி சொல்லும். வீட்டில் டிரைவர்களும் அப்படித்தான். கார்களைத் துடைத்தது துடைத்தபடியே இருக்க வேண்டும். கார் ஷெட்டில் மட்டுமே ஐம்பது பேர் படுத்துறங்கலாம். மிக நீண்ட இம்பாலா கார் ஒன்றும் அதே மாதிரியான பிளைமௌத் கார் ஒன்றும் அவசரத்திற்கு வெளியே போக கடைகளுக்குப் போக என ஒரு பிரிமியர் பத்மினியும் அவர்கள் வீட்டில் எப்போதும் நின்று கொண்டிருக்கும். கார்களைத் துடைக்கவும் ஷெட்டைக் கழுவவுமென எப்போதும் நான்கைந்து பையன்கள் வேலைக்கு இருப்பார்கள்.

வீட்டுப் பெண்களுக்கு எந்த நேரமும் வேலையும் சமையலும் சாப்பாடுமாய் ஓய்வே இல்லாமலிருக்கும். சமையல் வேலை, வெளி வேலைக்கென ஆட்கள் இருந்தாலும் மருமகள்களோ மனைவியோதான் சீமத்தாத்தாவுக்கு சமைக்க வேண்டும். தினமுமே விருந்து போலவே சமையல் நடக்கும். தாத்தாவைப் பார்க்கவென எப்போதும் ஆட்கள் கிராமத்திலிருந்து வந்து கொண்டேயிருப்பார்கள். அது மட்டுமல்லாமல் மலேஷியாவிலிருந்து வரும் நண்பர்களை அவர் கவனிக்கும் விதமே தனி. அவர்களின் சந்தோஷத்திற்கு என்ன வேண்டுமானாலும் செய்து கொடுக்கத் தயாராகவுமிருந்தார், செய்தும் கொடுத்தார். யாரும் அவரைக் கேள்வி கேட்டுவிட முடியாது. போகும்போது எலுமிச்சை, மாங்காய், மீன், கறி என வகை வகையான ஊறுகாயிலிருந்து இட்லிப் பொடி, பருப்புப் பொடி, வத்தல், வடகம், இந்தியத் துணிகள், வெள்ளி ஆபரணங்கள் வரை வாங்கி அனுப்புவார்.

சீமத்தாத்தா எங்காவது வெளியூர் நண்பர்கள் வீட்டுக்கோ தங்கள் கிராமத்துக்கோ போவதாக இருந்தால் எட்டடுக்கு சாப்பாட்டுக் கேரியரில் அசைவ உணவுகள் போகும். ஒரு குடும்பமே உட்கார்ந்து நிறைவாய் சாப்பிடுமளவுக்கு கறி வறுத்ததும் பொரித்ததும் குழம்பு வகைகளுமாய் கிராமத்துக்குப் போனால் ஒரே கொண்டாட்டம்தான். அங்கு அப்படியே லகுவான வேறு ஆளாய் இருப்பாரென்று சரிதா, ஒருமுறை தான் பார்த்ததைச் சொல்லியிருக்கிறாள்.

நான்கு நாட்கள் காய்ச்சலில் படுத்த சீமத்தாத்தா, தன் எண்பத்திரெண்டாம் வயதில் சட்டென இறந்தபோது குடும்பம் நிலை குலைந்து போனது. எல்லாவற்றிற்கும் அப்பாவிடம் கேட்டே முடிவு செய்த பிள்ளைகள் யாரிடம் பேசுவதென்று தெரியாமல் தவித்தார்கள். அவருக்கு என்ன சடங்கு செய்வது? எங்கே எப்படி எந்த முறையில் அடக்கம் செய்வதென்று யாரிடம் கேட்பது? அப்பா இல்லையே என மலைத்துப் போய் நின்றார்கள் பிள்ளைகள்.

அந்த நாளில் என்ன நடந்து கொண்டிருக்கிறதென்றே சஹிதாவாலும் மீராவாலும் அனுமானிக்க முடியவில்லை. யார் யாரோ வந்த வண்ணம் இருந்தார்கள். யாரும் போகவில்லை. அத்தனை பேரையும் அந்த வீடு தன்னகத்தே தாங்கிக் கொண்டது. சென்னையில் அப்படி பதினாறு அறைகளும் மூன்று தாழ்வாரங்களும் கொண்ட வீட்டைக் காண்பதே அரிது. மறுநாள் காலை ஆரம்பித்து மதியம் மூன்றுமணி வரை சடங்குகள் முடித்த பிறகுதான் சீமத்தாத்தா சுடுகாட்டிற்குப் போனார். கடைசிப் பிள்ளை கொள்ளிச் சட்டி தூக்க, வீட்டிலிருந்து சுடுகாடு வரை வண்ணாத்திகள் சாலையில் நிற நிறமாய் புடவை விரித்து அதில்

பாடை தூக்கி நடந்தவர்களை நடக்க வைத்து, தங்கள் ஐயாவிற்கு மரியாதை செலுத்தினார்கள்.

சுடுகாட்டிற்குச் சென்றவர்கள் திரும்பி வருவதற்குள் வேன்களில் சாப்பாடு கொண்டு வர சஹிதா ஏற்பாடு செய்திருந்தாள். தன் சொந்த ஜாதியின் அபிமானம், மதம், குடும்ப உறவுகள் கடந்த உணவை உட்கொள்ள அந்த வீடு அனுமதித்திருந்தது. மரணத்திற்குப் பின்பு நான்கு வேளை சாப்பிடாமலிருந்தது எல்லோரையும் சாப்பிட வைத்தது. எல்லோரும் குளித்து முடித்து சாப்பிட்டார்கள்.

அடுத்து நடக்க வேண்டிய காரியங்கள் குறித்து எல்லோரும் பேசிக் கொண்டிருந்தார்கள். காரியம் செய்ய வேண்டிய நாள், அதற்கு என்னவெல்லாம் செய்ய வேண்டும், அதுவரை எப்படி வீட்டை நடத்துவது, ஒரு நாளைக்கு இருநூறு பேருக்காவது சாப்பாடு செய்ய வேண்டும், வீட்டில் ஆள் போட்டுச் சமைக்கலாம் என்றெல்லாம் பேசிக் கொண்டிருந்தார்கள்.

குழந்தைகள் அவர்கள் உலகத்தில் எந்தக் கவலையுமற்று இழப்பின் வலி உணராது விளையாடிக் கொண்டிருந்தார்கள். சீமத்தாத்தாவிற்கு எப்போதும் பிடித்த இம்பாலா கார் மட்டும் வீட்டு வாசலிலும் மற்ற இரண்டு கார்கள் தெருவிலுமாக நின்று கொண்டிருந்தன. சீமத்தாத்தாவின் கடைசிப் பேரன் சரண் மற்ற பிள்ளைகளோடு கண் பொத்தி விளையாடிக் கொண்டிருந்தான். எட்டு வயதான சரண் ஓடி வந்து குதித்து இம்பாலா காரின்மீது ஏறிக் கொண்டான். எல்லோருமே பதறி விட்டார்கள். காரில் கை வைக்க வேண்டுமென்றாலே யோசிக்க வைத்த மனிதரின் கார் அது. சரணின் பெரியப்பா ஓடி வந்து, "டேய் சரண் எறங்குடா, தாத்தா திட்டுவாரேடா" என்று அவனை மிரட்ட, அவனோ காரின்

மேல் குத்துக் காலிட்டு உட்கார்ந்து, ''பெரிப்பா தாத்தாதான் இப்ப இல்லயே, என்ன யாரும் இனிமே கேக்க முடியாது, நான் என்ன வேணாலும் செய்வேன்'' என்று அந்த காரை ஓங்கிக் குத்தினான். வீடே அதிர்ந்து அடங்கியது.

வாசலில் நின்றிருந்த சஹிதாவின் மனதிலும் அந்த அதிர்வு மேலெழுந்து தாழ்ந்தது. ஒரு நாளின் முன்புவரை தன் பார்வையின் கீழ் எல்லோரையும் எல்லாவற்றையும் அடக்கி வாழ்ந்த சீமத்தாத்தாவின் முழுமையாய் எரிந்து அடங்காத உடலின் சூன்யம், சஹிதாவின் மனதில் விஸ்வரூபமாய் நின்றெரிந்து பிணம் கருகும் துர்நாற்றம் உலகப் பிரமாணமானவற்றை முற்றிலுமாய் உதறிவிடுவதென்று மீண்டும் தீர்மானமாய் திடமாய் முடிவெடுக்கச் சொன்னது.

19

வீட்டில் சீமத்தாத்தாவின் காரியமெல்லாம் முடிந்து மேலும் பதினைந்து நாட்களில் 'முப்பது' கும்பிட்ட பிறகு வீடு கொஞ்சம் சரி நிலைக்கு வர, சரிதா அன்றுதான் சஹிதாவின் வீட்டிற்கு வந்தாள். அதுவரை மீராவும் சஹிதாவும் மட்டுமே எல்லாவற்றையும் பார்த்துக் கொண்டார்கள். ஆனால் சரிதா வந்தவுடன் எல்லாவற்றையும் சொல்லிவிடுவது என்ற முடிவில்தான் சஹிதாவும் இருந்தாள். அது அவ்வளவு தீர்மானமான முடிவென்று மீராவுக்கும் கூடத் தெரியாது.

''அக்கா, இனி நாம இந்த பிஸினசை தொடர்ந்து செய்ய முடியும்னு எனக்குத் தோணலக்கா''

''நீ என்ன சொல்ல வரேன்னு புரியல சஹிதா''

''இல்லக்கா, என்னால எதிலயுமே ஒன்றி வேல பாக்க முடியலக்கா''

''சரி, கொஞ்ச நாள் நீ ஓய்வெடுத்துக்கோ, அதுக்கெதுக்கு பிஸினசை நடத்த முடியுமான்னெல்லாம் யோசிக்கற?''

"இல்லக்கா, வேல பாக்கறது, ஓய்வெடுக்கறதெல்லாம் இல்ல, என்னால இதில பொருத்திக்கவே முடியல. வேணாம்னும் தோணுது. தொழில், குடும்ப வாழ்க்கை எல்லாமே எனக்கு சரி வரும்னு தோணலக்கா"

"புரியல சஹிதா..."

"இந்த வேலையைச் செஞ்சு அதில வர்ற வருமானத்தப் பெருக்கிப் போய்கிட்டே இருக்கிறதில உடன்பாடு இல்லக்கா. வேலதான் அதிகமா இருக்கே தவிர எந்த சுவாரசியமும் இல்லாத வாழ்க்கையா இது இருக்கு. அதனால யாராவது நல்ல ஆட்கள் கெடச்சா நாம இதை வித்துடலாம். இல்ல நீங்க ரெண்டு பேரும் தொடர்ந்து நடத்தறதா இருந்தாலும் பரவாயில்லை. நீங்க செய்யலாம்"

"இப்ப ஏன் அப்படியொரு முடிவெடுக்கறே? அதுக்கு என்ன அவசியம் வந்தது? இது நல்லாதானே போயிட்டிருக்கு"

"இல்லக்கா, என்னால இதை நீட்டிக்க முடியாது. நான் எனக்குள்ள எழும் கேள்விகளுக்குப் பதில் சொல்ல முடியாம தவிக்கிறேன். என் தேடல்கள் வேறயாயிருக்கு. நான் எங்கயாவது போகணும்னு நெனக்கறேன். இந்தக் குடும்பத்தில என்னால இருக்க முடியாது"

"வேலை வேணாம்னா சொல்லு, விட்டுடலாம், அதுக்காக குடும்பத்தை எப்படி விடணும்னு சொல்ற?"

"ஆமாம்க்கா, குடும்ப வாழ்க்கையை இனி நான் தொடர முடியாது. தீட்சை வாங்கிக்கப் போறேன்"

"என்னது தீட்சையா?"

"ஆமாம், தீட்சைதான். அதுக்குப் பிறகு என்னால இங்க இருக்க முடியாது"

"என்னம்மா நீ, என்ன பேசறேன்னு புரியுதா? உன்னோட குடும்பம் என்னாகும்? உனக்கு பத்து வயசில ஒரு பொண்ணு இருக்கா, தெரியுமில்ல? அவள என்ன பண்ணுவே?"

இதற்கு மட்டும் பதில் சொல்ல முடியாமல் சஹிதா அழுதாள்.

முன்பொரு நாள் இதே விஷயத்தை மீரா தன்னிடம் பகிர்ந்து கொண்டபோது, அது இத்தனை தீவிரமாகும் என சரிதா நினைக்கவில்லை. ஆனால், கண்களில் தீப்பொறி மின்னுவதைப் போல பேசிவிட்டு அமீராவைப் பற்றி யோசிக்கச் சொன்னால் மட்டும் சஹிதா அழுவது சரிதாவுக்குக் கொஞ்சம் ஆறுதலாகயிருந்தது. மகளை நினைத்தாவது இனி இப்படியெல்லாம் பேச மாட்டாள் என்று சரிதா தவறாக நினைத்துக் கொண்டாள். ஆனால் சஹிதா மேலும் மேலும் இதில் தீவிரப்பட்டாள்.

நாசிமைக் கூட்டிக்கொண்டு நாடி ஜோதிடர்கள், கோவில்கள், தீட்சை தரும் குருமார்கள் எனத் தேடி அலைந்தாள். வெளிநாடுகளிலும் உள்நாட்டிலும் யாரெல்லாம் தன் மனநிலையில் இயங்குகிறார்களென அறிய முற்பட்டாள். அவர்களோடு இணையவழியில் பேசினாள். அவர்களின் இந்திய வருகையை அறிந்து, சென்று பார்த்துவிட்டு வந்தாள்.

மீராவும் இவளையொத்த மனநிலையில் இருந்தாலுமே இவளுடைய செயல்பாடுகளில் மிகவும் பயந்து போனாள். சஹிதா போகும் வழி மிகவும் சிக்கலானதென்றும் அதில் அவள் தொடர்ந்து நடக்க முயற்சித்தால் என்னாவதென்றும் தன் வீட்டில் பேச ஆரம்பித்தாள். மீராவின் வீடே சஹிதாவின்

தீவிரத்தன்மையை நினைத்துப் பயந்தது. அதே போலத்தான் சரிதாவின் வீட்டிலும் பயந்தார்கள். மூன்று தலைமுறை ஆட்களும் பேசிப் பார்த்தார்கள். அதிர்வின் மேல் அதிர்வாய் சஹிதாவின் செயல்பாடுகள் இருக்க விக்கித்துப்போய் மௌனமானார்கள். ஆனால் இரு வீடுகளும் அவளுடன் பாதுகாப்பு அரணாய் நிற்பதென்று முடிவெடுத்தன. அதை அப்படியே காப்பாற்றவும் செய்தன.

ஆனால் மீராவுக்கு மட்டும் சஹிதாவின் ஆன்மீகத்தேடலைத் தாண்டி அவள் இன்னும் பெரியதாய் ஏதோ செய்யப் போகிறாளென்று தோன்றிக் கொண்டேயிருந்தது.

மெல்ல மெல்ல தங்களுடைய கேட்ரிங் யூனிட்டை விற்றார்கள். ஆட்கள் சிலர் வேறு வேலைக்கு அனுப்பப்பட்டார்கள். வரவு செலவுக் கணக்கெல்லாம் பார்த்து எல்லாவற்றையும் பிரித்து எந்தப் பிரச்சனையும் வராமல் பார்த்துக் கொண்டார்கள். இவள் இந்த வேலையை விட்டொழித்து எல்லாவற்றையும் விற்கத் தொடங்கியபோது ஜரீனா பீவி உள்ளூர பெரும் நிம்மதியடைந்தாள். மருமகளாய் மட்டுமேயிருந்து குடும்பத்தையும் மகனையும் பேத்தியையும் நன்றாக கவனித்துக் கொள்வாளென்று தப்புக் கணக்கு போட்டாள்.

கேட்ரிங் யூனிட்டை விற்று முடித்தபோது சஹிதாவிற்குப் பாதி நிம்மதி வந்தது. தன்னைச் சுற்றியிருந்த முதல் தளை அறுந்த நிம்மதி.

வேலையை அவ்வளவு சுலபமாய் முடித்துவிட முடிந்த அவளால் குடும்பத்தை அப்படி அறுத்தெறிய முடியவில்லை. மனசு பாரமானது. ஒரு விஷயத்தை ஆழமாக நம்பும்போது இந்த பிரபஞ்சம் அதை நோக்கி நம்மை நகர்த்துவது இயல்புதானே?

அப்படித்தான் அந்த நேரத்தில் சஹிதா மிகவும் மரியாதையும் பக்தியும் வைத்திருந்த ஜோதி அம்மாவிடமிருந்து ஒரு மின்னஞ்சல் வந்தது. ஜோதி அம்மா தன் பெயரை மாற்றிக்கொண்டு இந்திய வழியில் இந்து மார்க்கத்தில் வாழ்ந்து கொண்டிருக்கும் எழுபது வயதான அமெரிக்கப் பெண்மணி.

"இந்த உலகத்தில் நீ செய்ய வேண்டிய வேலைகள் ஏராளமிருக்கின்றன. என்ன செய்தாலும் அந்த வீட்டில் மட்டுமல்ல உலக பிரமாண வாழ்வில் உன்னால் இருக்கவே முடியாது. நீ தனித்து எங்கும் போக முடியாது. நீ யாருடன் பயணிக்க இருக்கிறாயோ, அதற்கான தீப்பொறி என்னிடமிருந்தே வரும் ... ஜோதி அம்மா"

மின்னஞ்சலைப் பார்த்தவளுக்கு கண்ணீர் தாரை தாரையாக வழிந்தோடியது. அவள் மிகத் தீவிரமாக தனக்குள் முடிவெடுத்த தருணமும் அதுதான்.

ஜோதி அம்மாவிடமிருந்து அடுத்தடுத்து மின்னஞ்சல்கள் வர ஆரம்பித்தன. அவை சஹிதாவைத் தன் பயணத்தை இன்னும் முன்னோக்கி செல்லத் தடையின்றி அனுமதித்தன.

இதையெல்லாம் நாசிமிடம் சொல்ல பயந்தாலும் முழுமையாய் ஒளிவின்றிச் சொன்னாள். அதீத வலியிலும் அவன் அதைக் கேட்டுக் கொண்டான்.

"நான் இந்த உடலை விட்டு விடைபெறும் நாள் நெருங்குகிறதென்று எனக்குத் தெரிய ஆரம்பிக்கிறது. என்னால் செய்ய முடியாமல் போன வேலைகளை நீ தொடர்ந்து கொண்டு போக வேண்டும்"

"நீ நிறைய மனிதர்களை, குழந்தைகளை ஆற்றுப்படுத்த வேண்டியிருக்கிறது. உன் வேலை இதுவல்ல"

"என்னிடம் சிலர் தங்கள் கேள்விகளுக்கான பதில்களை எதிர்பார்க்கிறார்கள். இனி அவர்களுக்கு நீயே பதில் சொல், வழி நடத்து, பிரபஞ்சம் உன்னை எதிர்பார்க்கிறது"

"குழந்தைகளின் மன உலகைப் புரிந்து கொண்டு உன்னால் மட்டுமே அவர்களைத் தேற்றமுடியும்"

"எத்தனை காலம் காத்திருந்தாலும் நீ உன் கூட்டை விட்டு வெளியேறியே ஆக வேண்டும்"

"நான் சிலவற்றை உனக்குக் கற்றுத் தருகிறேன், அந்த வழியில் நீ பயணப்படலாம், அது மனிதர்களின் தாகத்தையும் தேடலையும் ஆற்றுப்படுத்தும்"

"யாராலும் புரிந்து கொள்ள முடியாத மனதுள்ளவர்களை நீ ஒன்றாய் இணைத்துக் காப்பாற்றவேண்டும்"

என்பதான மின்னஞ்சல்கள் சஹிதாவை இன்னும் தன் வழியில் தீவிரப்படுத்தின. இன்னுமின்னும் அலைகழிப்பிற்குள்ளானாள். யாரிடம் தன்னை முழுமையாக கொட்டி திறந்து காண்பிப்பதென்று புரியாமல் தவித்தாள். வேண்டாம், வேண்டாம் யாரிடமும் பேச வேண்டாமென மௌனம் காத்தாள். தனக்குள் மூடிக் கொண்டாள். உள்ளே எல்லா உணர்வுகளையும் அடைகாத்தாள். உள்ளே ஓடும் நினைவலைகள் தேங்கத் தேங்க முகம் ஒளிவிடத் தொடங்கியது. அதை அப்படியே பொத்திப் பாதுகாத்தாள்.

20

முதல் நாளிலிருந்து ஒவ்வொரு நாளும் ஜோதி அம்மாவிடமிருந்து சஹிதாவிற்கு இரண்டு மூன்று எனத் தொடங்கி இருபது வரையிலான மின்னஞ்சல்கள் வர ஆரம்பித்தன. தன்னிடம் வரும் பல்வேறுபட்ட மனநிலையையுடைய மனிதர்களை ஜோதி அம்மா சஹிதாவிடம் பேசச் சொல்லி மின்னஞ்சலை மடை மாற்றி விட்டிருந்தார்கள். அப்படியான முதல் மின்னஞ்சல் ஹிசக்கியேல் என்ற வெளிநாட்டவரிடமிருந்து வந்திருந்தது. அவர் தன் பெயர் 'ஹிசக்கியேல் ஒலைவி பாவலோலியன்' என்றும் தனக்கு இந்திய கலாச்சாரம், நாடு, அவர்கள் கொண்டாடும் கடவுள்கள், யோகா குறித்து அவர்களின் ஞானம், ஆன்மீக குருமார்களின் பேரனுபவம், அது தன் தேடலை எப்படி வழி நடத்துகிறதென்பதை எல்லாம் எழுதியிருந்தார். அதற்குப் பிறகு எத்தனையோ கடிதங்கள் வந்தாலும் அந்த முதல் கடிதம் தன்னுள் ஆழ்ந்து போயிருப்பதை சஹிதா எப்போதும் காத்து வந்தாள்.

பள்ளி நாட்களிலேயே படித்துக் கொண்டிருக்கும் ஃபீனிஷ் மொழி தனக்குப் பயன்படப் போவதில்லை, ஏதோ ஒரு நாட்டில் வேறு ஒரு மொழியைத்தான் நாம் பேசப் போகிறோம், சொந்த மண்ணில் தான் வேர் பிடித்து விருட்சமாகப் போவதில்லை என்று தோன்றியதாலும் அது இன்னதென்று புள்ளி குத்த முடியாமல் போனதாலும் எப்போது காலம் தன்னை எங்கு அழைத்துச் செல்லுமோ அதுவரை காத்திருந்து, எல்லோரையும் போலவே கல்லூரி, பல்கலைக்கழகப் படிப்பையெல்லாம் முடித்திருக்கிறார். பல்கலைக்கழகத்தில் பேராசிரியராக வேலை கிடைத்து நல்ல சம்பளமும், தனக்குப் பிடித்த வாழ்க்கையை வாழும் சுதந்திரமும் இருந்தாலும் அது அவரைத் தன்னிறைவடைய வைக்கவில்லை. எல்லாமே கிடைத்தாலும் எதுவுமே இல்லாதது மாதிரியான மனநிலையில் வேறு ஏதோ தேடலில் மனம் ஓடிக் கொண்டேயிருக்க வாய்ப்பு கிடைக்கும் போதெல்லாம் இந்தியாவிற்கு வருவதை வழக்கமாகக் கொண்டிருக்கிறார்.

ஹிமாலயப் பயணம் தன்னை ஒரு தாதியைப் போல கழுவிக்கழுவி சுத்தப்படுத்தித் தூய்மையாக்குகிறதென்று எழுதியிருந்தார். பயணம் செய்யும் குழுவின் தலைமையேற்று பதினைந்து முறை நேபாள், ஆக்ரா, டெல்லி எனத் தன் பயணத்தை நிறைவேற்றியவர், அப்படி ஒவ்வொரு முறை வரும்போதும் குழுவிற்காகவும் தன் மன அமைதி வேண்டியும் இமயமலை அடுக்குகளின் குளிர்மையில் தன்னை ஒப்புக் கொடுக்கத் தவறுவதில்லை என்றும் மின்னஞ்சலில் எழுதியிருந்தார். கங்கை நதி சூழ புராதனமான கட்டிடங்களை உள்ளடக்கின வாரணாசியின் அழகு தன்னை வசீகரிப்பதாகவும் மரத் துடுப்பிட்டு நாமே ஓட்டிச் செல்லும் சிறு தோணிகளினூடான பயணம் தியானத்திற்கு ஒப்பானதென்றும் குறிப்பிட்டிருந்தார்.

தன் மனம் வழமையான வாழ்வில் ஒதுங்காமல் துண்டித்துத் தனியே நிற்பதையும் அதற்கு எப்போதுமே ஒரு தாகமிருப்பதையும் அதைத் தீர்க்கவே தான் நாடோடியாய் அலைவதையும் பேசியிருந்தார்.

ஜோதி அம்மா, தன் பெயரை ஆதித்யா என்று மாற்றி இருப்பதாகவும் தன் மனம் இந்திய மணற்பரப்பில் மட்டுமே நிலைக்குமென்றும் அப்படி இந்தியாவில் தான் வாழ நேர்ந்தாலும் எத்தனை நாடுகள் சுற்றினாலும் தன் சொந்த மண்ணை விட்டுப் பிரிந்த துக்கம் சூழ்ந்த மனிதனாய் மட்டுமே தன்னால் வாழ முடியுமென்றும் ஜோதி அம்மா சொன்னதாக ஆதி குறிப்பிட்டிருந்தார்.

சஹிதாவும் ஆதியும் அந்த முதல் கடிதத்திலிருந்தே தாங்கள் ஒற்றை மனநிலையிலிருப்பதை உணர்ந்தார்கள். தினந்தோறும் எழுதினார்கள், பேசினார்கள், மௌனமானார்கள், தங்கள் உள் நோக்கின பயணத்தை ரசித்தார்கள், சிலாகித்தார்கள் மிகவும் விரும்பினார்கள், கரைந்து போனார்கள். சஹிதா எல்லாவற்றையும் தன் நண்பனிடம் பகிர்வதைப் போல நாசிமிடம் பகிர்ந்தாள். ஓரிரு மாதங்களில் அவர்களிடையே ஆதி மட்டுமே பேசு பொருளானான். இருவருமே அதை ஒற்றை மனநிலையிலேயே ஸ்வீகரித்திருந்தார்கள்.

தனக்குள் முகிழ்ந்து வரும் பாடல்களையெல்லாம் சஹிதா ஆதியோடு பகிர்ந்தாள். கேரள மண்ணில் பிறந்த இஸ்லாமியப் பெண் சஹிதா உணரவோ எழுதவோ முடிந்த பாடல் வரிகளை தன் ஃபீனிஷ் நண்பன் ஹிசக்கியேல் ஒலைவி பாவலோலியனிடம் சொல்ல அதை ஆதி, ஆங்கிலத்தில் கூகுள் மொழிபெயர்ப்பிலிட்டு தமிழில் சொன்னான். சிறு வயதிலிருந்தே தான் எழுதி வைத்த பாடல்களை அவன் புரிந்து கொள்வதும் அதில் தோய்வதும் அது

குறித்து மிக ஆழமாகப் பேசுவதும் ஆதியோடு சஹிதாவை இன்னும் நெருங்க வைத்தது. அவனோடு இன்னும் அதிக தூரம் போகவேண்டிய பயணத்தை ஒவ்வொரு சொல்லும் உணர்த்திக் கொண்டேயிருந்ததை அவள் உணர்ந்தாள்.

சஹிதாவிற்கு ஆதியிடம் பேசுவதும் மின்னஞ்சல் அனுப்புவதும் மிகவும் பிடித்த விஷயங்களாக மாறின. நாசிம் அலுவலகத்திற்கும் மகள் அமீரா பள்ளிக்கும் சென்ற பிறகு தன் தனிமையைப் பகிர்ந்து கொள்ள தன் மனதொத்த நண்பன் கிடைத்த பரபரப்பில் ஆழ்ந்தாள். நாளாக நாளாக தான் தவறேதும் செய்கிறோமோ என்று தோன்றினாலும் அது அவளுக்குத் தேவைப்பட்டது. மனம் சுதாரித்து முடிப்பதற்குள் கைகள் மின்னஞ்சலில் எழுதத் தொடங்கியிருந்தன.

அன்று அவனிடமிருந்து வந்த மின்னஞ்சல் அவளை சந்தோஷத்தின் உச்சிக்குப் பயணப்பட வைத்தது. இன்னும் மூன்று வாரங்களில் தான் இந்தியா வந்து இரண்டு வாரங்கள் தங்கவிருப்பதாகவும் சந்திக்க முடியுமாவெனவும் ஆதி கேட்டிருந்தான்.

அன்றிலிருந்து மூன்று வாரங்களும் சஹிதா தன் ஃபீனிஷ் நண்பனுக்காய் காத்திருந்தாள். அது தன்னைக் கண்ணாடியில் காணவிருப்பதன் தவிப்பு. எத்தனையோ மைல்களுக்கப்பால் ஏதோ மொழி பேசும் ஒரு மனுஷிக்குப் பிறந்த ஹிசக்கியேல் எப்படி திருச்சூரின் கரீம் மகளின் மனதொத்து இருக்க முடியும் என்பதான தவிப்பு அது. அவனுடைய தேடல்களும் தவிப்பும் எப்படி தனதாய் இருக்க முடியும்? தனக்கு வரும் கனவுகளும் உருவங்களும் எப்படி இவ்வளவு தொலைவிலிருந்தும் அவனுடன் ஒத்துப் போகிறது? தூக்கமும் விழிப்பும் பகலையும் இரவையும் போல மாறி மாறி நிலை தடுமாற வைத்தன.

சஹிதா

எல்லாவற்றையும் பருந்துப் பார்வையில் பார்த்து தன் மனைவியை அப்படியே புரிந்து கொள்ளும் நாசிமின் மனதிலிருந்து வந்த நன்மையின் ஒளிக்கீற்றையும் சஹிதா உள்வாங்கி மிகுந்த அலைக்கழிப்புக்குள்ளானாள்.

அதிகாலை நான்கு மணிக்கு விமானத்தில் வந்திறங்கும் ஆதியை அழைக்க நாசிமும் சஹிதாவுமே போனார்கள். ஆதி என்றும் ஹிசக்கியேல் என்றும் எழுதிய அட்டையைப் பிடித்தபடி நின்றிருக்கும் இவர்களிடம் நீண்ட நாட்கள் பரிச்சயமானவன் போல கண்களும் முகமும் சிரிக்க பக்கத்தில் வந்து நின்றான் ஆதி. ஆறரை அடி உயரமும் நல்ல உடல்வாகும் சாம்பல் நிறத்தில் சிரிக்கும் கண்களுமாய் பார்த்தவுடன் ஒட்டிக் கொள்ளும் முக அமைப்புடன் இருந்தான். சஹிதாவை இரண்டு கைகளும் கூப்பி வணங்கி, நாசிமை அணைத்து தன் அன்பை வெளிப்படுத்தினான். ஆதியின் ஃபீனிஷ் உச்சரிப்பிலான ஆங்கிலம் கொஞ்சம் சிரமமாகவே இருந்தது. ஆனால், அவன் மீதுள்ள அன்பு வழியாக வீடு வந்து சேர்வதற்குள் மொழி எளிமையாகியிருந்தது.

சஹிதாவின் வீட்டிற்கு எதிரிலேயே இருக்கும் ஒரு சர்வீஸ் அப்பார்ட்மெண்டில் சமையலறையுடன் சேர்ந்த அறை எடுத்துக் கொடுத்திருந்தார்கள். அங்கு போய் தன் உடமைகளையெல்லாம் வைத்துவிட்டு, குளித்து, தயாராகி சஹிதாவின் வீட்டிற்கு காலை உணவிற்கு அழைத்து வந்தார்கள். சாப்பிட்டு கொஞ்சம் லகுவாகி மொட்டை மாடியை ஒட்டியிருந்த அறைக்குச் சென்று சின்னச்சின்னதாய் வைத்திருக்கும் செடிகளினருகில் நின்று பேச ஆரம்பித்தார்கள். காலையிலேயே வானம் கொஞ்சமும் வெயிலை வெளியே விடாமல் அவர்களின் மன நிலைக்கேற்ப இதமாய் இருந்தது. எவ்வளவு நேரம் பேசியிருப்போமென்று மூன்று பேருக்கும் தெரியவில்லை, ஆனாலும் நேரம் கடந்து

கே.வி.ஷைலஜா 167

கொண்டேயிருந்தது. மாலை வருவதாய் சொல்லிவிட்டு கிளம்பின ஆதி அறைக்குள் வந்து தன் பைக்குள்ளிருந்து பிடி வைத்த ஒரு மரக் கோப்பையை எடுத்து சஹிதாவின் முன் மண்டியிட்டு 'என் அன்பின் பரிசு' என்று கொடுத்தான். அந்த மரக்கப்பில் 'சகி' என்று செதுக்கியிருந்ததை வியந்து பார்த்து பேச்சற்றுப் போனாள் சஹிதா. அந்த 'சகி' என்ற வார்த்தையைத் தானே வடித்தெடுத்ததாகவும் உங்களை அப்படி அழைக்கவே தனக்குப் பிடிக்கிறதென்றும் ஆதி சொன்னபோது சஹிதாவிற்குத் தொண்டைக்கும் வயிற்றுக்குமிடையில் என்னவோ செய்தது. அது கண்களின் வழி பொங்கி அடக்க மாட்டாமல் வழிந்தது.

அங்கிருந்த இரண்டு வாரங்களும் நிறையப் பேசினான் ஆதி. அதைவிட அதிக நேரம் மௌனத்தில் கரைத்தான். சிரித்த கண்களுக்குள் வலியைத் தேக்கி வைத்திருந்தான். நெஞ்சுக்கூடு ரணத்தில் அவஸ்தைப்படும் நேரங்களில் மட்டும் கொஞ்சமே கொஞ்சம் வெளியே திறந்து கொட்டிவிட முயன்றான். மனம் கொந்தளித்தது, ஆனால் அலைபாயவில்லை. அழுகை வந்தது, ஆனால் திடமாக இருந்தான். பேசித் தீர்க்கத் தோன்றியது, ஆனால் மௌனம் காத்தான்.

இந்த அலைக்கழிப்புகளை எல்லாம் மனம் நொந்த நிலையில், தான் இந்தியாவிற்குப் பயணப்பட்டதை ஊருக்குத் திரும்புவதற்கு முந்தின நாள் தன் சகியிடம் சொன்னான்.

"சகி, எனக்கு நிறைய பேசணும் போலயிருக்கு, ஆனா அது இத்தனை நாள் முடியல. எதையும் சொல்லாமலே உங்கள விட்டு ஊருக்குப் போயிடுவேனோன்னு யோசனையாயிருக்கு..."

"என்ன ஆதி, எதுவானாலும் பேசுங்க. நிறைய விஷயங்களை உள்ளேயே பொத்தி வச்சா மனசின் பாரம் தாங்காது ஆதி. பேசுங்க,

எங்கிட்ட சொல்லவோ இல்ல உங்கள ஆசுவாசப்படுத்திக்கவோ பேசிடுங்க''

''ஆமாம் சகி, திறந்து கொட்டிட்டால் பரவால்லன்னு தோணுது. அதுவும் உங்ககிட்ட சொல்றது எங்கிட்டயே சொல்றது மாதிரி. நீங்க என்ன நல்லாப் புரிஞ்சிப்பீங்கன்னு எனக்கு நம்பிக்கை இருக்கு''

''சொல்லுங்க...''

''என்னோட அம்மா, அக்பா, ஒரே தங்கச்சி எல்லாருமே என்னை நல்லாப் புரிஞ்சிக்கிட்டவங்க, ரொம்பப் பாசமா இருப்பாங்க. வெளிநாட்டுக்காரங்களுக்கு குடும்ப உறவு, பாசம், பந்தமெல்லாம் இல்லன்னு இந்தியாவில நெறைய பேர் நெனைக்கறாங்க. ஆனா எங்க குடும்பம் அப்படியில்ல. எதை செஞ்சாலும் நாங்க நாலு பேரும் சேந்துதான் செய்வோம். ஒன்பது மாசம் குளிரில உறைஞ்சு போற எங்க ஊரில மீதி மூணு மாசத்திலதான் உணவைச் சேகரிப்போம். அப்படி மீன் பிடிக்க, சம்பாதிக்கவெல்லாம் எல்லாரும் ஒண்ணாதான் இருப்போம். ஆனாலும் என்னால எங்க வீட்டில இருக்க முடியல. ஒரு தேடல் இருந்துகிட்டே இருக்கு சகி. ரொம்ப நாள் அதை என்னால புரிஞ்சுக்கவே முடியல. புரிஞ்சபோது நீங்க கூட இருந்தீங்க சகி. உங்களோட இருந்தா என்னோட மனசில என்னத்துக்காக இந்தத் தகிப்பு இருக்குன்னு புரிஞ்சிடும்ன்னு நம்பறேன்''

பேச்சை நிறுத்திவிட்டு மௌனத்தை ரசித்தான். தானே அப்படியொரு நிரந்தரமற்ற தவிப்பிலிருக்கும்போது தன்னிடமிருந்து எதையோ உணர முடியுமென்று ஆதி சொன்னது அவ்வளவு சாதாரணமானதல்ல என்று அவளுக்குத் தோன்றியது. அவனே கண்களில் துக்கம் படரத் தொடர்ந்தான்.

"மூணு வருஷமா நான் காதலிச்ச பொண்ணு சொல்லிக் கொள்ள எந்தக் காரணமுமில்லாம என்னை விட்டுப் போயிட்டா. அது என்னை மிகவும் வதைக்குது. அவளோடு வாழ்ந்த காலம் இனிமையானது. ஆனாலும் துன்பம் நிறைஞ்சதும் கூட. நான் யாரென்று புரிய முயற்சிக்காமலேயே ஒரு காதலனாக மட்டுமே வாழ ஆசைப்படறா. என்னுடைய தேடல் என்ன, நான் என்ன நினைக்கிறேன், எப்படி வாழ ஆசைப்படறேன்னு யோசிக்கக்கூட அவளுக்கு அவகாசமில்லை. எப்படி நாங்க சேர்ந்து வாழ முடியும்?"

"உங்களைப் புரியவைக்க கொஞ்ச காலமெடுத்து இன்னும்கூட நீங்க பேசியிருக்கலாம், நாட்கள் போயிட்டதாவோ அவங்க இனிமே உங்க வாழ்க்கையில வர மாட்டாங்கன்னோ நெனக்க வேண்டாம் ஆதி"

"இல்ல சகி, இனி அவளால என் வாழ்க்கைக்குள்ள வரவே முடியாது. நான் தீர்மானிச்சு என்னை இழுத்து மூடிக்கிட்டேன். இனிமேல அவளப் போல மனசுள்ளவங்க என் நிழலைக்கூடத் தொட்டுட முடியாது. ஆனா, அந்தக் காயம் ரணமாத் தங்கி நான் தொட்டுப் பாக்கும் போதெல்லாம் வலிக்குது. அதுக்கான மருந்தையும் தேடித்தான் இத்தனை தூரம் எனக்குப் பிடிச்ச இந்தியாவுக்கு வந்திருக்கேன்"

"இந்தியா உங்களுக்கு ஆறுதல் தருதா ஆதி?"

"நிச்சயமா... என்னோட ஒவ்வொரு இந்தியப் பயணத்தின் போதும் நான் இமாலயம் போவதை வழக்கமா வைச்சிருக்கேன். இந்த முறை அந்த நிறைவை உங்களைச் சந்திச்சதிலேயே அடைகிறேன். உங்களைப் பாக்கறது என்னைப் பாக்கறது போலவேயிருக்கிறது. லௌகீகத்தில் இட்டு நிரப்பி விட முடியாத

உங்களின் பரிச்சயம் கிடைத்ததில் சொல்லிப் புரிய வைக்க முடியாத பூர்ணத்துவத்துடனேயே திரும்பிப் போறேன் சகி. என் வாழ்வின் மறக்க முடியாத நாட்கள் இவை''

இருவரும் கனிந்த மனநிலைக்குத் தள்ளப்பட்டார்கள்.

''உலகம் முழுக்க நிறைந்திருக்கும் ஆன்மீகத் தேடல்களின் ஆதி வேர் இந்தியாதான். ஒவ்வொரு நாட்டிற்கும் அதனதன் போக்கிலே பாதைகள் இருந்தாலும் இங்குதான் அது நிறைவடைகிறது. இந்த மனநிலையை உணரவே என் நாட்டில் நான் மனம் கொந்தளிக்க அவஸ்தைப்பட்டிருக்கேன். நான் வாழ நினைத்த சாந்தமான அமைதி இந்த பூமியில் கிடைக்கிறது. அதையும் கடந்து நான் அடையப் போகும் வாழ்வின் நிறைவு உங்கள் மூலம் நடக்கப் போகிறதென்ற நிறைவுடன் இருக்க முயற்சிக்கிறேன் சகி''

எதுவும் பேசத் தோன்றாமல் மெல்லிய புன்னகையையும் நிறைவின் ததும்பலாகச் சொரியும் அழுகையையும் மட்டுமே சஹிதாவால் பகிர முடிந்தது.

''நான் மறுபடியும் வருவேன், உங்களைச் சந்திப்பேன். இந்தியத் தெருக்களில் வாழ்வின் மீதி நாட்களை முழுக்கச் சுற்றித் திரியவே நான் ஆசைப்படறேன். ஒருவேளை அப்படியான நாட்களில் எங்காவது ஒரு இடத்தில தங்கிவிடத் தோன்றினாலும் இருந்துடுவேன். எதையும் தீர்மானிக்கிற மனநிலையில இப்ப நானில்லை. ஆனா இந்த மண்ணிலதான் என் பிற்பகுதி வாழ்வு அர்த்தப்படப் போகுதுன்னு மட்டும் உறுதியாத் தெரியுது''

மனம் கொப்பளிக்க ஆழ்ந்து ஆதியைப் பார்த்தாள் சஹிதா. பேச முடியவில்லை. வார்த்தைகள் உள்நாக்கில் ஒட்டி உலர்ந்திருந்தன.

மறுநாள் மாலை ஏழு மணிக்கு ஆதிக்கு விமானம் புறப்படுவதற்கான நேரம். நான்கு மணிக்கெல்லாம் விமான நிலையத்திற்குள் போய்விடவேண்டும். நாசிம் கார் ஓட்ட, சஹிதாவும் ஆதியும் எதுவும் பேசாமலேயே வந்தார்கள். கட்டியணைத்து விடைபெறும்போது ஆதியின் நெஞ்சுக்கூடு விம்முவதை மட்டும் நாசிம்மால் உணர முடிந்தது. அதேபோல கைகூப்பி சஹிதாவிடம் விடைபெற்றான். வார்த்தைகள் அங்கு மாலையாய் தங்களைக் கோர்த்துக் கொள்ளவில்லை, மாறாக மௌனம் கம்பீரமாய் தன்னை ஸ்தாபித்திருந்தது.

உள்ளே சென்று கையசைத்து தன் பெட்டிகளைச் சக்கர வண்டியில் வைத்துத் தள்ளி ஆதி மறைந்த நிமிடம் பயங்கரமானதொரு வெறுமையில் போய் வீழ்ந்தாள் சஹிதா. ஒரு சொல்லின் வெளிப்பாட்டில்கூட தான் சிந்திவிடுவோமோ என்று பயந்தாள். ஆனாலும் அவள் வெளிப்படையாகவே இருக்க முயன்றாள்.

நாசிமின் கைகளுக்குள் தன் கையை சேர்த்தணைத்துக் கொண்டு வெளியேறி வந்த விசும்பலை உள்ளடக்கி, ஏற்படுத்தின வலியைச் சகித்துக் கொண்டு பேசினாள்.

''ஆதி போனதை என்னால தாங்கவே முடியல நாசிம். அழுகையா வருது''

''எனக்குத் தெரியும் சஹிதா, உன்னால தாங்க முடியாதுன்னு எனக்குத் தெரியும். நேத்து அவருக்கு சாப்பாடு பரிமாறும்போது உன்னோட கண்கள்ல அதைப் பாத்தேன். என்னன்னு சொல்ல முடியல, ஆனா கொஞ்ச நாள்ல சரியாயிடும். மனசப் போட்டுக் கொழப்பிக்காத. இதை மீட்டெடுத்து வெளிய வா. அதுதான் எல்லாருக்கும் நல்லது''

தன் பெரிய கண்களில் நீர் சூழ கணவனை ஏறிட்டுப் பார்த்தாள்.

"மனசைப் பதற விடாத சஹிதா. நாம பரிசுத்தமா உள்ளொளியோட இருக்கும்போது மட்டுமே எதிரில இருண்மையோடு வர்றவங்க, நம்மிலிருந்து ஒளியை எடுத்துட்டு போக முடியும். நாமே இருளிலிருந்து ஒளியைக் கொடுக்க முடியாது. அதுக்கு முயற்சிக்காத"

தவிக்கும் மனைவியைத் தோளோடு அணைத்து வெளியே வந்தபோது சோவென மழை கொட்ட ஆரம்பித்திருந்தது. இருவருக்குமே மழை படாமல் ஓடி ஒளியவோ நிற்கவோ தோன்றவில்லை. உள்ளே ஈரமாகும்வரை மழையிலேயே நனைந்து மெல்ல நடந்து காருக்குப் போனார்கள்.

21

அம்மா எப்போதும் சஹிதாவைத் திட்டிக் கொண்டே இருப்பாள். இவளுடைய மனதை அம்மாவால் புரிந்து கொள்ளவே முடிந்ததில்லை. சஹிதாவின் வீட்டுப் பக்கம் எப்போதாவது பிச்சைக்காரர்கள் வருவார்கள். கோழிக்கோடு பக்கமிருந்து வரும் வேலாயுதப் பண்டாரம், பிச்சைக்காரர் மாதிரியே இருக்க மாட்டார். அவர்கள் கூட்டமாக வருவார்கள். காலையில் வீட்டுக்கு வந்து விறகு பிளந்து கொடுத்து சின்னச்சின்ன வெளி வேலைகள் செய்து, வீட்டுப் பிள்ளைகளுக்கு சொப்புச் சாமான்கள் வாங்கிவந்து கொடுத்து என ஏதோ உறவுகாரர்கள் மாதிரியே இருப்பார்கள். வேலாயுதப் பண்டாரத்தின் மகள் கொச்சம்மா அழகி. பதிமூன்று வயதில் துறுதுறுவென துள்ளி ஓடிக்கொண்டு பார்க்கவே வசீகரமாயிருப்பாள். பகலெல்லாம் எங்காவது சுற்றி அலைந்துவிட்டு மாலை மங்கும் நேரத்தில் இவர்கள் வீட்டிற்கு வருவார்கள். இத்தாமு அவர்களுக்கு விறகும் பாத்திரங்களும் மட்டும் கொடுப்பாள். பத்து பதினைந்து நாட்கள் அங்கே இருக்கும்வரை அந்தப் பாத்திரத்திலேயே சமைத்துவிட்டு அதை

எடுத்துக்கொண்டு போய்விடுவார்கள். இவர்கள் வந்துவிட்டால் சஹிதா, சாந்தம்மா சேச்சியின் வீட்டிற்குக் கூட போகமாட்டாள். பல நேரங்களில் வஹிதாவையும் கூட்டிக் கொண்டு கொச்சம்மாவோடு சோர்ந்து போகும்வரை விளையாடி அவர்கள் தரும் சாப்பாட்டையே சாப்பிடுவார்கள். அதுமட்டும் அஸ்மாவால் சகித்துக் கொள்ளவே முடிந்ததில்லை. அப்படிச் சாப்பிடும் ஒவ்வொரு வேளையிலும் அடி வெளுத்து விடுவாள். அப்படியான நேரங்களில் மட்டும் அத்தா ஒரு புன்சிரிப்புடன், ''என்ன அஸ்மா இது? என்ன செஞ்சிட்டான்னு இப்படி அடிக்கறே? விடு அவள'' என்று பரிந்து பேசுவார். சஹிதாவுக்கு வானமே தன் கை தாலாட்டிற்கு ஏங்கி மகிழ்ந்தது போலிருக்கும். அம்மா என்னதான் அடித்தாலும் கண்கள் அழுது உதடு சிரிக்கும். அவர்கள் ஏழெட்டு நாட்கள் தங்கிவிட்டுப் போகும்போது வாசலில் வந்து கையேந்தி நின்று பிச்சை கேட்பார்கள். அம்மா கொடுக்கும் அரிசியை வாங்கிக் கொண்டு ''பண்டாரி போ, பண்டாரி போ, பண்டாரி போ'' என்று மூன்றுமுறை சொல்லி, பின்னோக்கி நடந்து போய், ''இந்த வீட்டின் பீடைகள் எல்லாம் ஒழிந்து இவர்கள் வாழ்வாங்கு வாழட்டுமென'' வாழ்த்திவிட்டுப் போவார்கள். கண்களில் நீர் முட்டி கதவிடுக்கில் நின்றபடி அவர்கள் மறையும்வரை அப்படியே பார்த்துக் கொண்டு நிற்பாள் சஹிதா.

அதே போல ஏதாவதொரு விடுமுறை நாட்களில் வரும் பிச்சைக்காரன் குட்டப்பனை சஹிதாவுக்கு ரொம்பப் பிடிக்கும். ஊரெல்லாம் சுற்றி வரும் குட்டப்பனிடம் சஹிதா கதை கேட்கும் ஆர்வத்தில் முகிழ்ந்திருப்பாள். அவன்தான் தமிழ்நாட்டில் ஆனந்தக் கூத்தாடும் சிதம்பர நடராஜரை அவளுக்குச் சொன்னான். வானையே அளப்பது மாதிரியான ஒற்றைக் காலின் ருத்ரதாண்டவத்தைச் சொன்னான். களிநடனம் புரிந்தாலும்

முகத்தின் கருணையையும் உக்கிரத்தையும் சொன்னான். பண்டாரம் சொல்லச்சொல்ல ஆனந்த நடம் புரியும் கனிவும் ரௌத்திரமும் கலந்த முகம் காணும் ஏக்கம் பாம்பின் தீண்டலில் ஏறும் விஷம் போல உடல் முழுக்க சஹிதாவுக்குப் பரவியது. அண்ட சராசரத்தை ஆளும் தெய்வமாய் சஹிதாவின் வாழ்வில் என்னென்னவோ செய்யவிருந்த சிவன் அவளை முழுமையாய் ஆட்கொண்டதை அந்தப் பிஞ்சு மனசு அத்தனை உக்கிரமாய் அன்று எடுத்துக் கொள்ளவில்லை.

குட்டப்பன் வரும்போது சாப்பாட்டைக் கொடுத்து சீக்கிரமாக போட்டுவிட்டு வரச் சொல்லுவாள் அம்மா. சஹிதாவால் அப்படி வரவே முடியாது. அவள் பிச்சைக்காரனோடு பேசுவாள். சிரிப்பாள், விசாரிப்பாள், கஷ்டமாக ஏதாவது சொல்லும்போது அழுவாள். ஒரு நாளும் அவன் கையிலோ, இலையிலோ சாப்பாட்டை கொட்டிவிட்டு வருவது அவளுக்குப் பிடிக்காது.

அன்றும் அப்படித்தான் நடந்தது.

"நான் பாத்திரத்தைப் பிடிச்சுக்கிறேன், நீ சீக்கிரமா சாப்பிட்டுடு. அம்மா பாத்துடப் போறாங்க"

"வேணாம் மோளே, நீ இந்த எலைல போட்டுட்டுப் போயிடு"

"அய்யோ அது கீழ சிந்திடும், எல சின்னதா இருக்கு, நீ சீக்கிரமா சாப்பிடு" சின்னக் குரலில் தன் பிஞ்சுக் கைகளில் தட்டை ஏந்தியபடி காத்து நின்றாள். அந்தப் பிச்சைக்காரன் பயத்துடனும் பசியுடனும் அள்ளி அள்ளித் தின்னும் நேரத்தில் அம்மா வெளியே வந்தாள். சஹிதாவைத் தட்டோடு இழுத்து வந்து திட்டிக்கொண்டே அடித்தாள். ஆனால் சஹிதாவிற்கு எதுவுமே கேட்கவுமில்லை, வலிக்கவுமில்லை. குட்டப்பன் ஒரு வாய் சோறு தவிர மீதியையெல்லாம் சாப்பிட்டு முடித்திருந்தான். அந்த நிம்மதி போதும் அவளுக்கு.

தோட்டத்திற்குப் பின்னால் வேலிப்படப்பிற்கு அந்தப்புரம் ஒரு மாடிவீடு. அங்கு போவதற்கு எல்லோருமே பயப்படுவார்கள். வீட்டை வெளியிலிருந்து பார்க்க முடியாத மாதிரி மரங்கள் நிழல் காக்கும். இரண்டடுக்கு மாடியில் மேலே ஓடு போட்ட மிகவும் பழமையான வீடு. ஓடுகள் மழையில் நனைந்து கருப்பாகி அதன்மீது ஊர்ந்து போகும் சர்ப்பத்தின் அசைவைக் கூட வெளிக் காண்பிக்காத நிறத்திற்கு, தன்னை மாற்றியிருந்தது. அந்தப் பகுதியில் மொத்த வீடுகளிலிருக்கும் பதினைந்து குழந்தைகளில் சஹிதா மட்டுமே அந்த வீட்டுப் பாட்டியைப் பார்த்தவள். மற்ற குழந்தைகள் தங்களுக்குள் பயந்தோ, தங்கள் வீட்டிற்கு பயந்தோ அந்த வீட்டின் பக்கமே வருவதில்லை. குழந்தைகள் மட்டுமல்ல பல பெரியவர்கள் கூட அந்த பாட்டியைப் பார்த்ததில்லை. எல்லோருக்குமே பயமான ஒரு மாயையான வீடு அது. அவள் மட்டுமே பயமின்றி அங்கு நடந்துவரும் ஜீவன்.

வீட்டிற்குள்ளே மரப்படிகள் சின்னச்சின்னதாய் மாடிக்கு வழி காண்பிக்கும். யாருமில்லாத சமயத்தில் ஏதாவது தின்பண்டத்தை எடுத்துக் கொண்டு சஹிதா அந்தப் படிகளில் ரகசியமாய் ஏறுவாள். படி முடியுமிடத்தில் சின்ன தாழ்வாரத்தில் நின்று எட்டி ஜன்னல் வழியாகப் பார்த்தால் ''யா யா யா'' பாட்டி மெல்லிய கோடு மாதிரித் தெரிவாள். கண்கள் இருட்டுக்குப் பழகிய பிறகுதான் மொத்த உருவமும் தெரியும். இவளுக்கு மட்டும் அந்த வற்றின முகத்தில் நூலிழை போலத் தீட்டப்பட்ட குறுஞ்சிரிப்பைக் காண எப்போதும் ஆசை வரும். மொத்தமாய் கையகலத் துணிகூட இல்லாமல் வற்றின முலைகளும் முடிகளற்ற யோனியும் பதிமூன்று பிள்ளைகள் பெற்றுத் தொங்கிச் சரிந்த அடி வயிறுமாய் வெடவெடவென நின்றிருப்பாள். ஆறடி உயரம், வற்றின உடம்பு, எதையோ தேடி அலையும் நிலை தடுமாறின ஒளியிழந்த கண்கள்.

கையிலொரு கம்பு, அது அவளை விடப் பெரியதாகயிருக்கும். மெல்ல சஹிதா, 'முத்தச்சி' என்று கூப்பிட்டால் போதும், உடல் அசைத்து ஒளியற்ற கருவிழிகள் உருள, வற்றின சதைகள் தொங்கும் நீண்ட கைகளால் துழாவி ''யா யா யா'' என்று கூச்சலிடுவாள். சஹிதாவும் ''யா யா யா'' என்று மெல்லக் குரலெழுப்பி பதில் சொன்னால் அந்த முகத்திலிருந்து கீற்று போல ஒரு புன்னகை கசியும். ஜன்னலிலிருந்து தான் கொண்டு போனதை கொடுக்க முயற்சி செய்யும் பல நேரங்களில் பதட்டமாக வஹிதா வருவாள்.

''சேச்சி, உன்ன அம்மா கூப்பிட்டாங்க, சீக்கிரம் வா, இல்லன்னா அடிச்சிடப் போறாங்க'' பதைக்கும் குரல் வஹிதாவிடமிருந்து வெளிப்படும். சஹிதாவுக்கு வரவே மனசு வராது. பாட்டியின் ''யா யா யா'' குரல் அவளுடைய செவிப்புலன்களில் தேய்ந்தடங்கும் வரை திரும்பிப் பார்த்துக் கொண்டே வருவாள்.

வீட்டிற்கு வந்தால் அடியும் சமயங்களில் கண்களில் பச்சை மிளகாயைக் கீறித் தேய்க்கும் கொடூரமான தண்டனையும் உண்டென்று தெரிந்தாலும் சஹிதாவால் ''யாயாயா'' பாட்டியைப் பார்க்க நீண்ட இடைவெளிகள் விட முடிந்ததில்லை.

ஆனால் திருமணத்திற்குப்பின் நாசிமின் வீட்டிற்கு வந்த பிறகு பிச்சைக்காரர்களைப் பார்த்ததேயில்லை. அப்படியான பங்களா வாசல்களில் அவர்கள் பிச்சை எடுப்பதுமில்லை. தங்கள் குரல்கள் உள்ளேயிருக்கும் வீட்டின் சொந்தக்காரர்களுக்குக் கேட்கும் வண்ணம் அந்த வீடுகள் கட்டப்படவில்லையென்று பிச்சைக்காரர்களுக்கும் தெரியும்.

22

யாருடைய துக்கத்தையும் தனதாய் நினைக்கும் சஹிதாவிற்குத் தன் துக்கம் தாங்க முடியாததாய் இருந்தது. வீட்டில் இருக்க முடியாமல் தவிக்கலானாள். கையைப் பிடித்தபடி தன்னையே சுற்றிவரும் அமீராவிற்குத் தன் புன்னகையைப் பகிர முடியவில்லை. செல்லங்கொஞ்சும் மகளை, பதின்வயதில் எல்லாவற்றையும் ஆச்சர்யமாய்ப் பேசும் தன் ஒரே மகளை உள்வாங்கிக் கொள்ள முடியவில்லை. என்ன ஆனாலும் எவ்வளவு நாட்களானாலும் நாம் தள்ளி நின்று பார்க்கப் போகிறோம். இவள் நமக்கு சொந்தமானவள் இல்லை அல்லது நான் இவளுக்கு மட்டுமானவள் இல்லை. நான் இந்த பிரபஞ்சத்திற்கானவள், எங்கோ வாழப் போகிறேன். இந்த காரும் அரண்மனை மாதிரியான வீடும் செட்டைக்குள் வைத்துப் பாதுகாக்கும் கணவனும் தன்னை நிறைவுறச் செய்யவில்லை என்பதை உணர்ந்தாள்.

எவ்வளவு நாட்கள் வெளியே சுற்றித் திரிந்துவிட்டு வந்தாலும் வீட்டிற்கு வரும்போது சஹிதாவுக்கு மனம் சோர்ந்துவிடும். பல

பயணங்கள் முடித்துவிட்டு கார் காம்பௌண்ட் சுவருக்குள் நுழையும்போது மனதிலிருந்து சொரசொரவென்று ஏதோ நழுவிப் போவதை சஹிதா உணர்ந்திருக்கிறாள். வீட்டிற்கு வந்து துணி மாற்றி கட்டிலில் படுத்து மனைவியை அணைத்து, ''அப்பாடா எவ்வளவு சுத்தினாலும் இங்க வந்து படுத்தாத்தான் நிம்மதியா இருக்கு இல்ல சஹிதா?'' என்று கேட்கும் நாசிம் அந்நியப்பட்டுப் போகிறான். தூங்கும் அமீரா யாரோ மாதிரி இருக்கிறாள். தன் மனம் நழுவிப் போனதை ஏன் இவர்கள் நம்ப மறுக்கிறார்கள் என சஹிதாவிற்குப் புரியவேயில்லை.

எப்போதும் தியானம் செய்யும் மனைவியை மறுப்பேதும் சொல்லாமல் கடந்து போய்விடுவான் நாசிம். எங்கு போய் இது நிற்குமென்று அவனும் கவலைப் படாதவனில்லை. இவ்வளவு தீவிரமான ஆன்மீகத் தேடலும் குருமார்களின் தொடர்புமாக இருப்பவளை இன்னும் அவன் வீட்டிற்கே தெரியாமல் காப்பாற்றி வைத்திருந்தான். ஆனால் எத்தனை நாட்கள் அப்படிக் காப்பாற்ற முடியும்?

அன்றிரவு படுக்கையில் மனம் ஒத்துப் போகாமல் நடந்து முடிந்திருந்த கூடலில் ஏமாற்றத்துடன் மல்லாந்து படுத்துக் கிடக்கும் கணவனின் நெஞ்சுக்கு மேல் கை போட்டு எப்போதோ தீர்மானித்ததை சஹிதா பேச ஆரம்பித்தாள்.

''நாசிம் நான் தீட்சை வாங்கிக்கப் போறேன்''

நாசிம் அதிர்ந்தாலும் இந்தச் சொற்களின் அடர்த்தி கொடுத்த அழுத்தத்தில் மௌனம் காத்தான். பேச்சு வரவில்லை. மூச்சுக் காற்றின் சப்தம் அறை முழுக்க வியாபித்திருந்தது. பேசினால் உடைந்து விடுவோமென்று நாசிம் பயந்தான். அவள் சொன்ன எல்லா இடத்திற்கும் கூட்டிப் போயிருக்கிறான். அவளுடைய

பல்வேறுபட்ட உணர்வுகளுக்கும் மரியாதை கொடுத்திருக்கிறான். ஆசைப்பட்ட ஆன்மிகக் கூடுகைகளுக்கு அழைத்துப் போய் வெளியே காத்து நின்றிருக்கிறான். சில இடங்களில் தானும் அந்த பிரசங்கத்தில் பங்கெடுத்திருக்கிறான். ஆனாலும் அவள் சொன்ன இந்த வார்த்தைகளில் இதயம் வேகமாகத் துடித்தது. உடல் முழுக்க அனல் கொட்டியது போல ஆவி படர்ந்தது. படுக்கையறை இருட்டில் கண்களிலிருந்து நீர் வழிவதை அவனால் மட்டுமே உணர முடிந்தது.

அவளே தொடர்ந்தாள்.

''பெங்களூர் போணும் நாசிம், அங்க இருக்கற குருகிட்ட தீட்சை வாங்கிக்கணும். மனசு அப்படித்தான் சொல்லுது. இனி அதன் பேச்சைக் கேட்காமல் இருந்தால் நான் பையித்தியமாயிடுவேன்னு எனக்குத் தோணுது நாசிம்''

''சஹிதா... நீ என்ன பேசறேன்னு புரியுதா? குடும்பம் என்னாகும்னு கொஞ்சம் யோசிச்சயா? பக்கத்தில படுத்திருக்கிற அமீராவைப் பாரேன், பதிமூணு வயசில அவளுக்கு இத எப்படிப் புரிய வைப்ப? அவ கேள்விக்கு என்ன பதில் சொல்லுவ? விட்டுடுறது ரொம்பச் சுலபம், எடுத்திட்டுப் போறதுதான் இருக்கறதிலயே கஷ்டம். அதுக்காக நிறைய இழப்புகளும் வலிகளும் அனுபவிக்க வேண்டியிருக்கும்''

''எனக்குப் புரியுது நாசிம். ஆனா மனசு விட்டுடச் சொல்லுது''

''அமீராவ...''

''இல்ல நாசிம் நீங்கதான் அவளப் பாத்துக்கணும். நான் அவளுக்கு மட்டுமே அம்மாவாக இனி இருக்க முடியாது. என் மன அவஸ்தையை வச்சிட்டு இனியும் நான் நடிக்க முடியாது. உங்களுக்கு நல்ல மனைவியா என்னால இனி இருக்க முடியாது.

தீட்சை வாங்கிட்டு நான் எதுக்காக இந்த பூமிக்கு வந்தேனோ அதுக்காகப் போயிடுவேன். அப்பத்தான் நான் பிறந்த காரியம் முழுமையடையும்ன்னு நம்பறேன். இனியும் அதைத் தள்ளிப் போட முடியாது''

''எங்கப் போப்போற சஹிதா?''

''சொல்றேன் நாசிம், தீர்மானமா என்னோட மனசில உருவெடுத்தப்பறம் சொல்றேன்''

அவளுடைய தீர்க்கமான பதிலில் நாசிம் எதுவுமே பேச முடியாமல் தவித்துக் கிடந்தான். மேலும் அவளே தொடர்ந்தாள்.

''அடுத்த வாரம் நடக்கப் போற பெரிய சங்கமத்தில உலகம் முழுக்க இருந்து நிறைய குருமார்கள் வராங்க நாசிம். எனக்கு அங்க போயே ஆகணும். ஒரே தவிப்பா இருக்கு''

''கண்டிப்பா கூட்டிட்டுப் போறேன், இப்ப நீ தூங்கு''

எப்படி இந்த வார்த்தைகள் தன்னிலிருந்து வெளிப்பட்டதென அடுத்த நொடியிலிருந்தே நாசிம் யோசிக்க ஆரம்பித்தான். புரியவில்லை. ஆனால் அந்த நொடி அப்படியாக அமைந்தது.

இரவு மிகுந்த கனத்துடன் கடந்தது. இரண்டு பேருமே தூங்கவில்லை. யோசனை நெஞ்சுக்கூட்டை அடைத்து நுரையீரலுக்கு மூச்சுக்காற்று கிட்டாமல் நாசிம் தவித்துப் போனான். மூச்சுவிடச் சிரமப்பட்ட நாசிமைப் பார்த்து சஹிதா பதறி விட்டாள். சீரான மூச்சுக்காற்றுக்கான அவன் தவிப்பைக் காணப் பொறாதவள் மெல்ல நடத்தி மாடியிலிருந்து கீழே கூட்டிக் கொண்டு வந்து பக்கத்திலிருக்கும் மருத்துவமனைக்குச் சென்றாள். நரம்பு ஊசியும் செயற்கை சுவாசமும் ஏற்றிக் கொண்டு மறுநாள் மதியம் போலத்தான் வீட்டிற்கு வந்தார்கள். மாலை வரை

நன்றாகத் தூங்கி விட்டான். எழுந்து ஃபில்டர் காஃபி குடித்து பால்கனிக்கு வந்து உட்கார்ந்து சஹிதாவிடம் பேசினான்.

''எனக்கு உடம்பு முடியாமப் போச்சுன்னு நீ கவலைப்பட வேண்டாம், நாம கண்டிப்பா பெங்களூர் போலாம். ஆனா எதிலயும் ரொம்ப ஆழமாப் போக வேண்டாம்னு எனக்குத் தோணுது சஹிதா. எங்களால உன்ன விட்டுட்டு இருக்க முடியும்ன்னு தோணல''

பேசும்போதே நாசிமின் குரல் தேய்ந்து போனது. அவளும் உரையாடலில் ஆர்வமற்றிருந்தாள்.

அந்த வார முடிவில் மகள் அமீராவையும் அழைத்துக் கொண்டு அம்மாவிடம் என்னென்னவோ பொய் சொல்லிவிட்டு சஹிதாவுடன் பெங்களூருக்குச் சென்றான் நாசிம். மிகுந்த எதிர்பார்ப்புடனும் பரவசத்துடனும் சென்ற சஹிதாவுக்கு அன்று தீட்சை கிடைக்கவில்லை. அவளின் ஏமாற்றம் ஆறுதலுக்கு அப்பாற்பட்டிருந்தது. பெரிய கூடுகை அது. உலகின் பல்வேறு மூலைகளிலிருந்தும் வித விதமான ஆன்மிக ஆர்வலர்கள் அங்கு கூடியிருந்தார்கள். பல்வேறு மொழி பேசும் அவர்களின் கண்கள் மட்டும் ஒத்த எதிர்பார்ப்புடனேயே இருந்தது. அவர்களை ஒன்றாய்ப் பார்த்ததில் சஹிதா பெரும் பரவசமுற்றிருந்தாலும் நாசிம் உள்ளுக்குள் உடைந்து போனான். எங்கோ ஏதோ நடக்கப் போகிறதென்று மட்டும் அவனால் உணர முடிந்தது. அது வலித்தது.

சஹிதா அமைதியாகத் திரும்பி வந்தாள். ஒரு வருடம் கழித்து மீண்டும் அது போன்ற கூடுகை நடந்தபோது நாசிம் வெளிநாட்டிற்குப் போயிருந்ததால் மீராவுடன் கலந்து கொண்டாள். ஆனால் அப்போதும் அவளுக்கு ஏமாற்றமே

மிஞ்சியது. மூன்றாவது முறையாக இரண்டு வருட முடிவில் தனக்கு தீட்சை கிடைத்தபோது சஹிதாவின் மனநிலையை கிரஹித்துக்கொண்ட நாசிமால் பேச முடியவில்லையானாலும் அவளை உணர முடிந்தது.

அப்பாவும் மகளுமே இந்த முறை உடன் வந்திருந்தார்கள். பதினைந்து வயது மகள் தன் அம்மாவைப் புரிந்து கொள்ள ஆரம்பித்திருந்தாள். நாசிம் தலைமுறைக்கு ஏற்றுக் கொள்ளச் சிரமமும் ஜரீனா பீவியின் தலைமுறைக்கு ஆத்திரமும் வந்த சஹிதாவின் மனநிலை அமீராவுக்கு சுலபமாயிருந்தது. துக்கமிருந்தாலும் அம்மாவைக் கையாளுவதில் அவளுக்கு வலிக்கவில்லை. நிதர்சனத்தை ஏற்றுக் கொள்வதில் பக்குவமிருந்தது. பல நேரங்களில் அது நாசிமையும் சஹிதாவையும் பதற வைத்தாலும் நன்றாக மகள் வளர்ந்திருக்கிறாள் என்ற நிம்மதியையும் தந்தது.

அப்படியான மனநிலையில் தன்னுடைய ஆன்மிகத் தேடலுக்காய் வீட்டை விட்டுப் போகவிருப்பதையும் அதையும் தாண்டி தான் ஏதோ செய்யவிருப்பதையும் மகளிடம் சொன்னால் புரிந்து கொள்வாள் என்று சஹிதாவும் எப்படியாவது மகளிடம் சொல்லி அம்மாவை வீட்டை விட்டுப் போகாமல் தடுத்துவிட முடியாதாவென்று நாசிமும் நினைத்துக் கொண்டார்கள்.

23

எப்போதும் போலத்தான் அன்றும் சஹிதாவுடன் கிளம்பி காரெடுத்துக் கொண்டு வெளியே போனான் நாசிம். நகரத்தின் சந்தடியையும் இரைச்சலையும் தாண்டி வெளிப்புறச் சாலைக்குள் கடந்து எங்காவது வண்டியை விட்டுவிட்டு மாலை சூரியன் இறங்குவதை ரசித்துக்கொண்டே நடக்க இருவருக்குமே பிடிக்கும். வாரத்தில் மூன்று நாட்களாவது அப்படி வருவார்கள். எப்போதாவது அமீராவும் நண்பர்களும் உடனிருப்பார்கள்.

கடந்த வாரம் முழுக்க யாருமில்லாமல் இவர்கள் இருவருமே வந்து கொண்டிருந்தார்கள். மனசு மிகவும் தவித்த நாட்கள் அவை. முடிவெடுக்க முடியாமல் திணறி மூச்சு மூட்டின கணங்கள். வீட்டுக்குள்ளிருக்கும் புழுக்கம் தாங்காமல் ஏதோ ஒன்று மிகத் தீர்மானமாய் அழைக்க வெளியேறிவிடத் துடித்த மனதை நாசிமிடமும் மீரா, சரிதாவிடமும் பகிர்ந்து கொள்ள அவர்களும் சஹிதாவை எவ்வளவோ கட்டுப்படுத்தி வீட்டில் தக்க வைக்க முயன்ற நாட்களின் வலி ஏற்று நாசிம் திணறிய வேளைகள் அதிகம்.

ஹராம் என்று தெரிந்தும் நாடி ஜோஸியம் பார்ப்பதில் சஹிதா மும்மரமானாள். நாசிம்மால் நம்ப முடியவில்லையானாலும்

உடன்பட முடிந்தது. அப்படியான இக்கட்டான வேளையில்தான் சஹிதா அவளைச் சந்தித்தாள்.

இரண்டு முறையாக அவள் காரை மறிப்பது போல நிற்கிறாள். கூப்பிட முயல்வதில்லை. முன்னெப்போதும் அவளைப் பார்த்ததுமில்லை. வசீகரமாயிருக்கிறாள். நல்ல உயரம், அளவெடுத்தது மாதிரியான உடல், வெண்மையில் ஒரு துளி கருமை கலந்தது மாதிரி நிறம். எண்ணெயிட்டு தூக்கலாய் உச்சிக்கும் சற்று கீழே கொண்டையிட்ட அடர்கூந்தல், கண்டாங்கி சேலை கணுக்காலுக்கு மேல் கட்டி காலில் வெள்ளித் தண்டை அணிந்திருக்கிறாள். கையில் குறி சொல்லும் கோலைச் சுழற்றியபடி நிற்கிறாள்.

இருவரின் கண்களும் சந்தித்த வேளையில் அவளிடமிருந்து வந்த வசீகரச் சிரிப்பில் கார் தானாகவே நின்று சஹிதா மெல்ல இறங்கி அவளை நோக்கி நடந்தாள்.

''வா, ரொம்ப நாளா உனக்குக் குறி சொல்லணும்னு நெனக்கறேன், காரிலிருந்து எறங்கவே மாட்டேங்கற...''

அதே சிரிப்பு. அது தன்னை எங்கெல்லாம் இழுத்துச் செல்லுமோ என சஹிதா பயந்தாள்.

''என்னைத் தெரியுமா உங்களுக்கு? எத்தன நாளாப் பாக்கறீங்க?''

''ரொம்ப நாளாத் தெரியும், வா...''

நாசிம் வந்து சஹிதாவின் கையை இறுகப் பிடித்துக் கொண்டான். அதில் அவளை விடவே மாட்டேன் என்கிற பிடிவாதமிருந்ததை அந்தப் பெண்ணால் நொடிகளின் இடைவெளியில் புரிந்து கொள்ள முடிந்தது. அவளின் பேச்சில் தீர்மானமான வார்த்தைகளைப் பொதிந்து வைத்திருந்தாள்.

''பயப்படாதீங்க சார், உண்மைய மட்டும்தான் சொல்லுவேன், நான் காசுக்குப் பேசறவ இல்ல, சொன்னா நெருப்பு தெறிக்கற மாதிரியிருக்கும். வாங்க எங்கூட''

"நாசிம் என்னன்னு கேக்கலாமே, எங்கையப் பாத்து என்னதான் சொல்றாங்கன்னு கேக்கலாமே, ப்ளீஸ்..."

நாசிம் ஒன்றும் சொல்லவில்லை.

அவள் சாலையோரத்திற்கு நடத்திக் கூட்டிச் சென்றாள். மரத்தடியில் உட்காரச் சொன்னாள். இடது கையை நீட்டச் சொன்னாள். மாயமாய் ஒரு சிரிப்பு சிரித்தாள் சரசரவெனப் பேசினாள்.

"இஸ்லாம் குடும்பம், நம்பிக்கை கிடையாது. உருவ வழிபாட்டில நம்பிக்கை. மணாளன் சொக்கத் தங்கம். ஏழூரு போனாலும் கெடைக்காது, தானா அமைஞ்சது. பொறந்த பொண்ணு மகாலட்சுமி. அதுக்கு முன்னயும் பின்னயும் ஒண்ணுமில்ல. செல்வச் சீமாட்டி, சம்மந்தமேயில்லாம கஷ்டத்துக்குப் பாடுபடுவ. மத்தவங்க வலி உனக்குத் தாங்காது. ஏதாவது செய்யாம சோறு தூக்கம் கிடையாது. அதுக்காக அவஸ்தைப் பட்டாலும் எப்பாடு பட்டாவது முடிச்சிடுவ. நீ சொல்றதையும் சொல்லாதையும் நிறைவேத்திக் குடுக்கிற மணாளன் கெடச்சாலும், எவ்வளவு நிறை இருந்தாலும் உன் வாழ்க்கை குறை பட்டதுதான். எதையோ தேடி அலையற. நீ ஒருத்திக்கு அம்மா இல்ல, நெறையப் பேர பாத்துக்குவ. நாலு செவுத்துக்குள்ள நீ தங்கமாட்ட, போயிடு, வெளியப் போயிடு. உன்னோட சாவு மணாளன் பக்கத்தில இல்ல. எந்தச் சம்மந்தமுமில்லாத மலையடிவாரத்தில இருந்துதான் இந்த ஒலகத்த விட்டு நீ போகப் போற. ஆனா அதுக்குள்ள நீ செஞ்சு முடிக்க வேண்டிய காரியம் நெறைய இருக்கு, அதனால நீ நெனச்ச எடத்துக்குப் போயிடு, தள்ளிப் போடாத, தள்ளிப் போட்டா தடஞ்சு நின்னுடும்னு நெனக்காத, கௌம்பிடு, அதான்சரி, அதான் நடக்கும்..."

உடல் முழுக்க வியர்த்து, கண் மூடி, திடமாய், தீர்க்கமாய் தெலுங்குச் சாயலில் அவள் பேசி நிறுத்த, சஹிதாவுக்கு அழுகை பொத்துக்கொண்டு வந்தது. கண்களிலிருந்து இறங்கி தாடை மீது வழிந்து மார்பகங்களை நனைத்து ஆடைகளை ஈரமாக்கியது.

தன்னையும் தேற்றி சஹிதாவையும் தேற்றி நாசிம் எழுந்து நின்று அவளைக் காருக்குக் கூட்டிக் கொண்டு வந்தான். இப்படிச் சொல்கிறாளே என அதிர்ச்சியாய் இருந்தது. பத்து வருடம் உடன் வாழ்ந்தது மாதிரி ஆரூடம் சொல்கிறாளேயென பதைப்பு வந்தது. பணம் கொடுக்க, அந்தப் பெண்ணைக் கூப்பிடத் திரும்பினான். அவள் அப்படியே சிலை போல, சிரிப்புடன் பார்த்துக் கொண்டு நின்றிருந்தாள்.

''இங்க வா...''

அருகில் வந்தாள்

''எவ்வளவு பணம் வேணும்?''

''வேண்டாம்''

''ஏன் ஏன் பணம் வேண்டாம்?''

''நீங்க என்னைக் கூப்பிடலயே, நானாத்தானே வந்தேன், காசு வேண்டாம். சொல்லணும்னு தோணிச்சு, சொன்னேன். ஆனா நான் சொன்னது அத்தனையும் நெஜம். இது எல்லாமே முன்னாடியே நிச்சயிக்கப்பட்டது. எதுவுமே மாறப் போறதில்ல. சரி போயிட்டு வாங்க''

அவள் பேசி நிறுத்திய பிறகு ஒன்றுமே பேச முடியவில்லை. நாசிமும் கண்களில் ஈரம் படர அமைதியாக கார் ஓட்டி வந்தான். நான்கைந்து நாட்கள் அந்த வார்த்தைகள் ஏற்றி வைத்த கனம் தாங்க முடியாமல் இருவருமே தவித்தார்கள், கலங்கினார்கள், பிறகு தெளிவாய் முடிவெடுத்தார்கள், சஹிதா போவதென்றும் நாசிம் அவளை அனுப்புவதென்றும்.

24

"சஹிதா உனக்கு என்ன வேணும்னு தெளிவா இருக்கியா? ஏன் இப்படி மனசைப் போட்டு கொழப்பிக்கறே. கொழப்பம் மட்டுமா அது, எவ்வளவு வலி அனுபவிக்கற? என்னால தாங்க முடியலம்மா. இது ஏதோ ஒரு நாள்னா பரவால்ல, கிட்டத்தட்ட கல்யாணமான நாளா இப்படித்தான் இருக்க. என்ன பண்றதுன்னு எனக்குத் தெரியல சஹிதா''

முழுமையடையாத கூடலின் வெறுமை தந்த விரக்தி மட்டுமில்லாமல் நிஜ வலியோடும் சஹிதாவின் அவஸ்தையைப் புரிந்து கொண்டவனாகவுமே நாசிம் கேட்டான். தலையணை முழுக்க விரிந்து பரந்த முடியைக் கூட இழுத்துக்கட்ட மனமில்லாமல் படுத்துக் கிடந்தவளும் அதையே சொன்னாள்.

"எனக்கும் தெரியல நாசிம், ஒண்ணுமே புரியல. மனசு மட்டும் அடங்கவே மாட்டேங்குது. சின்ன வயசிலயிருந்தே நான் இப்படித்தான் இருக்கேன். எங்கூட படிச்சவங்க, சொந்தக்காரங்க எல்லாம் வேற மாதிரிதான் வளந்தாங்க. ஆனா எனக்கு மட்டும் ஏன் இப்படி? புரியல நாசிம். எனக்கு வர்ற கனவுகள், என்னோட

ஆசைகள் எல்லாமே வேறயா இருக்கு. என்னால சாதாரணத்துக்குள்ள ஒத்துப் போகவே முடியல. எங்கெங்கேயோ போறேன், ஆனாலும் முழுமை அடையாமத்தான் வீட்டுக்குத் திரும்பறேன். எனக்கு என்ன வேணும்னே புரியல நாசிம். யோசிச்சு யோசிச்சு எனக்கு இத்தனை வயசாயிடிச்சு. அமீராவும் பதினாறு வயசில நிக்கறா. அவளோட எப்படிப் பேசறது, அவ கேக்கற கேள்விகளுக்கு எப்படிப் பதில் சொல்றதுன்னு தெரியல நாசிம்''

''நீ கேக்கற எல்லாமே என்னால செய்துதர முடியும் சஹிதா, ஆனா உனக்கு என்ன கேக்கறதுன்னு புரியலன்னா நான் என்ன செய்ய? நீ போற பாதையில மன அமைதியோட இருந்தாப் போதும். உன்னோட தவிப்பு மட்டும் என்னால தாங்க முடியலம்மா. ரொம்ப வலிக்குது''

நாசிம் மாதிரியான கணவனுக்கு வலிக்காமல் இருக்குமா என்ன? விக்ரகங்கள் வைத்து வழி படப்போகிறேன் என்றபோது அதிர்ந்தாலும் அவளுடைய உணர்வை மதித்தவன், பலவிதமான ஆன்மிகக் கூடல்களுக்கும் கூட்டிப் போனவன், தீட்சை வாங்கப் போகிறேன் என்ற மனைவியின் மனநிலையில் துடித்துப் போனாலும் அனுமதித்தவன், பலரையும் தன் நம்பிக்கை மூலம் குணப்படுத்தும்போது உடனிருந்தவன், அதில் அவர்கள் வலி மறந்து ஆசுவாசப்படும்போது கசிந்தவன், இதில் எதையுமே வீட்டிற்குத் தெரியாமல் பொத்திக் காத்தவன்... அவனுக்கு வலித்தது. இன்னும் என்ன செய்து இவளை சாந்தப்படுத்துவதென்று தெரியாமல் தவித்துப் போனான். இரவு உருகிச் சொட்டும் பனிக்கட்டியென அவர்களுக்கிடையே துளித்துளியாய் கசிந்து வழிந்தது.

சஹிதாவிற்கு அன்றைய விடியல் வலி நிறைந்ததாய் இருந்தது. காரணமின்றி கேவல் என்றில்லாமல் நெஞ்சிலிருந்து விம்மல்கள்

ததும்பிக் கொண்டே இருந்தன. அலுவலகப் பணிகளை நியதி மாறாத கணிப்பொறியால் இயக்கப்பட்டது போல் செய்து முடித்தாள். மாலை நான்கு மணிக்கே கடற்கரைக்கு தள்ளிச் செல்லப்பட்டவளாய் சென்றாள். சுற்றிலும் உலகம் வேறு விதமாய் இயங்கிக் கொண்டிருந்தது.

எனக்கு மட்டும் ஏன் இப்படி? சஹிதாவுக்குத் தலை கனத்து வந்தது. சராசரிப் பெண்ணுக்கு கனவென இருக்கும் வாழ்க்கைதானே தனக்கு அன்றாடமென அமைந்திருக்கிறது. இருந்தும் ஏன் இப்படி அலைக்கழிகிறேன்?

''ஏய், எல்லாரும் பாதம் மட்டும் நனைச்சுட்டு வர்றாங்க இல்லை? நீ மட்டும் ஏண்டி இப்டி நனைஞ்சிட்டு வந்து நிக்கற ? ஒடம்பு சரியில்லாம போயி டாக்டர், மருந்துன்னு.....''

வருங்கால கவலைகளும், எதற்கும் போதாத வருமானமும் முகத்தில் கோடுங்களாய் வரிகளிட்ட அப்பாவின் முன் அலையிலாடிய ஒட்டுமொத்த உவகையும் தொலைத்த பத்து வயதுக் குழந்தை கண்களில் நீர் திரள நின்றது.

''போதும்.. எல்லாரும் நிக்காறாங்கன்னுதான அவளும் போய் நின்னா.. அவளைத் தேடி பெரிய அலை வந்தா அவ என்ன செய்வா? கடல் நனைச்சா காத்து வந்து காய வச்சிட்டு போகுது.. பேசறான் பேச்சு, கொழந்தன்னு பாக்காம.. நீ வாடி தங்கம்''

அவர் தாய் போலிருக்கும் பாட்டி, மார்பு வரை நனைந்திருந்த குழந்தையை இழுத்து அணைத்துக் கொண்டாள்.

சஹிதாவுக்கு அந்த நிகழ்விலிருந்து அனைத்தும் விலகி நிற்க ''அவளைத் தேடி பெரிய அலை வந்தா அவ என்ன செய்வா?'' என்ற வரி மட்டும் எடை கொண்ட குளிர்காற்று போல வந்து மோதியது. அவ்வரி மட்டும் அழுத்தி அழுத்தி தலையின் பாரம்

நெஞ்சிற்கு இறங்கியது போல மார்புகள் கனத்தன. பதட்டத்தில் கண்களை மூடிக்கொண்டாள். தூரத்தில் கேட்கும் மணிஓசையென மெல்ல அடுத்த வரி வந்தது 'கடல் நனைச்சா காத்து வந்து காய வச்சிட்டு போகுது'. மணி ஓசையென மெல்ல வந்த அவ்வரியின் ரீங்காரம் கூடி, மெல்ல குழலின் பாடலென மாறியது போல இருந்தது. அவள் கண்களைத் திறக்கையில் சுற்றிலும் யாருமற்ற தனிமையும், கண்ணீரால் நனைந்த மார்புச் சேலையின் ஈரமும் மட்டுமே அவளுடனிருந்தன.

எனக்கு ஏன் இப்படி எனும் கேள்வி, தன் முயற்சிகளின் பலன் நோக்கி மட்டுமே என உணர்ந்த நொடி அவள் லேசாகியிருந்தாள். அந்த நீலமுகம் தன் முயற்சியாலா தனக்கு வந்தது? தான் அறியாக் காலம் தொட்டு தன்னைத் தொடரும் அந்த உருவமற்ற நீல முகமே இனி நான் என்ன செய்வதெனச் சொல்லட்டும். பூஜைகள், விரதங்கள், தீட்சைகள், தியானங்கள் எல்லாம் விடை தேடும் தன் முயற்சிதானே? அந்த முகம் அறியாததா தன் மனம்? ஆம் என்றது எங்கோ உயரே உருளும் இடியோசை. சட்டென நிறம் மாறி இருள் பொழுதென கருமேகங்கள் சூழ்ந்தன. சஹிதா எடையற்று மிதப்பது போல் எழுந்து வீட்டிற்குப் போனாள்.

மழை லேசாகத் தூற ஆரம்பித்திருந்தது. மாடிக்குப் போகாமல் நேராக விஷ்ணுவிடம் போனாள். பின் கட்டில் உட்கார்ந்திருந்து மழையில் நனைந்து கொண்டிருந்தவன் இன்றைக்கு அதிசயமாய் சோழிகளை வைத்து விளையாடிக் கொண்டிருந்தான். கண் இமைகளில் தண்ணீர்த் திவலைகள் விழுவதை பொருட்படுத்தவேயில்லை. சஹிதாவைப் பார்த்ததும் மெல்ல தத்தித் தத்தி வீட்டிற்குள் நடந்து வந்தான். அவளைச் சுற்றி விளையாடினான். உச்சிக் குடுமியுடன் எச்சில் ஒழுகச் சிரித்தான்.

என்ன நினைத்தானோ தெரியவில்லை. முதல்முறையாக அவனாகவே அவளைத் தொட்டு இழுத்து வந்தான்.

அவன் புன்னகை விரிந்து கொண்டே போனது. மேசைக்கு அழைத்துச் சென்றான். எழுதுபொருட்களால் அவன் உருவாக்கிய சுழல் வட்டம் மேஜை முழுதும் பரந்து விரிந்திருந்தது. வட்டங்களாய்ச் சுழன்று வந்த பொருட்களின் அணிவகுப்பு, மையத்தில் மல்லாந்திருந்த ஒற்றைச் சங்கின் திறப்பில் முடிந்திருந்தது; அல்லது தொடங்கியிருந்தது.

அந்தச் சுழற்சியைத் தொடர்ந்த சஹிதாவின் கண்களுக்கு அந்த ஒற்றைச் சங்கின் திறப்பு, விழியெனத் தன்னைப் பார்ப்பது போல் மயங்கிய நொடியில் விஷ்ணு மீண்டும் அவளைத் தொட்டான். அலங்கார மைக்கூட்டில் அழகுக்காகச் செருகியிருந்த மயில் பீலிகளில் ஒன்று அவன் தலையில் குடுமியின் அருகே கோணலாய் சிரித்து நின்றது. சஹிதாவின் பக்கத்தில் வந்து நிமிர்ந்து பார்த்து முதல் முறையாக, சத்தமாகச் சிரிக்க ஆரம்பித்தான். சிரிப்பு அலை அலையாய் காற்றில் கலந்து வெளியில் பரவியது. சஹிதாவை உட்காரச் சொல்லி இழுத்து கன்னத்தில் கழுத்தில் முத்தமிட்டான். உறைந்து போன சஹிதா பேச்சற்றுப் போயிருந்தாள். திக்பிரமை பிடித்தவள் போல உட்கார்ந்தவளை ராதா பிடித்து உலுக்கி இயல்புக்குக் கொண்டுவர முயன்றாள். எதுவுமே பேசாமல் மாடியேறிப் போனவளை ராதா தொந்தரவு செய்யவேயில்லை.

தன் கனவுகள், தன் தேடல்கள், தன் நிறைவு எல்லாவற்றிற்குமே அந்த ஒற்றைச் சிரிப்பில் பதில் தந்தான் விஷ்ணு. தன்னைச் சுற்றி இத்தனை காலம் வந்த கண்ணன் இவன்தான்; தன்னை முழுமையாக்கப் பிறந்தவனும் இவன்தான்; தான் சாந்தப்படப்

போவதும் இவனுடன்தான் என்பதைத் தெளிவுபட வைத்தது அந்தச் சிரிப்பு.

அந்த ஒரு நிமிடச் சிரிப்பு, தன் மீதமிருக்கும் வாழ்க்கையையும் தான் போக வேண்டிய தூரத்தையும் இடத்தையும் சொல்லி இருக்கிறதென்பதை அவள் உணர்ந்தாள். தன் கனவும் தேடலும் மன அவஸ்தையும் ஒன்றாகச் சேர்ந்து தெளிவுபட வைத்தன. அப்படி அவளின் இறுக்கங்களுக்குள் புதைந்திருக்கும் வழியைத் தேடிக் கண்டடைந்தபோது புழுக்கமற்ற வெளிகளில் மனம் லேசாகிப் பறக்கத் தொடங்கியது.

25

சஹிதா திருமணமாகி வரும்போது நாசிமின் வீட்டை அப்படி எதிர்பார்த்திருக்கவில்லை. ஆலம் கரைத்து அதில் கை முக்கியெடுத்து சுவற்றில் பதித்த நாளிலிருந்தே ஜரீனா பீவி வேறு மாதிரியாகவே இருந்தாள். உறவுக்காரர்களின் வீட்டுக்கு விருந்துக்குப் போனாலும் எத்தனை நாட்கள் கழித்து வந்தாலும் இந்த வீட்டு வேலைகளை சஹிதாவே செய்ய வேண்டியிருந்தது. சஹிதா திருமணமாகி வீட்டுக்கு வந்து சொந்தங்களின் வீடு, நண்பர்களின் வீடு என விருந்து முடித்து வருவதற்கே ஆறு மாதங்களாயின. வந்தவுடன் ஜரீனா வீட்டில் வேலை செய்யும் இரண்டு பெண்களையும் நிறுத்தினாள். மொத்தமாய் எல்லா வேலைகளும் இவள்மீது கவிழ்ந்து கொட்டின. இப்படிச் செய்தேயறியாத சஹிதாவுக்கு மூச்சு முட்டியது. சமையல், மற்ற வேலைகள், உடல் நலமில்லாத நாசிமின் தாத்தா, மனநலமில்லாத நிசார் என ஏதோ காப்பகத்தில் இருப்பது போலவேயிருக்கும். எல்லா வேலைகளையும் முடித்துவிட்டு பதினோரு மணிக்கு மாடிக்குப் போவதற்கு ஜரீனாவிடம் அனுமதி வேண்டி நிற்கும் மருமகளை அவ்வளவு சீக்கிரத்தில் அவள் அனுப்ப மாட்டாள்.

அதன் பின்னும் ஒரு மணி நேரம் கழித்து மாடிக்கு வரும் சஹிதாவைக் காமம் மேலிட அணைக்கும் நாசிமை அவளுடைய சோர்ந்து உறக்கம் கோரும் விழிகளே எதிர்கொள்ளும்.

அம்மா வீட்டில் சஹிதாவும் வஹிதாவும் அப்படியொரு செல்லம். எல்லா வேலைகளையும் அம்மாவும் இத்தாமுவுமே பார்த்துக் கொள்வார்கள். மகாராணி மாதிரி வளர்ந்த பிள்ளை இப்படி போய்ச் சிரமப்படுகிறாளே என்று அஸ்மா நினைத்து உருகாத நாளேயில்லை. பல நேரங்களில் இரவின் அமைதியை அலறச் செய்து சஹிதாவிடமிருந்து வரும் தொலைபேசி அழைப்புகள் அஸ்மாவை விடியும்வரை அழ வைத்தபடியிருந்தன. வேலைப்பளுவும் மாமியாரின் உதாசீனப் பேச்சும் அவளை நோகடிக்கும் போதெல்லாம் அவள் விரல்கள் தொலைபேசி எண்ணைச் சுழற்ற ஆரம்பித்துவிடும். தொலை தூரத்திலிருக்கும் அம்மாவை வேதனைப் படுத்தக்கூடாது என்றுகூட யோசிக்க முடியாத அளவிற்கு சஹிதா வீட்டு வேலைகளிலும் வெளிவேலைகளிலுமாக உழன்றாள். ஆனால் இதிலெல்லாம் கவலைப்பட அவசியமில்லாதது போல நாசிம் அவளை மேலதிகமாக நேசித்தான். அன்பு வளையத்துக்குள் பாதுகாப்பாய் நடத்தினான். மெல்ல மெல்ல அம்மாவுக்குப் புரிய வைத்தான். அவள் வேலைக்காரியல்ல என்பதை உணர வைத்தான். என் வாழ்வின் பாதி, இந்த வீட்டுக்கு வந்த எனக்கானவள் என்பதைப் பேசாமல் சொல்லத் தொடங்கினான். ஜரீனாவால் மகனின் மனக்குரலை மீற முடியவில்லை. ஆனால் இதெல்லாம் நடந்து முடிந்தபோது அவர்கள் வாழ்வில் இரண்டு வருடங்கள் காணாமல் போயிருந்தன.

அஸ்மாவும் கரீமும் எப்போதும் கருத்து வேறுபாட்டுடனே இருந்தார்கள். கோபமும் அழுகையும் உதாசீனமும் வெறுப்பும்

அதீதமாய் நர்த்தனமாடின நாட்களில் வாழ்ந்தார்கள். அதன் காரணம் என்னவென்று சஹிதாவோ வஹிதாவோ அறிந்ததில்லை. அழுது வீங்கின அம்மாவின் முகம் எப்போதும் சஹிதாவைக் கலவரப்படுத்தியது. என்னிடம் பகிர்ந்து கொள்ளேன் என்ற அவளின் மன ஏக்கத்தை அஸ்மா எப்போதும் பொருட்படுத்தியதில்லை. அது எனக்கும் என் கணவருக்குமானது என்று அவள் நினைத்தாளா, இதை ஏன் உன் பிஞ்சு மனம் தாங்க வேண்டுமென்று நினைத்தாளா தெரியவில்லை, அஸ்மா எதையும் சிந்திவிட மாட்டாள்.

இப்போதெல்லாம் அவர்களின் வாக்குவாதத்தில் சஹிதாவே பேசு பொருளானாள். அபூர்வமாகவே ஜரீனா பீவி தொலைபேசியில் கூப்பிடுவாள். அதுவே அஸ்மாவுக்கு திகிலைக் கொண்டு வரும். அந்த பீதியை ஊர்ஜிதப்படுத்தும் விதமாகவே ஜரீனா பேசுவாள். மகளை வளர்த்த வளர்ப்பில் குற்றம் சுமத்தி, அவள் எப்படி தன் மகனுக்கும் இந்தக் குடும்பத்திற்கும் தகுதியற்றவள் என்றும், என் மகன் வாழ்வே வீணாகி விட்டதே என்றும் புலம்புவாள். ஆனால் அந்தப் புலம்பலில் ஊசிமுனை கொண்டு குத்துவது போல வார்த்தைகளைக் கூர் தீட்டி வைத்திருப்பாள். அதைக் கேட்கும் போதெல்லாம் அஸ்மாவுக்கு பதட்டமே அதிகமாகும். ‘‘எப்படி வளத்தேன் எம்மகளை, இப்படி கல்யாணம்ங்கற உரிமைல யாரெல்லாமோ திட்டற மாதிரி ஆயிடிச்சே’’ என்று கரீமிடம் அழுது தீர்ப்பாள்.

அன்றும் அப்படியொரு பேச்சைத்தான் கேட்கப் போகிறோம் என்று நினைத்த அஸ்மா, தலைதூக்க முடியாத பாரமும் துயரமும் தன்னை வந்து அழுத்தப் போகிறதென்று நினைக்கவில்லை.

‘‘அஸ்மா, நான் கொஞ்சம் உங்கிட்டயும் கரீம்கிட்டயும் பேசணும். ஒருமுறை சென்னைக்கு வந்திட்டுப் போங்க’’

ஜரீனா இப்படிப் பேசியவுடன் என்ன நேர்ந்ததென்றே புரியாமல் அஸ்மா பயந்தாள்.

''என்னங்கம்மா, என்ன ஆச்சு?... எம்பொண்ணு ஏதாவது தப்பு பண்ணிட்டாளா?... என்ன ஆனாலும் நான் வந்து பேசறேன், அவளை ஒண்ணும் சொல்லிடாதீங்க. அவளுக்கு ஒண்ணும் தெரியாது...''

''யாருக்கு? உம்பொண்ணுக்கு... ஒண்ணும் தெரியாது. ரொம்ப நம்பாத அஸ்மா, அவ என்ன காரியம் பண்ணப் போறான்னு உனக்குத் தெரியாது, நீ நேர்ல வா சொல்றேன்''

அடுத்த எந்தக் கேள்விக்கும் பதில் இல்லாமல் தொடர்பு துண்டிக்கப்பட்டு விட்டது. இரண்டு மூன்று முறை அஸ்மா தொடர்பு கொண்டபோதும் தொலைபேசியை ஜரீனா எடுக்கவில்லை.

அஸ்மா, கரீமிடம் அழுது புலம்பினாள். என் மகளுக்கு ஏதாவது ஆயிடிச்சோன்னு பயமா இருக்கு என்று பதறித் தவித்தாள். இத்தாமுவுக்கும் ஒன்றும் புரியவில்லை. சஹிதாவுக்குத் திருமணமாகி கணவன் வீட்டுக்குப் போன இந்தப் பதினெட்டு வருடத்தில் ஒருமுறை கூட அவள் வீட்டுக்கு இத்தாமு வந்ததில்லை. ''எனக்கு பயமா இருக்குடி அஸ்மா, நானும் உங்களோட வரேன்'' என்று கிளம்பினாள். கரீம்தான் அதை முற்றிலும் தவிர்த்தார்.

''அம்மா, உங்க வயசில இப்படி ட்ரெயினில வர முடியாதும்மா, நீங்க பயப்படாம இருங்க, நான் மாப்பிளகிட்ட பேசறேன், யாரும் பயப்படாதீங்க'' எனப் பதறிக்கொண்டே ஆறுதல் கூறினார்.

நாசிமிடம் பேசி, ''சஹிதாவுக்கு உடல்நிலை எப்படி இருக்கிறது என்று மட்டும் சொல்லுங்கள், நானும் அம்மாவும் உடனே வருகிறோம்'' என்று பரிதாபமாய் கேட்டார். ''நன்றாக இருக்கிறாள்'' என்று நாசிமிடமிருந்து வந்த பதில் கரீமின் பதட்டத்தைக் குறைக்கவில்லை. நிறையக் கருத்து வேறுபாடுகள் இருந்தாலும் அஸ்மாவுக்குக் கரீமைப் பார்த்தபோது அழுகை இன்னும் கூடியது.

அன்று இரவு ரயிலில் சென்னைக்குப் புறப்பட்டு விடிகாலையில் வந்து சேர்ந்தார்கள். நாசிம் ரயில் நிலையத்திற்குப் போய் தன் மாமியார் மாமனாரைக் கூட்டிக்கொண்டு வரக்கூட ஜரீனா சம்மதிக்கவில்லை. அவர்கள் வாடகைக்காரில் வீட்டுக்கு வந்து சேர்ந்தார்கள்.

அம்மாவையும் அத்தாவையும் பார்த்தபோது சஹிதாவுக்கு ஏனோ மனம் இறுகியும் கரைந்ததுமான மனநிலை வாய்த்தது. அவள் ஒன்றுமே பேசவில்லை. ஒப்புக்குக் குளித்தும் சாப்பிட்டும் அஸ்மா மாடி அறையிலிருந்து அவசர அவசரமாக கீழே ஓடி வந்தாள். ஜரீனா எல்லாவற்றிற்கும் தயாராக இருப்பது போலத் தலையில் முக்காடிட்டு ஒரு பெரிய ஆடும் மர நாற்காலியில் உட்கார்ந்து மெல்ல ஆடியபடியே அஸ்மாவை எதிர்கொண்டாள்.

''என்னன்னு சொன்னீங்கன்னா நல்லாயிருக்கும், நேரம் ஆக ஆக பயமா இருக்கு...''

''மகள மாதிரியே பயப்படறதா ரொம்ப நடிக்காத அஸ்மா''

''என்னங்க என்னைப் போய் உங்ககிட்ட நடிக்கிறேன்னு எல்லாம் பேசறீங்க? ஒரு சம்மந்தகாரங்ககிட்ட பேசற மாதிரியா பேசறீங்க. ஊருலயிருந்து வந்து இவ்வளவு நேரமாயும் எதுவும் தெரியலைன்னா, பதட்டமா இருக்குல்ல''

‘‘ஒண்ணுமில்ல. இன்னும் கொஞ்ச நாள்ல உம்மக சஹிதா இந்த வீட்ட விட்டுப் போகப் போறாளாம், என்னன்னு கேட்டியா?’’

‘‘என்னது வீட்ட வீட்டுப் போகப் போறாளாமா?’’ கண் இருட்டிக் கொண்டு உடல் முழுக்க இருக்கும் ரத்த நாளங்கள் விரிசல் விடுவது போலிருந்தது அஸ்மாவுக்கு.

‘‘ஆமாம். அதுவும் சாமியாராப் போய் பயித்தியக்கார பிள்ளைங்களக் காப்பாத்த போறாளாம். எனக்கு அவமானம் தாங்கல. உன் வீட்டுக்குக் கூட்டிட்டுப் போயி இதை எல்லாம் நடத்தச் சொல்லு. நாங்க அல்லாவுக்கு பயந்து வாழற குடும்பம், அப்படியேதான் இருக்கணும்னு நெனைக்கறோம். இந்த அசிங்கத்தையெல்லாம் எங்களால தாங்க முடியல’’

இத்தனை வருட சஹிதாவின் வாழ்வை மொத்தமாய் கேட்ட அஸ்மாவுக்கு நெஞ்சு அடைத்தது. உடல் முழுக்க சூடு பரவி, வேர்த்து, நாக்கு மேலே போய் ஒட்டிப் பேச்சற்று கண்களிலிருந்து கண்ணீர் கொட்ட ஆரம்பித்தது. பக்கத்திலிருக்கும் நாற்காலியைப் பிடித்துக் கொண்டு உட்கார்ந்தாள்.

அஸ்மாவின் பேச்சற்ற நிலை ஜரீனாவை இன்னும் கோபப்படவும் உதாசீனப்படுத்தவும் வைத்தது. மேலும் கேவலப்படுத்தும் எண்ணத்தோடு மீண்டும் தொடங்கினாள்.

‘‘ஒண்ணும் தெரியாத மாதிரி நடிக்காத அஸ்மா. இதுக்கெல்லாம் மூல காரணமே நீயும் கரீமும்தான். வளத்த வளப்பு சரியில்ல. செலைய வச்சுக் கும்பிடும் போதெல்லாம் பாத்திட்டுதானே இருந்த? ஹஜ்க்குப் போனவதான நீ? இதெல்லாம் ஹராம்னு உம்பொண்ணுக்குச் சொல்லிக் குடுக்க மாட்டியா? எல்லாத்துக்கும் செல்லம் கொடுத்து அவ சொல்றதுக்கெல்லாம் ஆடினீங்க. அதான் இப்ப ஒரேயடியா

குடும்பத்த நடுத்தெருவில நிறுத்தப் பாக்கறா. எதுக்கிப்ப உம்பொண்ணு மாதிரியே அழற? அவதான் அழுதழுது என் குடும்ப மானத்தையே எடுக்கறா. கூட்டிட்டுப் போ. இனி ஒருநாள் கூட அவ என் வீட்ல இருக்கக்கூடாது. போ...போ... ''

இந்த உறவினை இனி தொடரவேண்டாம் எனும் விதமாய் பேசினாள். நின்ற இடம் பிளந்து உள்ளே போய்விட மாட்டோமா என்றானது அஸ்மாவுக்கு. ஆனாலும் கண்களின் நீர் சட்டென்று நின்றது. கண் திறந்து நேருக்கு நேராய் ஜரீனா பீவியைப் பார்த்தாள். அப்படியொரு ஆழமான பார்வையை ஜரீனா எதிர்பார்க்கவில்லை.

''நான் வளத்தது தப்புதான், கடவுள் ஒருத்தர்தான், அதுக்கு மதமில்லைன்னு நெனச்சு எம்பொண்ணுங்களை வளத்தது தப்புதான். அனுப்புங்க, இப்பவே அனுப்புங்க, நான் கூட்டிட்டுப் போறேன். நான் கூட்டிட்டுப் போறேன்...''

பெண்கள் இரண்டு பேரும் பேசுவதை ஹால் வாசலில் உட்கார்ந்து கேட்டுக் கோண்டிருந்த கரீம் உறைந்து போனார். அஸ்மா, மகளைக் கூட்டிக்கொண்டு போகிறேன் என்று சொன்னவுடன் அதிர்ந்து போனார். உள்ளே நுழைந்து ஜரீனாவிடம், ''இங்க பாருங்க, இதெல்லாம் இப்ப நீங்க சொல்லித்தான் எங்களுக்குத் தெரிய வருது. முன்னாடியே தெரிஞ்சிருந்தா கொஞ்சம் பேசிப் பாத்திருக்கலாம், இப்பவும் ஒண்ணும் மீறிப் போயிடல. இருங்க நாங்க பேசறோம். அதுக்காக வீட்டுக்குக் கூட்டிட்டு போன்னு சொல்றது சரியில்ல'' என்று வழக்கத்துக்கு மாறாக பெண் கொடுத்த வீட்டில் தன் குரல் உயரக் கூடாதென்ற தெளிவுடன் பேசினார்.

''ம்... பேசி பாப்பீங்க, அவ அப்படியே கேட்டுடப் போறா... அப்படியா வளத்து வச்சிருக்கீங்க பொண்ண...''

கரீம் மிகுந்த அவமானப்படுத்தப்படுவதை காணப்பொறாத நாசிம் சட்டென மாடியிலிருந்து இறங்கி வந்தான்.

''அம்மா இதுக்கு மேல யாரும் ஒண்ணும் பேசக்கூடாது. நான் அனுமதிக்க மாட்டேன். எம்பொண்டாட்டி எங்கூடத்தான் இருப்பா. யார்கூட எப்ப அணுப்பணும் எதுக்கு அணுப்பணும்னு எனக்குத் தெரியும். நாந்தான் ஆதி கூடப் போச்சொல்லி அவளை நிர்பந்தப் படுத்தறேன். இன்னும் சொல்லப் போனா அதில அவங்க ரெண்டு பேருக்கும் உடன்பாடே இல்ல. அவளோட மனநிலையையோ ஆதியோட மனசையோ உங்க யாராலும் புரிஞ்சிக்க முடியாது. சஹிதா நெனச்சா அவளுக்குப் பிடிச்ச வாழ்க்கைய இப்ப இருக்கும் எந்த சௌகரியங்களும் கொறையாம இந்த வீட்லயிருந்தே வாழ முடியாதா என்ன? அதில்ல அவ ஆசைப்படறது, புரிஞ்சுக்கோங்க. வாழ்க்கையை மேலோட்டமா அதனோட வெளியத் தெரியும் பக்கமாகவே பாத்துப் பழகிட்டீங்க நீங்கெல்லாம். இப்படிப் போறேன்னு சொல்றவள நாலு அடி வெச்சு உள்ள போடின்னு சொல்ற ஆம்பிளைதான் நல்ல ஆம்பிளை, குரான்படி வாழறான்னு நீங்க சொன்னா அது நானில்லை. எனக்கு அவள ரொம்பப் பிடிக்கும். அவளுக்கு எது பிடிச்சிருக்கோ அதை அவளுக்குக் கொடுக்க ஆசைப்படறேன். அது எங்களுக்குள்ள இருக்கற பந்தம், அதுதான் பரிசுத்தமானதுன்னு நான் நெனக்கறேன். இதுக்குமேல அவளையோ அவங்க குடும்பத்தையோ யாரும் இந்த வீட்டில தரக்கொறைவா பேசறத நான் அனுமதிக்க மாட்டேன். அத்தா, அம்மா ரெண்டு பேரும் மேல வாங்க, சொன்னா கேளுங்க, வாங்க...''

அதற்குப் பிறகு ஜரீனாவோ அஸ்மாவோ கரீமோ எதுவும் பேசவில்லை. நாசிமுடன் மாடிக்கு வந்தார்கள். ஜரீனா பீவி அதிர்ந்துபோய் உட்கார்ந்துவிட்டாள்.

கரீம், சஹிதாவிடம் எதுவுமே பேசவில்லை. ஒரு பார்வை பார்த்தார். அவ்வளவுதான். அஸ்மா மட்டும் 'இது நிஜம்தானா? உன் மாமியார் சொல்வது நிஜம்தானா?' என்று அரற்றியபடியே இருந்தாள்.

சஹிதா தன் இளமைப் பருவத்திலிருந்து, தனக்கு வரும் கனவுகளையும் தன் மனம் ஏதோ ஒரு ஆன்மிக நிறைவுக்காகவும் அதை மீறின ஏதோவொரு வாழ்வுக்கு மனம் அலைவுறுவதையும் அமீராவை மட்டுமே வளர்த்து ஆளாக்கி கல்யாணம் செய்து வைத்து என, அம்மா வாழும் அதே வாழ்க்கையை தானும் முன்னெடுத்துச் செல்ல தனக்கு விருப்பமில்லை அதனால் தன்னால் குடும்ப வாழ்வில் பொருந்த முடியவில்லை என்பதையும் தான் வெளியே போகவிருப்பதையும், தன் மன அதிர்வுகளுக்குள்ளே தங்கி அடங்கும் ஸ்வரங்கள் போல ஒருவனை தான் சந்தித்ததையும் அவனுடன் போய் பிடித்த இடத்தில் பிடித்த வாழ்க்கையை வாழ தன் நாசிம் தன்னை அனுமதித்தையும் அழாமல் பதறாமல் சொல்லி முடித்தாள்.

அம்மாவும் அத்தாவும் பதிலேதும் சொல்லவில்லை. பத்து வருட நாசிமின் போராட்டம் அஸ்மாவைப் பதற வைத்தது. இப்படியொரு உன்னதமான மேன்மையான ஆண்மகனைத் தன் கருவில் சுமக்கவில்லையே எனப் பரிதவித்துப் போனாள்.

எப்போதும் மருமகன் வீட்டிற்குத் தனியாக வந்து தங்கி, மிகச் சுதந்திரமாக, எந்தக் கட்டுகளுமின்றி கடற்கரை, ஷாப்பிங் மால்கள் சுற்றவும் சஹிதா நடத்தும் மனநிலை சிதைந்த குழந்தைகளைச் சந்திக்கவும் அவர்களோடு அதிக நேரம் கழிக்கவும் சந்தோஷமாய் வந்து போகும் அஸ்மா கணவனிடம் சொன்னாள்.

"வாங்க நாம போலாம், இனி ஒரு நிமிஷம்கூட என்னால இந்த வீட்டில இருக்க முடியாது, இது நாம வளத்த பொண்ணு இல்ல, எனக்கு இங்க இருந்தா மூச்சு அடச்சி செத்துப் போயிடுவேனோன்னு பயமா இருக்கு, வாங்க நாம போலாம்"

"அம்மா, இப்ப எங்கப் போவீங்க? ஊருக்கே போறதா இருந்தாலும் ராத்திரி ரயில்தானே, பேசாம இருங்க, நான் சொன்னா கேளுங்க" என்ற நாசிமிடம் கை கூப்பித் தொழுதாள்.

"என்னை மன்னிச்சிடுங்க மாப்பிள, அல்லா எனக்குக் கொடுத்த பெண் கொழந்தைகளை விட நீங்க கெடச்சது எனக்குப் பெரிய வரம். எங்களுக்கான அந்த வரத்தை பூரணமா நாங்க எங்களுக்குன்னு வச்சிக்க, பாதுகாக்க, வாழ்நாள் முழுமைக்கும் கொண்டு செல்ல ஆசைப்படறோம், தயவுசெஞ்சு எங்களத் தடுக்காதீங்க..."

அஸ்மாவும் கரீமும் உடனடியாக வெளியே வந்து சென்னையில் அறை எடுத்துத் தங்கி இரண்டு நாட்கள் கழித்து திருச்சூருக்கு ரயில் பிடித்தார்கள்.

இரண்டு நாளில் கரீம் பத்துவருடம் வயது முதிர்ந்தது போலானார். பேச்சு நின்று போனது. இதை எப்படி இத்தாமுவிடம் சொல்ல முடியும்? கேட்ட பிறகு இத்தாமு என்ன ஆவாள்? வாழ்வில் யோசனைகளுக்கு என்றாவது பதில் இருந்திருக்கிறதா என்ன! குழம்பித் தவித்து தூக்கமற்றுப் புரண்டு படுக்க வைத்து மனநிலையைச் சிதற வைத்தது. யாரிடமும் பேசாமல் வெற்று வெளியில் தன் பார்வையை நிலைத்திருந்தார். அதன்பிறகு அவர் யாரிடமும் பேசவேயில்லை. எவ்வளவு கம்பீரமாய் அவருடைய கிராமத்தில் சுற்றித் திரிந்தாரோ, குடும்பத்தைக் கட்டிக் காத்தாரோ அது எதுவுமின்றி அமைதியின் ஆழ்கடலில் மூழ்கியே போனார்.

அதற்குப் பிறகு அஸ்மா தன் கணவனின் உடல்நிலை குறித்து அதிகம் கவலைப்படும் மனைவியானாள். எந்த நேரமும் மனவலியுடனும் கணவனின் உதாசீனத்துடனும் வெறுப்புடனும் வாழ நேர்ந்த அஸ்மா முற்றிலும் கரீமைப் பாதுகாக்கத் தொடங்கினாள்.

இத்தாமு எல்லாவற்றையும் கேள்விப்பட்டு அப்படியே படுக்கையில் விழுந்தவள் பேச்சற்றுப் போனாள். புட்டே தாதி மாதிரி தனக்கு முன்னால் மரணப்படுக்கையில் படுத்தவர்களோடு உரையாடி கண்களின் ஓரம் நீர் கசிய சாவை எதிர்நோக்கிக் காத்திருந்தாள்.

அஸ்மாவின் வீட்டில் சாவுக்களை நடு வீட்டில் குடிவந்து சப்பணமிட்டு அமர்ந்து கொண்டது.

ஒவ்வொரு நாளின் இடைவெளியிலும் வீட்டுத் தொலைபேசியிலிருந்து பேசும் அம்மாவும் அத்தாவும் இப்போது பேசாமல் போனது சஹிதாவை மிகுந்த மனவலிக்கு ஆளாக்கியது. மாதமொரு முறை மதிய வேளைகளில் அத்தாவுக்கு மருந்து கொடுத்துத் தூங்க வைத்துவிட்டு, அஸ்மா யாருக்கும் தெரியாமல் வீட்டுப் பக்கத்திலிருக்கும் ரயில் நிலையத்திற்கு வந்து டிரங்கால் செய்து சஹிதாவிடம் பேசுவாள். பேச்சு முழுக்க கண்ணீரும் கதறலும் மன்றாடுதலுமாகவே இருக்கும். எப்படியாவது தன் கண்ணீர், மகளை வீட்டைத் துறந்து போகவிருப்பதைத் தடுத்து விடாதா என்பதாகவே இருக்கும். ஒரு வேளை உன்னால் கணவன் வீட்டில் ஒரு குடும்பப் பெண்ணாய் வாழ முடியாமல் போனால் என்னோடு வந்து விடு, நான் உனக்காகக் காத்திருக்கிறேன். நீ என்னவெல்லாம் செய்ய வேண்டுமென நினைக்கிறாயோ அதையெல்லாம் என் வீட்டுக்கு வந்து செய் என்றெல்லாம் பிதற்றினாள். பேச முடியாத வேளைகளில் அம்மா

கடிதமெழுதினாள். அதில் பெரும்பாலும் பெண்கள் எப்படி கணவனின் வீட்டில் நிலைத்து வாழ வேண்டுமென்றும் தான் பெற்ற குழந்தைகளுக்காக தன் விருப்பங்களைக் குறைத்துக் கொள்ள வேண்டுமென்றும் இருக்கும். சில நேரங்களில் நீ ஏன் ஒரு பாதுகாப்பான வளையத்திலேயே இருந்துகொண்டு மனச்சிதைவுக்குள்ளான குழந்தைகளைப் பராமரிக்கக் கூடாது? அதற்காக ஏன் வீட்டை விட்டு வெளியே போக வேண்டும்? நாசிம் உனக்கு பக்கபலமாகத்தானே இருக்கிறான் என்பதான யோசனைகளோடும் இருக்கும். சில நேரங்களில் பெண் எப்படி இந்தச் சமூகத்தில் தனித்துத் தெளிவாய் முடிவெடுக்க வேண்டுமென்றும், அது பிறகு தன் வாழ்நாள் முழுக்க எந்த குற்றவுணர்ச்சியையும் தனக்குத் தரக் கூடாதென்றும் எழுதுவாள். மன அவஸ்தை வெயிலும் நிழலும் மாதிரி மாறி மாறி வெளிப்படும்.

'அமீரா எப்போதும் மதியம் பள்ளிவிட்டு வந்த பிறகு மூன்று பேரும் சாப்பிட்டு, தலையணை முழுக்கப் பரந்து விரிந்திருக்கும் உன் முடியில் முகம் புதைத்து அதில் உறங்குவாளே, நீ போய் விட்டால் அவள் என்ன செய்வாள் சஹிதா, குழந்தை ஏங்கிப் போய் விட மாட்டாளா?' என்று வந்த கடிதம் சஹிதாவைக் கலங்கடித்தது.

இதையெல்லாம் தாங்கித் தாண்டி வெளியே வந்துதான் நாம் நினைத்த ஒன்றை அடைய வேண்டுமென சஹிதா மிகத் தீர்மானமாய் முடிவெடுத்த கணமும் அதுதான்.

பூக்களின் வாசத்தை நாம் எப்படிப் பொத்தி வைத்துக் கொள்ள முடியாதோ அப்படித்தான் மறைத்து வைத்துக் கொள்ள வேண்டுமென நாம் நினைத்த காரியங்கள். அது வானில் காற்றுடன் கலந்து நிரம்பும். அஸ்மா, சஹிதாவின் மனநிலையை

எப்படியாவது பொத்திக் காக்க வேண்டுமென்று நினைத்தாலும் அது நடக்கவில்லை.

எப்போதும் எந்த நாளிலும் பேசாத, மனைவி சொல் மட்டுமே தன் வார்த்தை என்று வாழும் சஹிதாவின் மாமனார் இப்ராஹிம் ஒரு காலைப் பொழுதில் திருச்சூர் வீட்டிற்குத் தொலைபேசியில் பேசி, சஹிதாவின் சித்தப்பா வீட்டில் அத்தை வீட்டில் சாந்தம்மா சேச்சியின் வீட்டிலென எல்லாவற்றையும் சொல்லிவிட்டு வைத்தார். ஒரே நேரத்தில் காட்டுத்தீ மாதிரி பரவின சஹிதாவின் வீடொழிதல், எல்லோருக்கும் பேசு பொருளானது. துக்கம் விசாரிப்பது போல அஸ்மாவின் வீட்டுப் படியை அந்த நெருப்பு பொசுக்க ஆரம்பித்தது. ஒரு நாளின் முடிவில் சொந்தங்கள், நண்பர்களென எல்லோருக்கும் இவள் வாழ்வு அதன் எதிர்பக்கமாய் உணர்த்தப்பட்டது. நாசிம் சிலருக்கு பாவப்பட்டும் சிலருக்கு கேலிக்கு உரியவனாகவும் அறியப்பட்டான். ஆனால் சஹிதாவும் நாசிமும் இதை எதிர்பார்த்திருந்தாலும் அஸ்மாவால் இந்த அவமானத்தைத் தாங்க முடியவில்லை. குமைந்து குமைந்து அழுதாள். வீட்டில் விளக்கு போடாமல் இருட்டிலேயே இருக்கப் பழகினாள். யாராவது வீட்டுப் படியேறி வந்தால் கை கால்கள் உதற பலகீனமானாள்.

ஆனால் அவளே அதிலிருந்து மீளவும் வாழவும் பழகிக் கொண்டாள். அவளுடைய உடல் பாகமல்லவா சஹிதா, அப்படியே வெட்டி, என்னுடையதல்ல என்று தூக்கி எறிந்துவிட முடியுமா என்ன!

கோபம் தணிந்து, துக்கம் தணிந்து, வலி தணிந்து, வாழ்வில் சஹிதாவின் பக்கம் நிற்க முடியுமாவென அஸ்மா முயற்சி செய்தாள்.

ஒவ்வொருவரிடமும் ஒவ்வொரு விதமான கதைகள் சொல்லப் பழகினாள். மகள் கொஞ்சம் ஆன்மிகத்தில் விருப்பமாக இருக்கிறாளென்றும் அப்படியான ஆன்மிகத் தலங்கள் சுற்றிப் பார்க்கும் குழுவுடன் போகப் போகிறாளென்றும் சின்ன வயதிலிருந்தே யாருடைய கஷ்டத்தையும் அவள் தாங்க மாட்டாளென்றும், அதனால் மன பிழற்வால் பாதிக்கப்பட்ட குழந்தைகளை வைத்துப் பராமரிக்கப் போகிறாளென்றும் அவளுடைய ஆன்மிகம் என்பதே தன் வாழ்வை எந்தக் கட்டுகளுமின்றி அன்பு மட்டுமே தேவைப்படும் குழந்தைகளுக்கு ஒப்புக் கொடுப்பதே என்றும் மாறி மாறிச் சொல்லிப் பழகினாள். அப்போதெல்லாம் அழும் மனதை மறைத்துச்சிரிக்கப் பழகினாள். எல்லாம் காற்றில் அடித்துச் செல்லச்செல்ல மேலே உள்ளதை அடியில் தள்ளிக் காயமாற்ற, காலம் அஸ்மாவுக்குப் பழக்கிக் கொடுத்தது.

26

பெங்களூரிலிருந்து திரும்பி வரும்போது வீடு இப்படி இருக்குமென்று சஹிதாவும் நாசிமும் கொஞ்சமும் எதிர்பார்க்கவில்லை.

எப்படியோ ஜரீனா பீவி எல்லாவற்றையும் தெரிந்து கொண்டிருந்தாள். என்றுமே மாடி ஏறி அறியாதவள் மாடி ஏறி வந்து பத்து வருடமாய் பொத்தி வைத்திருந்த சஹிதாவின் தெய்வங்களைத் தலைகீழாகப் புரட்டிப் போட்டிருந்தாள். சிவனும் காளியும் லிங்கமும் அவள் போட்டுவிட்டு போயிருந்த அன்றலர்ந்த பவழமல்லிப் பூக்களும் தந்தத்திலான குங்குமச் சிமிழும் ஆத்திரத்தில் சிதற வைக்கப்பட்டிருந்தன.

பெட்டிகளும் அழுக்குத் துணிகள் நிரப்பப்பட்ட பைகளுமாய் மாடியேறப் போனவர்களை ஜரீனாவின் அதிகாரக் குரல் நிறுத்தியது.

"எங்கப் போயிட்டு வரீங்க?"

"ஏம்மா, ஹைதராபாத்திற்கு, வஹிதா வீட்டுக்கு"

"எனக்கு எல்லாம் தெரியும், எங்கிட்ட பொய் சொல்லாதீங்க"

''என்ன தெரியும், நாங்க ஹைதராபாத்துக்குத்தான் போயிட்டு வரோம், விடும்மா தலை வலிக்குது, எனக்கு ஒரு காஃபி போட்டுத் தாயேன்''

இந்த வரிகள் அவள் காதிலேயே ஏறவில்லை. நேராக சஹிதாவிடம் திரும்பினாள்.

''என்னடி, என்ன நடக்குது இந்த வீட்டில?''

''என்ன என்ன? எதக் கேக்கறீங்க?''

''அப்படியே ஒண்ணும் தெரியாத மாதிரி நடிக்கறதப் பாரு'' உதாசீனத்தை மொத்தமாய்க் குடித்த ஜரீனா வார்த்தைகளை உமிழ்ந்தாள்.

''அம்மா என்ன பேசற நீ....?''

''என்னத்த பேசச் சொல்றடா என்ன? ஒடம்பு சரியில்லாத பசங்களுக்கு என்னமோ சொல்லிக் குடுக்கறான்னு பாத்தா, அத வச்சு இவ என்ன பண்றா? என்ன ஏமாத்தப் பாக்கறீங்களா? வீட்டுக்கு யார் யாரோ வராங்களேன்னு பயந்தேன். அப்படியே ஆயிடுச்சு. தங்ஙள் வந்து தங்கிட்டுப் போன பரம்பரை இது. கண்ட கண்டதையெல்லாம் வச்சிருக்க ரூமில. என்ன நெனச்சிட்டிருக்கற மனசில. அடங்கி இருக்க முடிஞ்சா இரு, இல்லன்னா அறுத்திட்டு ஓடிடு கரீம் பாய் வீட்டுக்கு. எங்க வீட்ட எப்படி வச்சிக்கணும்னு எங்களுக்குத் தெரியும்''

''அம்மா நீ இப்படிப் பேசறதையோ, அவள அவமானப் படுத்தறதையோ நான் அனுமதிக்கவே மாட்டேன். பேசாம இரு. கொஞ்ச நேரம் பொறுத்துப் பேசிக்கலாம். நீ மேல போ சஹிதா''

''நானும் இனி இத அனுமதிக்க மாட்டேன். என்ன பாரம்பரியமான வீடுடா இது. இதில கண்டதையெல்லாம்

வச்சிட்டு, இவ போய் சாமியாருங்க கூட கூடிப் பேசிட்டு வர்றத நானும் அனுமதிக்க மாட்டேன். இனி இவ இந்தப் பசங்களுக்கு க்ளாஸ் எடுக்கப் போகக் கூடாது, அத வச்சு இவ செய்யற எதையும் நான் அனுமதிக்க மாட்டேன். அஸ்மா விடுவாளா? அவளுக்குத்தான் பையனே இல்லயே, மருமக இப்படி ஒருத்தி வந்தா எப்படி இருக்கும்னு அவளுக்கு என்னடா தெரியும்? போய் அங்க வச்சு பாத்துக்கச் சொல்லு அவகிட்ட. கரீம் பாய வரச்சொல்லு. என்ன நியாயம் சொல்றாரு அந்தாளுன்னு பாப்போம்''

''அம்மா நீ ரொம்ப அதிகமாப் பேசற, சஹிதா வந்த பிறகு நிசார்கிட்ட ஏற்பட்ட மாற்றத்துக்கு மட்டும் அவ்ளோ சந்தோஷப்பட்ட, அதைத்தானம்மா நெறையப் பேருக்கு செய்ய ஆசைப்படறா. நீதாம்மா ரொம்ப சுயநலமா இருக்க. அவளக் குத்தம் சொல்ல உனக்குத் தகுதியே இல்லம்மா, வேணாம், விட்டுடு. நாம அப்பறமா பேசலாம்''

சொன்னவன் சரசரவென மாடியேறினான். அமீராவும் சஹிதாவும் பின்னாலேயே போனார்கள். மாடியில் தெய்வங்கள் சிதறிக் கிடப்பதை சஹிதாவால் தாங்கவே முடியவில்லை. கதறி அழுதாள்.

''சஹிதா அழாத, பாரம்பரியமா இஸ்லாமிய மார்க்கத்த நம்பற அம்மாவுக்கு இது எவ்வளவு பெரிய அதிர்ச்சின்னு அவங்க பக்கத்திலயிருந்து யோசி. பத்து வருஷமா நீ இதை பத்திரமா மறச்சு வச்சுருந்தே. அது ஒரே நாள்ல அவங்களுக்கு தெரிய வரும்போது இப்படித்தான் ரியாக்ட் ஆவாங்க. நாமதான் சகிச்சுக்கணும். அவங்க கேக்கறதுக்குச் சொல்ல நமக்கு பதிலில்ல. அமைதியா இரு''

சஹிதா எதற்கு இப்படிக் கதறி அழுகிறாள்? மாமியார் மிரட்டி எடுத்ததாலா? இவ்வளவு புரிந்து கொண்ட கணவனை நினைத்தா? இதையெல்லாம் விட்டுவிட்டு தான் வெளியேறப் போகும் நாளை எண்ணியா? எப்படி அதை இந்த வீடு தாங்குமென்று நினைத்தாளா? தெரியவில்லை. மாமியார், மாமனார், அம்மா, அப்பா, வஹிதா, அவள் குடும்பம், சமூகம், உறவுகள், நண்பர்கள்... எல்லாரும் சுழன்று சுழன்று இவளைச் சுழலில் ஆழ்த்தினார்கள்.

என்ன ஆகும், இனி என்ன ஆகும்? தெரியவில்லை, ஆனால் கட்டுப்படுத்த முடியாமல் அழுதாள்.

இரண்டு நாட்கள் யாரும் எதுவுமே பேசவில்லை. அன்று ஞாயிற்றுக்கிழமை. நாசிம் வீட்டிலேயே இருந்தான். ஜரீனா எல்லோரையும் கீழே கூப்பிட்டாள். அவளுக்கு எதுவுமே பொறுக்கவில்லை. கீழே வந்தபோது அப்பாவும் நாற்காலியில் உட்கார்ந்திருந்தார். எப்படித் தொடங்குவதென்ற முதல் சொல்லுக்கு கொஞ்ச நேரம் காத்திருந்தார்கள். ஜரீனாவுக்கு அது சட்டென கிடைக்க அவளே தொடங்கினாள்.

''நாசிமே, இந்த வீட்டில இவ்வளவு நாள் நடந்ததெல்லாம் என்னன்னே எனக்குப் புரியல. அதுக்கு நான் எப்படி அல்லாகிட்ட மன்னிப்பு கேட்டு எங்குடும்பத்தக் காப்பாத்தப் போறேன்னும் தெரியல. ஏற்கனவே யார் செஞ்ச பாவமோ எம்மூத்த புள்ள பரிதாபமாக் கெடக்கறான். இனியும் இதை நான் அனுமதிக்க முடியாதுடா, நான் ரொம்ப சுயநலமாவே இருக்கறேன்னு வச்சுக்க, அதில எனக்குக் கவலையில்ல, ஆனா இனி இதை நான் அனுமதிக்க மாட்டேன். இது நீடிச்சா எங்குடும்பம் என்ன ஆகுமோன்னு பயமாயிருக்கு. என்னங்க நான் சொல்றது சரிதானே, சொல்லுங்க பேசாம உக்காந்திருக்கீங்க''

இரண்டு நாட்களில் அம்மா கொஞ்சம் கோபத்தைக் கட்டுப்படுத்தியிருந்தாள். தன் பக்கம் பேச, எப்போதுமில்லாமல் கணவனைத் துணைக்கு அழைத்தாள். அவர் என்றுதான் அவள் முன் பேசியிருக்கிறார்! இப்போதும் அப்படியே, லேசாக புன்முறுவலித்தார்.

''சொல்லு நாசிமே, என்ன பண்ணப் போறா உம்பொண்டாட்டி?''

''அம்மா, நான் என்ன சொல்றது? எல்லாரும் ஒரே மாதிரி இல்ல இல்லையா, அவளுக்கு இஸ்லாமிய மார்க்கத்தை விட ஹிந்துக்கள் வழிபாடு ரொம்பப் பிடிச்சிருக்கு. அவ நெனக்கற ஆன்மிகம் நாம நெனக்கற மாதிரி வெறும் கடவுள்களோட சம்மந்தப்பட்டதில்லம்மா. அதை நாம கொஞ்சம் பொறுமையா ஆழமாப் போய்தான் புரிஞ்சிக்கணும். அவ நம்பற பிரபஞ்ச சக்தியையும் இயற்கையையும் அதிலிருந்து கொழந்தைகள குணப்படுத்த முடியும்ன்னு அவ நம்பறதையும் நாம் ஒண்ணுமே சொல்ல முடியாதும்மா. ஒண்ணும் செய்யவும் முடியாது. அதில அவ ஏதாவது கெடுதல் செய்யறாளா? யாருக்காவது வருத்தத்தைத் தராளா? நிறைய பேரைக் குணப்படுத்தறா, ஆறுதல் சொல்றா. நல்லதுதானே விட்டுட்டுப் போயேம்மா''

''அத எப்படிடா விட முடியும்? நம்ம குடும்பத்துக்குன்னு ஒரு பாரம்பரியம் இல்லயா? நம்ம குடும்பத்தில எல்லாரும் ஒண்ணு கூடும்போது அவ பட்ட அடிச்சிட்டு வந்து நிப்பாளா?''

''நீ இப்படி நேரடியாக் கேட்டா நான் என்ன பதில் சொல்றது?''

''பின்ன எப்படிக் கேக்கணும்னு சொல்ற? கொஞ்ச சொல்றியா அவ பண்ண காரியத்துக்கு..ம்...''

''என்ன பண்ணிட்டா இப்ப அவ?''

"இனியும் என்ன பண்ணணும்? இப்ப எதுக்கு பெங்களூர் போனீங்க? எனக்குத் தெரிஞ்சாகணும்..."

" பெங்களூர் போலம்மா, ஹைதராபாத்துக்கு வஹிதா வீட்டுக்கு....."

பதில் அடங்கும் முன் கோபம் கொப்பளித்தது ஜரீனா பீவிக்கு.

"எப்படா எங்கிட்ட பொய் சொல்லக் கத்துகிட்ட? ம்.. பொண்டாட்டி வந்த பிறகு இல்ல... வஹிதா வீட்டுக்குப் போனானாம். பட்டை அடிக்கிறவங்க ஆடறத வேடிக்கை பாத்திட்டு வந்திட்டுப் பேசறானாம் எங்கிட்ட. பொண்டாட்டிய அப்படியே சாமியாராக்கி அனுப்பிடு. வீடு உருப்பட்டுடும். இந்த வம்சம் வெளங்கிடும். அல்லா... இன்னும் எதையெல்லாம் பாக்க என்ன இங்க விட்டு வெச்சிருக்க..."

கோபமும் ஆத்திரமுமாக ஒப்பாரி வைத்து அழும் அம்மாவைப் பார்க்க பரிதாபமும் துக்கமும் ஒன்றாய் வந்தது நாசிமுக்கு. எல்லோரும் அமைதியாய் இருக்க அவள் மட்டும் தன்னந்தனியாய் கத்திக் கொண்டேயிருந்தாள். அவன் ஒன்றும் பேசவில்லை. இப்படித்தான் அம்மாவின் முன் பேச முடியாமல் அத்தாவும் அமைதியாகிப் போனாரோ?

27

சஹிதா ஆங்கில இலக்கியத்தில் மேற்படிப்பு படிக்க திருச்சூருக்குப் பக்கத்திலிருக்கும் கிராமத்திலிருந்து, இரண்டு மணி நேர தூரத்திலிருக்கும் கல்லூரிக்குப் போனதை வஹிதாவால் தாங்கவே முடியவில்லை. அப்போதுதான் அவள் பதினொன்றாம் வகுப்பிலிருந்தாள். இரண்டு பெண்களும் தேன் சிட்டுக்களாய் அவர்களின் வீடு, சின்ன அத்தா வீடு, பக்கத்திலிருக்கும் அத்தைகள் வீடு, சாந்தம்மா சேச்சியின் வீடு என்று மட்டுமே சுற்றித் திரிந்தவர்கள். சஹிதாவுக்கு புதிய இடம், தோழிகள், படிப்பு, விடுதியில் தங்குவதென புதுமைகளால் திணறிக் கொண்டிருந்ததால் பிரிவு பெரிய பாதிப்பாய்த் தெரியவில்லை. ஆனால் வஹிதாவால் அவளில்லாமல் இருக்க முடியவில்லை. அவள்தான் தனிமையின் துயரை மிகவும் அனுபவித்தாள்.

எப்போதும் சஹிதாவோடு சேர்ந்து புத்தகம் படிக்கப் பிடிக்கும். சஹிதா புத்தகத்தை எடுத்து வைத்துக் கொள்ளும்போதே தங்கையையும் கூப்பிடுவாள். வஹிதாவை முதுகின் மேல் ஏறி உட்காரச் சொல்லிவிட்டு சத்தமாக அக்கா படிக்க வேண்டும்.

அவள் முதுகில் உட்கார்ந்து ஆடி ஆடி அதைக் கேட்பாள். தேர்வுகள் நடக்கும் நேரங்களில் பாடப் புத்தகம் படிக்காமல் இப்படி கதையும் கவிதைகளுமாகப் படித்துக் கொண்டிருக்கிறார்களேயென்று அம்மா அடிக்க வந்தால், முதல் அடி சஹிதாவிற்குத்தான் விழும். ஆனால் முதல் ஆளாய் தங்கைதான் போய்த் தடுப்பாள். நடுவில் உருண்டு புரண்டு ஒரு அடிகூட சஹிதாவின் மேல் படாமல் காப்பாற்றுவாள். சஹிதா, வஹிதாவிற்குச் சகோதரியைவிடச் சற்று மேலானவள்; தோழியை விட நெருக்கமானவள்; தாயைவிட வாஞ்சையானவள்.

ஒவ்வொரு வார இறுதியிலும் வீட்டிற்கு வரும் அக்காவிடம் சொல்லிக் கொள்ள தொண்டை அடைக்குமளவிற்குச் செய்தி சேகரித்து வைத்திருப்பாள் வஹிதா. இரண்டு நாட்கள் விடுமுறையில் தீர்ந்து போகாத பல உரையாடல்களின் மிச்சத்தைக் கடிதமாக எழுதி தபாலில் அனுப்புவாள். ஒரு கடிதம் போய் மறு கடிதம் வருவதற்குள் ஆளே வந்துவிடலாம் என்பதெல்லாம் மூளைக்கு வேண்டுமானால் தெரியும், அன்பிற்கு தெரியாதில்லையா!

வீட்டிலிருக்கும்போது அக்காவைக் கட்டிப்பிடித்துத் தூங்க எப்போதும் ஆசைப்படுவாள் வஹிதா. சஹிதாவால் அதில் ஒத்துப் போகவே முடியாது. அவளுக்குத் தனியாக தூங்க வேண்டும். யாரோடு படுப்பதையும் அவள் விரும்புவதில்லை. அதனால் தங்கையிடம், ''நாளைக்கு மதியம் சாப்பிட்டு விட்டுத் தூங்கும்போது அரைமணி நேரம் என்னக் கட்டிப் பிடிச்சுத் தூங்கிக்கோடி,'' என்றோ, ''ஞாயிற்றுக்கிழமை காலைல அஞ்சு மணியிலயிருந்து ஏழு மணிவரை தூங்கலாம் வாடி'' என்றோ ஒரு நேரத்தைச் சொல்லிவிடுவாள். பழக்கமின்மையின் காரணமாக அதை சஹிதா மறந்தாலும் நாள், நேரம் தவறாமல் ஓடி வந்து

கட்டிக் கொண்டு அந்த அன்பின் கதகதப்பை வஹிதா முழுவதுமாய் அனுபவிப்பாள்.

சஹிதா கல்லூரிக்குப் போனதையே தாங்க முடியாத தங்கைக்கு அவளுடைய கல்யாணப் பேச்செடுத்தபோது அது தனக்கு இவ்வளவு துயரமிக்கதாய் மாறுமென நினைக்கவில்லை.

வீடு கல்யாணக்களையில் மூழ்கியபோது சிறு குழந்தை போல அவளும் குதூகலித்தாள். புதிய ஆடைகளை வடிவமைப்பதிலும் அதை அணிந்து பார்ப்பதிலும், அக்காவிற்குப் புதுப்புது விதமாய் அலங்காரம் செய்து விடுவதிலும் சடங்குகளின் கொண்டாட்டங்களிலும் எல்லோரையும் போலவே மூழ்கினாள். விருந்துகளில் ஆர்வமாய் பங்கேற்றாள். ஆனால் திருமணத்தன்று மாலை கண்ணாடி பார்க்கும் சடங்கில் கைகோர்த்து உட்கார்ந்திருக்கும் சஹிதாவையும் பாய்ஜானையும் பார்த்தபோது ஏதோ சுருக்கென்றது. மாப்பிள்ளை வீட்டார், பக்கத்திலேயே வீடெடுத்து தங்கி மறுவீட்டிற்குப் போய்வர இருக்கும்வரைகூட அது பெரிதாய்த் தோன்றவில்லை. அவள் மொத்தமாய் தன்னை விட்டு பிரியப் போகிறாள் என்று சென்னைக்கு மணமக்கள் ரயிலேறின நிமிடம்தான் வஹிதாவின் மூளைக்குள் உறைத்தது.

சஹிதா வீட்டில் இல்லாமல் போனதை அவளால் தாங்கவே முடியவில்லை. அதன் ஆற்றாமையும் கையறுநிலையும் துக்கமும் தனிமையும் அழுகையும் வலியும் யாராலுமே கட்டுப்படுத்த முடியாமல் போனது. யாராலுமே அவளைத் தேற்ற முடியவில்லை. ஒவ்வொரு நாளும் மதிய உணவின் போது முதல் வாய் சோற்றை உருண்டையாய் உருட்டி வஹிதாவை மடியில் உட்கார வைத்து ஊட்டும் கரீமுக்கே அவளைத் தேற்ற முடியவில்லை. நான்தான் அவளுக்கு எல்லாமே, என்னை

விட்டால் அவள் வேறு யாரிடம் இவ்வளவு நெருக்கமாக இருக்க முடியுமென்ற கரீமின் மமதை கண்ணாடியில் கல் விழுந்து சிதறின நாளும் அன்றுதான்.

சஹிதா திருமணம் முடிந்து போன பிறகு, ஜொலிக்கும் வைரம் போல மின்னி வீட்டை அழகூட்டும் மகள் இப்படி தூசு படிந்த ஓவியம் போல மாறுவதை வீட்டில் யாராலும் பார்க்க முடியவில்லை. மிகவும் மெலிந்து உருக்குலைந்து உலர்ந்து போனாள். அவளிடமிருந்து எந்த உயிர்ப்பும் இல்லாமலானது. கால இடைவெளிகளில் வரும் உதிரப்போக்கு நின்று போனதைக்கூட உணராத வறண்ட நிலம் போலானாள் வஹிதா. நான்கு மாதங்கள் கழித்து அம்மா கேட்டபோது "எனக்கு அக்கா போனதிலிருந்தே மென்சஸ் வர்றதேயில்லம்மா" என்று குழந்தையாய் சொல்லும் வஹிதாவைக் கட்டிக் கொண்டு அழுதாள் அஸ்மா. அம்மா அத்தாவிற்கான மன வேறுபாட்டில் பல நேரங்களில் அஸ்மாவால் குழந்தைகளைக் கவனிக்க முடிந்ததில்லை. அந்த நாட்களின் இறுக்கத்தை உதறி ஒன்றுமில்லாமலாக்கி தங்கையை மகள் போல கவனித்திருந்த சஹிதா அந்த மூன்று நாட்களிலும் அவளைக் குளிக்க வைப்பது, துணியும் நாப்கினும் மாற்றி விடுவது, வயிற்று வலியில் துவளும் தங்கைக்கு ஊட்டி விடுவது, கால் அழுத்திவிட்டு தூங்க வைப்பதென எல்லாவற்றையுமே பார்த்துக் கொண்டிருந்தாள்.

இப்படியொரு துயரம் தன் மகளுக்கு நேரும் என்று அஸ்மா கொஞ்சமும் யோசித்துப் பார்க்கவில்லை. அதற்குப் பிறகு பெண் மருத்துவர், மனநல மருத்துவர் என வீட்டின் சூழலே மாறி நரகமானது. எதன் மூலமும் அவளைப் பழைய தங்களுடைய மகளாய்ப் பார்க்கவே முடியவில்லை.

திருமண நாளிலிருந்தே வஹிதாவுக்கு நாசிமைப் பிடிக்கவில்லை. தன் அக்காவை, ஸ்நேகிதியை, அம்மாவைப் பிரித்து நாசிம் கொண்டுபோய்விட்டான் என்பதில் அவன்மீது கடும் கோபத்திலிருந்தாள். நாசிம் பற்றி யார் எது சொன்னாலும் கேட்கமாட்டாள். அது நிச்சயமாக தனக்கு எதிராக, தன்மீது பிரியம் வைத்திருப்பவர்களைப் பிரிக்கும் விதமாகத்தான் இருக்கும் என்பதில் அவள் திடமாயிருந்தாள். ஆனால் சஹிதா அவளுடைய நாசிமைப் பற்றி சொல்லச்சொல்ல மூச்சுத் திணறும் காற்றில்லா வெளியில் சுவாசம் கிட்டிய குழந்தையைப் போலானாள் வஹிதா. மெல்ல சென்னை வீட்டிற்கு வர ஆரம்பித்தாள். நாசிமும் சஹிதாவும் அடிக்கடி கேரளா வருவதுமாக மிகவும் நெருங்கிப் போனார்கள். இப்போதெல்லாம்தான் வஹிதாவின் பழைய முகம் மெல்லத் திரும்ப ஆரம்பித்திருக்கிறது.

சென்னைக்கு வரும் வஹிதாவை மகள் அமீரா மாதிரி நாசிம் பார்த்துக் கொள்வார். அமீராவுக்கு எல்லாமே அத்தா நாசிம் என்றால் வஹிதாவுக்கு எல்லாமே தன் பாய்ஜான் நாசிம்தான். சென்னைத் தெருக்களில் சுற்றுவதும் விதவிதமாய் உடைகள் வாங்கித் தருவதும், அவள் விருப்பப்படி சாப்பிட வைப்பதும் கடற்கரையில் தன்னை மறந்து விளையாடுவதும், அலை அலையாய்ச் சிரித்து எந்தக் கல்மிஷமுமின்றி வாழ்க்கையை ரசிக்கவும் ஆரம்பித்தாள் வஹிதா. அவள் ஒரு விஷயத்தை நினைத்து முடிப்பதற்கு முன்பே அதைச் செயல்படுத்துபவனாக இருந்தான் நாசிம். அவளுடைய அத்தாவுக்குப் பிறகு அவள் நேசித்த ஆண். ஆனால் அதில் பால்பேதமற்ற அன்பிருந்தது. அவள் தன் தனிமைத் துயரை மறக்கத் தொடங்கியிருந்தாள். மெல்ல மெல்ல புது ரத்தம் அவளுக்குள் ஊற ஆரம்பித்தது. வீடு

நிம்மதியுடனும் நன்றியுடனும் நாசிமைக் கண்களில் நீர் கசிய வணங்கியது. ஆனால் அப்படியொன்றும் வஹிதாவின் வலி முற்றிலும் மறைந்துவிட வாழ்வு அவளை அனுமதிக்கவில்லை.

நாசிம் பத்து வருடங்களாய் எதிர்கொள்ளும் வலியை, அவஸ்தையை, யாரிடமும் சொல்ல முடியாத மன உளைச்சலை ஒரே நாளில் கேட்க நேர்ந்த வஹிதாவால் தாங்கவே முடியவில்லை. பதறினாள்; அழுது பார்த்தாள்; தன்னளவில் முடியாதென்றபோது மற்றவர்கள் உதவியைத் தேடிப் போனாள்.

அதிகாலை ரயிலில் வந்திறங்கிய அக்காவையும் பாய்ஜானையும் அமீராவையும் அவளால் பதட்டமில்லாமல் கூப்பிடவோ பேசவோ முடியவில்லை.

''பாய்ஜான், என்ன பாய்ஜான் அக்கா என்னென்னவோ சொல்றாங்க, தீட்சை வாங்கிட்டாங்களாமே, பெங்களூருக்குப் போனீங்களாமே? நீங்களும் எப்படி பாய்ஜான் எல்லாத்தையும் அனுமதிச்சீங்க?''

எப்போதும் வஹிதா ஒற்றைக் கேள்வி கேட்டுப் பழக்கமில்லாதவள். அவள் மனதில் அடுக்கடுக்காக கோபமும் ஆற்றாமையும் வலியும் மண்டிக் கொண்டு வந்தன.

''கொஞ்சம் இரு வஹிதா. பொறுமையாப் பேசுவோம், பொறு...'' நாசிம் அவளை அணைத்து தலையில் முத்தமிட்டுச் சாந்தப்படுத்தினான். அது அவளை இன்னும் துக்கப்பட வைத்தது. வெடித்தழுதாள்.

''பாய்ஜான் அவ என்ன பேசறதுன்னு தெரியாமப் பேசறாளா?''

''இரும்மா, பேசலாம்...''

‘‘இல்ல அவளுக்கு என்னமோ ஆயிடிச்சு, சைத்தான் புடிச்சிருக்கு அவளுக்கு. நாம அதை சரி பண்ணா அவ சரியாயிடுவா’’

குழந்தை மாதிரி பேசும் வஹிதாவைக் கண்ணெடுக்காமல் பார்த்துக் கொண்டிருந்தாள் சஹிதா. அவளுக்கும் அழுகை வந்தது. நான் என்னவாக இருக்கிறேன்? என்னைக் குடும்பம் எப்படி புரிந்து கொள்கிறது? நான் தவறு செய்கிறேனா? என்னையும் ஏமாற்றி மற்றவர்களையும் ஏமாற்றுகிறேனா? நான் எடுக்கும் முடிவு எல்லாரையும் இப்படிக் காயப்படுத்தும்தானே? அதற்கு என்ன பதில் சொல்லப் போகிறேன்? ஒன்றும் சொல்ல முடியாமல், வஹிதா சொன்னதையெல்லாம் கேட்டாள்.

நடு இரவில் பதினொன்றரை மணிக்குக் கிளம்பச் சொல்லி ஹைதராபாத்தின் குளிரையும் பின்னுக்குத் தள்ளி தர்க்காவிற்குக் கூட்டிப் போனாள் வஹிதா. அங்கு அதிக கூட்டமில்லை. மயில்தோகை கையில் வைத்து நீண்ட ஜிப்பா அணிந்த முல்லா சஹிதாவை உன்னிப்பாகக் கவனித்தபடி தன் முன்னால் வந்து நிற்கச் சொன்னார். முகத்தில் தண்ணீர் அடித்து, ‘சூரா’ ஓதி சாம்பிராணிப் புகை போட்டு மயில் தோகையால் தலையில் அடித்துக் கொண்டேயிருந்தார். நாம் என்னவாக வேண்டுமென அடங்கா அக்னியாய் இருக்கிறோம். எதற்கு இங்கு வந்து இப்படி யார் முன்னாலோ சூரா ஒலியைக் கேட்டுக் கொண்டு நிற்கிறோமென்று யோசித்தபோது சஹிதாவிற்கு அழுகையாய் வந்தது. இப்போதெல்லாம் யார் பேசினாலும், அதை வெறும் சத்தமாக மட்டுமே கேட்க பழகியிருந்தாலும் அவளுக்கு வலித்தது. அதனால் தன்னை இறுக்கி மௌனமானாள். தர்க்காவிலிருக்கும் முல்லா அந்த உறை மௌனத்தைத் தனக்குச் சாதகமாக்கிக் கொண்டு மேலும் மேலும் உக்கிரம் கூட்டினார். சூரா

ஓதிக் கொண்டேயிருந்தார். குளிரில் நடுங்கி அழும் சஹிதாவைப் பார்க்க நாசிமால் தாங்க முடியவில்லை.

"வஹிதா இதையெல்லாம் நிறுத்து, நாம வீட்டுக்குப் போகலாம்"

"இல்ல பாய்ஜான், முல்லா நல்ல சக்தியுள்ளவர், அவர் அவள் மேலயிருக்கும் சைத்தானைக் கண்டுபிடித்து விடுவார். கொஞ்சம் பொறுங்க"

"முடியாது வஹிதா, என்னால தாங்க முடியல, முல்லாகிட்ட பேசிக் கூட்டிட்டு வா"

சொன்னவன் நடந்து காருக்குச் சென்று முன்கதவைத் திறந்து ஸ்டியரிங்கில் கை வைத்து அழுத்தியபடி தன்னைக் கட்டுப்படுத்திக் கொண்டு உட்கார்ந்துவிட்டான்.

வஹிதா மெல்ல நடந்து முல்லாவிடம் போய் பாய்ஜான் இதை வேண்டாமென்பதைச் சொன்னாள்.

"பாத்தியா மகளே, இதுதான் உங்க அக்காவுக்குள் இருக்கும் சைத்தானின் சக்தி. அது அவளை வாயைத் திறந்து ஒன்றும் சொல்லவும் விடமாட்டேங்குது, இங்கிருந்து கிளப்புது பாத்தியா"

"அனுப்பிடுங்க முல்லா அவளை..."

"இப்ப வேணா அனுப்பறேன், ஆனா அவளை நீ நாளைக்கு எங்க வீட்டுக்குக் கூட்டிட்டு வா. அங்கயிருந்து மொத்தமா நான் அக்காவை சரி பண்ணிடறேன்"

"நல்லது முல்லா, சலாம் அலைக்கும்"

"நல்லது மகளே, அஸ்ஸலாமு அலைக்கும்"

அந்நேரம் பாய்ஜான் சொன்னதைக் கேட்டாலும், வஹிதா மறுநாளான வெள்ளிக்கிழமை மதியம் தொழுகை நேரத்திற்கு மீண்டும் முல்லாவின் வீட்டிற்கு சஹிதாவைக் கூட்டிக் கொண்டு போனாள்.

அந்த வீட்டைப் பார்க்கவே சஹிதாவிற்குப் பிடிக்கவில்லை. யார் யாரோ வந்திருந்தார்கள். மனநலம் பாதிக்கப்பட்டவர்கள், உடல் நலக்கேடு உடையவர்கள், பலவந்தமாக அழைத்து வரப்பட்டவர்கள், எப்படியாவது சரியாகிவிட மாட்டோமா என்று கண்களில் கலக்கமுள்ளவர்கள், இங்கிருந்து நல்லபடி போனால்தான் புருஷன் வீட்டில் நாம் ஸ்திரப்பட முடியுமென்ற பதட்டமுள்ளவர்களென ஒரு மாதிரி கலவையாக இருந்தது அந்த கும்பல். அதில் தன்னை உள்நுழைத்துக் கொள்ளவே முடியாதென்று சஹிதாவுக்கும், இதில் ஒருத்தியல்ல அவள் என்ற தெளிவு நாசிமுக்கும் இருந்தது. ஆனால் வஹிதாவின் அன்பையும் பரிதவிப்பையும் அப்படி ஒதுக்கிவிட முடியவில்லை.

முந்தின இரவு தர்க்காவுக்குப் போய்விட்டு வந்தவுடன் அந்த நடு இரவிலும் வஹிதாவுக்கும் பாய்ஜானுக்கும் வாக்கு வாதம் நடந்தது.

"வஹிதா, உங்க அக்காவுக்கு சைத்தான் புடிச்சிருக்கு, சூரா ஓதி அவளை சரி பண்ணனும்னு நீ சொல்றதெல்லாம் ரொம்ப அபத்தமாயிருக்கு. நாம அப்படியென்ன ஒண்ணும் தெரியாதவங்களா? அவ என்ன மனநிலையில இருக்கான்னு உனக்குப் புரியலயா? அவ கூட சின்ன வயசிலயிருந்து வாழ்ந்த உன்னாலயே இதப் புரிஞ்சுக்க முடியலன்னா வேற யாரு புரிஞ்சுப்பாங்க?"

"இல்ல பாய்ஜான், எனக்கு அவள நல்லாத் தெரியும். வீட்ட விட்டு போகப் போறேன்னு சொல்றத என்னால ஏத்துக்க முடியல.

அவ மனசில இருக்கற இந்த நெனப்பெல்லாம் போயிடணும்னுதான் முல்லாகிட்ட சொல்லி சூரா ஓதச் சொல்றேன், நீங்களும் என்ன புரிஞ்சுக்கோங்க பாய்ஜான்...ப்ளீஸ்...''

சொன்னவள் முகம் பொத்தி அழத் தொடங்கி விட்டாள். எதிரில் நின்று நாசிமால் பேசவே முடியவில்லை. ஆனாலும் அவளைத் தேற்றியபடி பேசினான்.

''இல்லம்மா, அவ மனசில ஓடிக்கிட்டிருக்கும் பல எண்ணங்களை நம்மால புரிஞ்சுக்கவே முடியல. அதை நாம புரிஞ்சுக்கறதும், அதுக்கு நாம ஒத்துழைக்கிறதும் மட்டும்தான் அவளைப் புரிஞ்சுக்கறவங்க செய்யணும்னு எனக்குத் தோணுது வஹிதா. அதில்லாம நமக்குப் புடிச்சவங்கள ரொம்ப வலி அனுபவிக்க வைக்கக்கூடாது. ஒவ்வொருத்தரும் தனித்தனியான மனித ஆத்மாக்கள். அதுக்கு உள்ளே பிரியம், அன்புன்ற பேரில நாம ரொம்பப் போக முடியாது வஹிதா. அன்பாயிருக்கற நாங்க ரெண்டு பேரும் ஒண்ணாத்தான் இருக்கணும்னு அவசியமில்லயே. எங்க இருந்தாலும் நாங்க நேசமாத்தான் இருப்போம்... இதே அன்போடயும் இருப்போம்...''

சொன்னாலும் பேச்சு இடறியது. அந்தப் பேச்சில் எதையாவது செய்து அவள் போவது நின்று விடாதா என்ற ஏக்கமும் இருந்தது.

''அவ இந்தக் கொழந்தைகளோட உலகத்தில தன்னை இணைச்சுக்கிட்டபோது அது இவ்வளவு தீவிரப்படும்ன்னு நான் நெனக்கல. தன்னை முழுக்க அந்த ஆட்டிசம் பாதிக்கப்பட்ட, மனநலமில்லாத குழந்தைகளுக்கு ஒப்புக் குடுக்கணும்னு அவ ஆசைப்படறா. அதில தப்பில்லையே. எல்லாரும் ஒரே மாதிரி கல்யாணம் பண்ணிக் கொழந்த பெத்து படிக்க வச்சு,

அவங்களுக்கு கல்யாணம் பண்ணின்னு ஒரே மாதிரி வளையத்துக்குள்ள மாட்டிக்க முடியுமா வஹிதா? அவ செய்யட்டும், நாம கூடவே இருப்போம்''

''பாய்ஜான், நீங்க சொல்றது சரின்னாலும் என்னால ஏத்துக்க முடியல. இதுக்கு மேல நான் உங்களையோ அக்காவையோ வற்புறுத்த மாட்டேன். பின்னால, நான் வெறுமே நின்னு எல்லாத்தையும் வேடிக்கை பாத்திட்டு இருந்திட்டேன்ங்கிற எந்தக் குற்றவுணர்வும் எனக்கு வராமலிருக்கவாவது இந்த ஒருமுறை முல்லா வீட்டுக்கு வாங்களேன் ப்ளீஸ்... வெறும் குற்றவுணர்வுக்காக இல்ல பாய்ஜான், எனக்கேகூட நம்பிக்கை இருக்கு. அக்கா சரியாயிடுவா... அவ நம்ம கூடத்தான் இருப்பா. அதுக்காக மட்டுமாவது ஒருமுறை வாங்க, ப்ளீஸ்''

அதற்குப் பிறகு நாசிம் ஒன்றும் பேசவில்லை. சஹிதாவும் அன்றலர்ந்த பூ மாதிரியான முகத்துடன் சிரித்தபடியிருந்தாள். அறைக்குள் வந்து நாசிமைக் இறுகக் கட்டிக் கொண்டாள். தன்னை மட்டுமல்லாமல் வாழ்வையும் நாசிம் புரிந்து வைத்துக் கொண்டிருப்பதற்கான நன்றி அதில் வெளிப்பட்டது.

காலையில் எழுந்து குளித்து வீட்டு வேலைகள் சிலவற்றைப் பார்த்துவிட்டு மதிய உணவிற்குப்பின் முல்லா வீட்டிற்கு எந்தத் தடங்கலும் இல்லாமல் போனார்கள். ஆனால் பலவிதமான வலி நிறைந்த மனித முகங்களைப் பார்த்தபோது சஹிதா மிகவும் சோர்வுக்குள்ளானாள். அதில் பாதி முகங்களை, தானே ரேக்கி ஹீலிங் மூலமும், சிலரைத் தன்னால் கவுன்சிலிங் கொடுத்தும் சரி பண்ண முடியும் என்று நினைத்துக் கொண்டிருந்த வேளையில் முல்லா மயில் தோகையுடன் எதிரில் வந்து நின்றார்.

சூரா ஓத ஆரம்பித்தார். முகத்தில் நீரடித்து ஓதினார். சாம்பிராணிப் புகையிட்டு ஓதினார். எரிந்து கொண்டிருக்கும் விளக்கிலிருந்து எண்ணெய் வடித்து பாட்டிலில் ஊற்றிக் கொடுத்துத் தலைக்குத் தேய்த்துக் குளிக்கச் சொன்னார். சூரா ஓதின செப்புத் தகட்டை பச்சைநிறத் துணியில் மடித்து தாயத்து கட்டி கழுத்தில் கட்டிக்கொள்ளச் சொன்னார். மிக அதிகமான பணத்தையும் பெற்றுக் கொண்டார்.

வழியில் யாரும் எதுவும் பேசாமல் வீட்டுக்குத் திரும்பினார்கள். வீட்டிலும் பிறகேதும் பேசவில்லை. அன்று மட்டுமல்ல சென்னைக்குத் திரும்பும்வரை பெரிதாய் எதுவும் பேசவில்லை. ஆனால் வாழ்நாள் முழுக்க நான் உனக்காக பிரார்த்தனை செய்து கொண்டேயிருப்பேன், எப்படியும் நீ திரும்பி வருவாய், அதை நான் முழுமையாய் நம்புகிறேன், அதுவரைக் காத்திருப்பேன் என்ற திடமான நம்பிக்கையும் வலியும் வஹிதாவின் கண்களில் தேங்கி நின்றன.

28

தமிழ், தெலுங்கு சினிமாக்களில் கொடி கட்டிப் பறந்த குடும்பம் நந்தாவின் குடும்பம். இயக்கம், இசை, தயாரிப்பென்று எல்லாத் திசைகளிலும் மிளிர்ந்த நாட்கள் அவை. வாரத்தில் நான்கு நாட்கள் சினிமா விழாக்கள். நடிகர்களுடன் சந்திப்பு. இயக்குனர்கள், தயாரிப்பாளர்களுடன் இரவு விருந்துகள், வெளிநாட்டுப் பயணங்களென நந்தாவுக்கும் சக்திக்கும் வாழ்வு, தாங்களே கர்வப்படும்படி மேலே போய்க் கொண்டேயிருந்தது. அப்படி வளரும்போது யாரெல்லாம் உதவி கேட்டு வந்தார்களோ எல்லோரையும் கை காட்டி, கை தூக்கி, கையோடணைத்த காலம். திரைத்துறை எத்தனை வேகத்தில் மேலே தூக்கிச் செல்கிறதோ அத்தனை வேகத்தில் கீழே தூக்கிப் போடும் என்பதை உணராமலேயே இரண்டு பேரும் பறந்து கொண்டிருந்தார்கள்.

நந்தாவுக்கும் சக்திக்கும் குழந்தைகள் சின்ன வயதில் இருந்ததால் அவர்களின் தேவையும் எதிர்பார்ப்பும் குறைவாகவே இருந்தன. அம்மாவும் அப்பாவும் ஓடும் ஓட்டத்தை ரசிக்கவோ, குறை சொல்லவோ பிள்ளைகள்

தயாராகாத அந்த நாட்களில் தாங்கள் செய்வது மட்டுமே சரியென்று நினைத்து வாழ்வை, அதன் ரகசியத்தை அனுமானமில்லாமல் நீட்டிப் போட்ட நாட்களில் இருவரும் பயணித்தார்கள்.

நந்தா தான் இசையமைத்த படங்கள் வெற்றி விழா கண்டபோது, அதில் கிறங்கி யார் என்ன சொன்னாலும், சொன்னதை யோசனையேயில்லாமல் கேட்டு படத் தயாரிப்பில் இறங்கி தான் இதுவரை சம்பாதித்த எல்லாச் செல்வங்களையும் புகழையும் இழந்தார். மனிதனை அழித்தொழிக்க பெரிய ஆயுதங்கள் தேவையே இல்லை, புகழ்ச்சியான ஒற்றைச் சொல் போதும் என்பதை நாட்கள் கழித்து உணர்ந்தவர். யோசிக்கக்கூட முடியாத உயரங்களைச் சரசரவென அடைந்த அவர் அதனினும் வேகமாகக் கீழே இறங்கினார். மாளிகையிலிருந்து வாடகை வீட்டிற்கும் சொகுசுக் கார்களிலிருந்து நடை பயணத்திற்கும் நகர்ந்தார். விருந்துகள், விழாக்கள், நண்பர்களெல்லாம் காணா தூரத்திற்குப் போயிருந்தார்கள். உடனிருந்த பணியாட்களில் சிலர் இன்னும் விசுவாசத்துடன் தங்களை நெருங்குவதையும், சிலர் துரோகத்தின் சாயலேற்று உருமாற்றம் அடைந்ததையும் கண்ணுற்றார்.

அதள பாதாளத்தை நோக்கின பயணத்தில் தான் கைதூக்கி விட்ட, தன்னிடம் வேலை பார்த்த, தன்னை வைத்து மேலேறினவர்களில் எப்படியோ சில முட்களும் உடன் வந்து நெருடலாய்க் குத்திக் கிழித்து வாழ்வை சிதைத்து விடவும் செய்கின்றன. அதன் வலி தாங்கிக் கொள்ளவே முடியாதது. அதில் துரோகத்தின் கசப்பு தூக்கலாயிருக்கும். பழிவாங்கும் மனசு ஈவிரக்கமின்றியிருக்கும். காயப்படுத்தும் சொற்களின் நெருப்பு சுழன்றெரியும். அந்த ஜுவாலையில் நந்தாவும் சக்தியும் எரிந்து

பொசுங்கிக் கொண்டிருந்தார்கள். உனக்கு நீயும் உன் உள் சுற்றுக் குடும்பமும்தான் துணை நிற்பார்கள் என்பதை காலம் எந்தக் கருணையுமின்றி அவர்களுக்குச் சொல்லிக் கொடுத்தது. பழைய வாழ்வை ஈவிரக்கமின்றி அழித்துப் போட்டது, அதன் மிச்சம் மீதியைச் சுத்தமாய்த் துடைத்தெறிந்தது.

நந்தா மிகுந்த துயர்மிகு நாட்களில் சுழன்றாலும், சக்தி உரமேறியவளாய்த் தன்னைத் தகவமைத்துக் கொண்டாள். எல்லா சூழ்ச்சியையும் கயமையையும் துரோகத்தின் கரிய நிழலையும் அவள் தன்னுள் அனுமதிக்காமல் வெளி நிறுத்தினாள். எல்லாவற்றையும் தாங்கி, தள்ளி நின்று, தீர்க்கமாய்ப் பார்க்கப் பழகிக் கொண்டாள். குடும்பத்தையும் திகைத்து நிற்கும் கணவனையும் தாங்கிக் கொண்டாள். அதே நேரம் பிள்ளைகள் வளர்ந்தபோது அவர்களை அதிகம் பாதிப்படையாமல், சிக்கித் தவிக்காமல் தாய்ப் பெட்டையாய்க் காத்தாள்.

என்னதான் சக்தி தன் செட்டைக்குள் வைத்து பார்த்துக் கொண்டாலும் நந்தாவால் அப்படி இருக்க முடியவில்லை. அவன் துவண்டான். மன அமைதி கெட்டு உறக்கம் மறந்து தவித்தான். பொருளாதாரச் சிக்கல் வந்து, அது உடல் ஆரோக்கியத்தைப் பாதித்தபோது சக்தி இன்னும் திடமாய், தீர்மானமாய், அதிரடியாய் சில முடிவுகள் எடுத்தாள். வேலைக்குப் போனாள். ‘‘நீங்களா...? வேலைக்கா...?’’ என்று கேட்கும் உயர்த்திய புருவங்களை, தன் மென்சிரிப்பால் கடக்கக் கற்றுக் கொண்டாள். கொஞ்சமாய் பணம் சேர்த்து பெண்களுக்கான ‘பொட்டிக்’ ஒன்றை ஆரம்பித்து அதில் வரும் சொற்ப வருமானத்தில் நிறைவடையக் கற்றுக் கொள்ளப் பழகினாள்.

அதிக விலை கொடுத்து சல்வாரும் குர்த்தாவும் எடுத்து, தன் கணவனுடன் பென்ஸ் காரில் திரும்பிப் போன சஹிதா,

சக்தியுடனும் நந்தாவுடனும் இவ்வளவு எளிமையாகக் கரைந்து கலந்து சேர்வார்கள் என்பதை அவர்கள் எதிர்பார்த்திருக்கவில்லை.

எப்போதும் தன் கடைக்கு வரும் சஹிதா ஆயத்த ஆடைகளை விடவும் நல்ல துணிகளை எடுத்துத் தைப்பதில் ஆர்வமுற்றிருந்தாள். சக்தியின் கடையிலேயே தையல்காரரும் இருப்பதால் நிறைய நேரம் சஹிதா, சக்தியுடனிருந்தாள். பெரிய அளவிற்கு வியாபாரம் நடக்காத 'பொட்டிக்' இவர்களின் உரையாடலுக்குத் தடையாய் இருந்ததேயில்லை. வாழ்வு, தத்துவம், இலக்கியம், புத்தகங்கள், இசை, ஆன்மீகம் என்று பேச்சு சுழன்றடிக்கும் வேளைகளில் நந்தாவும் உடனிருந்து கவனிப்பார்.

சஹிதாவை, சக்தியை விடவும் நந்தாவுக்கு ரொம்பப் பிடித்திருந்தது. ஏதோ வாழ்வின் முழுமையைத் தரிசித்த நிறைவும் சொந்தங்களை விட்டு விலகாத மனநிலையும் ஆத்ம நிம்மதியும் அடைந்ததை ஒருசேர அனுபவித்தார். உடன் பிறந்தவளின் பரிவையும் நேசத்தையும் உணர்ந்தார். குருவின் அருகாமையையும் ஆசியையும் ஸ்வீகரித்துக் கொண்டார். சந்தித்த சில நாட்களிலேயே சக்தியிடம் கேட்டார்.

"சக்தி, நாம சஹிதா வீட்டுக்குப் போயிட்டு வரலாமா?"

"என்னங்க, ஏன் இப்படி கேக்கறீங்க?"

"இல்ல சக்தி, என்னமோ அந்தப் பொண்ணப் பாத்தவுடனே மனசில அவ நமக்கு கொஞ்சம் ஆறுதலா இருப்பான்னு தோணுது, வயசில ரொம்ப சின்னப் பொண்ணுதான், ஆனா அவ சாதாரண பொண்ணா தெரியலம்மா எனக்கு. அந்தப் பொண்ணுக்குள்ள ஏதோ ஒரு தேடலும் கண்கள்ல சாந்தமும் சிரிப்பில பரிசுத்தமும்

இருக்கறதப் பாக்கும்போது அவளோட நட்பா இருக்கத் தோணுதும்மா''

சக்தி ஒன்றும் பேசவில்லை. சட்டென சஹிதாவைக் கூப்பிட்டுப் பேசினாள். கணவனின் மனசை அவளுக்குக் கடத்தினாள். எந்த மறுப்புமின்றி சஹிதா அவர்களை வீட்டிற்கு அழைத்தது நந்தாவுக்கு அப்படியொரு சந்தோஷத்தைக் கொடுத்தது.

நான்கு பேருக்குமே அந்த மாலை மறக்க முடியாத ஒரு நாளாக உறைந்து போனது. சஹிதாவைக் கொஞ்சம் தெரிந்திருந்தாலும், நாசிமும் பிரியமாய் அவர்களிடம் நடந்து கொண்டது பெரும் நிறைவைத் தந்தது. தங்கள் வலிபட்ட வாழ்வைப் பகிர்ந்து கொண்டனர். பேசித் தீராத மிச்சங்களை அடுத்தடுத்த சந்திப்புகளுக்குக் கொண்டு சென்றனர்.

சக்தி, நாசிமைச் சந்திக்க ஏனோ பயந்தாள். ஆனால் முதல் சந்திப்பின் முடிவில் அது மழை நீரில் கழுவின மலர் போல பரிசுத்தமாயிருந்தது.

எல்லா வலிகளுக்கும் சஹிதாவிடம் சொற்களால் ஆறுதலிருந்தது. மயில்பீலி கொண்டு வருடுவதைப் போல வார்த்தைகளில் இதம் தர முடிந்தது. கைகளின் அழுத்தத்தில் நேசத்தைக் கடத்த முடிந்தது. மீராவும் சரிதாவும் கூட சஹிதாவுடன் சக்தியின் பொட்டிக்குக்கு வர ஆரம்பித்தார்கள். ஒரு சரடில் கோர்த்து அழகு பார்க்க வேண்டிய மணிகள் போல இவர்கள் வாழ்வில் ஒன்றிணைந்தார்கள்.

பிறகு அடிக்கடி அவர்களின் சந்திப்புகள் நடந்தன. அதிகமாக அவர்கள் சக்தியின் வீட்டில் சந்தித்தார்கள். அவர்கள் இருவரும் உறவு முறையில் நெருங்கி நந்தாண்ணாவும் சக்திக்காவும்

ஆனார்கள். நந்தாண்ணாவின் மன அவஸ்தைக்காக அவரின் மன அமைதிக்காக சஹிதா சில மந்திரங்களைப் பயிற்றுவித்தாள். அவருடைய, தான் ஒன்றுமேயில்லையோ என்ற மனதை மேம்படுத்த பிரார்த்தனை செய்தாள். ஆன்மிகம் என்பதே உச்சபட்ச அன்பும் மனிதத்துவமும்தான் என்பதை உணர வைத்தாள். இதில் ஆழ்ந்த நம்பிக்கையுடைய நந்தாவும், எந்த விதத்திலும் ஆன்மிக நம்பிக்கையில்லாத சக்தியும் சஹிதாவின் எல்லையற்ற அன்பில் கரைந்து தங்களை ஒப்புக் கொடுத்திருந்தார்கள். அவர்களின் நட்புக் கண்ணி இன்னுமின்னும் இறுகி ஜரீனா பீவிகூட அதில் லேசாய் யாரும் உணர முடியாதபடி தன்னை இணைக்குமளவுக்கு மாறிவிட்டிருந்தது.

சக்தியின் வீட்டில் இன்னும் அதீத சுதந்திரத்தை சஹிதா உணர்ந்தாள். தாங்கள் செய்யும் வேலைகளை சஹிதாவிற்காக நிறுத்திக் கொண்ட மீராவும் சரிதாக்காவும்கூட சக்தியின் வீட்டில் சந்தித்துக் கொண்டார்கள். சரிதாவும் மீராவும் சமைத்து எடுத்து வந்து பௌர்ணமி நாட்களில் மொட்டை மாடியில் உட்கார்ந்து நந்தா இசையமைத்த பாடல்கள் பாடி இரவுகளை நிறைவுறச் செய்தார்கள். நாசிம் எப்போதும் ஒரு தகப்பனின் கனிவோடு எல்லாவற்றிலும் கலந்து கொள்வான். தன் வீட்டிலிருப்பதை விடவும் தடைகளற்ற மனநிலையில் சஹிதா இங்கிருப்பது லேசாக வலித்தாலும் அதை அனுமதித்தான்.

அன்றும் அவர்கள் எல்லோரும் சித்ரா பௌர்ணமிக்கு ஒன்றாய்ச் சேர்ந்திருந்தாலும் அதில் மிக முக்கியமான விசேஷமிருந்தது. அதிரடியாய், ஒரு இன்ப அதிர்ச்சியாய் சஹிதாவிடம் சொல்லாமல் ஒருவார விடுப்பில், ஆதி இந்தியா

வந்திருந்தான். அவனைப் பார்த்த கணத்தின் பிரமிப்பை அவளால் சமன்படுத்தவே முடியவில்லை.

மீரா, சரிதா, நந்தா, சக்தி, நாசிம், அமீரா, சக்தியின் பிள்ளைகளென அவள் மனசுக்கு இதமாய் எல்லோரும் அங்கிருந்தார்கள். சஹிதாவுக்கு மட்டுமில்லாமல் எல்லோருக்குமே சொல்ல முடியாததொரு மனநிலை வாய்த்திருந்தது. நிலவின் ஒளிப்பிரவாகத்தில் அதைத் தக்க வைத்துக் கொள்ளவும் ஆசைப்பட்டார்கள்.

நந்தா மிக உற்சாகமாக இருந்தார். தான் எழுதிச் சேகரித்திருந்த பல்வேறு வரிகளை சஹிதா எழுதி அவரிடம் கொடுக்க மெல்ல மெட்டெடுத்து அதைப் பாட்டாகப் பாடினார்.

''காஷாயம் - சிவாலயம்

சர்வம் - கர்மம்

விருப்பாட்சம்

மகா மோட்சம்

சரணாகதி''

ஒரு முறை அவர் பாடி முடிக்க சஹிதாவும் அடுத்த முறை சேர்ந்து பாடினாள். மூன்றாவது சுற்றிலேயே தனக்கு மிகவும் பரிச்சயமான வரிகள் என்றாலும் ஃபினிஷ் தமிழில் ஆதியும் இணைந்துகொண்டான். சித்திரை மாதத்திலும் கடல் காற்று குளிர்மையைத் தந்திருந்தது. லேசான அந்தக் குளிருக்கும் இசைக்கும் மௌனத்திற்கும் உள்ளே ஊடுருவின எண்ணங்கள் எல்லோருக்கும் ஒரே மாதிரியிருந்தன.

என்ன நினைத்தாளோ தெரியவில்லை, அவ்வப்போது வெளிப்படுத்தியிருந்தாலும் அமைதியின் மேல் ஓட்டை

உடைத்துக் கொண்டு திடமான குரலில் தெளிவாய் சஹிதா பேசத் தொடங்கினாள்.

''எனக்கு ரொம்ப நெருக்கமானவங்க எல்லாரும் இங்க இருக்கீங்க. நான் பலமுறை வேற வேற நாட்கள்ல இதைச் சொல்லியுமிருக்கேன். நந்தாண்ணாக்கும் சக்திக்காவுக்கும் மட்டும்தான் நான் சொல்லப் போற விஷயம் புதுசா இருக்கும். இந்த நிமிஷம் எனக்கு மனசு எரிமலை போலக் கொந்தளிப்பாயும், ஒரு பக்கம் அலை அடங்கின கடல் மாதிரி அமைதியாவும் இருக்கு. இதைவிட நல்ல நேரம் வாய்க்காமலே கூடப் போயிடலாம். நான் தீர்க்கமா முடிவெடுத்ததாலும் சொல்றேன், நான் தனியாப் போய் எனக்கு விருப்பமான வாழ்க்கையை எந்தப் பொறுப்புகளுமில்லாம, வழமைக்குள்ள மாட்டிக்காம வாழ ஆசைப்படறேன். என்னோட மீதி வாழ்க்கையை வேற மாதிரி, நான் ஆசைப்பட்ட மாதிரி என் அன்பு தேவைப்படற கொழந்தங்களோட அவங்க மனநிலையிலேயே வாழ ஆசைப்படறேன். திருவண்ணாமலைக்குப் போகணும்னு தோணுது. இனியும் நான் அமீராவுக்கு மட்டுமே அம்மாவா இருக்க முடியாது. வீட்டுக்குள்ளேயே இருந்து நான் இதைச் செய்யவும் முடியாது. ரொம்பப் பாதுகாப்பா இருந்துக்கிட்டு, குற்ற உணர்ச்சியில சமூக சேவை செய்யற மாதிரி இருக்குது. அதனால நான் போறேன். என்னை என் குடும்பமும் நண்பர்களுமான நீங்கெல்லாம் இதுக்கு அனுமதிக்கணும்''

''என்னது? வீட்ட விட்டு போறியா?''

முதல் முதலாய் கேட்ட சக்தி மட்டும் பதட்டமானாள்.

''ஆமாம் சக்திக்கா, நான் ரொம்ப நாளா சொல்லிக்கிட்டிருக்கேன், நாசிமுக்கும் தெரியும்''

சக்தியால் அந்த அதிர்ச்சியைத் தாங்க முடியவில்லை. மற்றவர்கள் அவ்வப்போது கேட்டிருந்தாலும் இந்தமுறை வெளிப்பட்ட தீர்மானமான குரலில் பயந்து போயிருந்தார்கள். நாசிம் அமைதியாயிருந்தான். எப்படியாவது சஹிதா இதிலிருந்து வெளியே வந்து விடுவாள், அப்படியெல்லாம் வீட்டை உதறிவிட்டுப் போக மாட்டாள் என்ற சரிதாவின் நம்பிக்கையில் கல்லெறிந்தது அந்தக் குரல். இது இப்படியாகத்தான் நடக்குமென புரிந்து வைத்திருந்த மீரா அமைதியாக இருந்தாள். நாசிம் அந்த வார்த்தைகளை அப்படியே உள்வாங்கிக் கொண்டான். எதையும் பேச முடியவில்லை.

அந்த மௌனம் மேலும் சக்தியைப் பதட்டப்பட வைத்தது. நந்தாவும் உறைந்து போயிருந்தார்.

''அங்க போய் என்ன பண்ணுவே? மொதல்ல எதுக்கு சஹிதா நீ வீட்ட விட்டு வெளியே போற ?''

''இல்லக்கா, எனக்கு ரொம்ப நாளா மனசில ஒரு தேடல் இருந்திட்டே இருக்கு. பத்து வருஷமா நான் அதை ஒளிச்சும் மறைச்சும் பாத்தேன். முடியல. நான் இப்படி சாதாரணமா ஒரு வீட்டம்மாவாவோ இருந்தோ, வேலை பாத்து சம்பாதிச்சோ என்னோட நாட்களக் கடத்த முடியாது. நான் போயே ஆகணும். நான் நிறைய பேரைப் பத்திரமாப் பாதுகாக்க முடியாதுன்னு எனக்குத் தெரியும். ஆனா சில கொழந்தைகளையாவது என்னால பத்திரமா அவங்க மனநிலையைப் புரிஞ்சுக்கிட்டு அவங்களுக்காக வாழ முடியும். இனி கொஞ்ச நாட்கள் கூட இப்படியான வாழ்க்கையை வாழறதா நடிக்க முடியாது. என்னை நானே ஏமாத்திக்கிறேன்னு தோணுது. அதை நான் விரும்பல. எனக்கு ரொம்பப் பிடிச்ச நாசிம்கிட்ட சொல்லிட்டுதான் போகப்போறேன். என்ன ஆனாலும் இந்த அவஸ்தையைத்

தொடர விரும்பல. என்னைத் தயவுசெய்து யாரும் வற்புறுத்த வேணாம். நான் இனி வரும் நாட்கள்ல சரியாயிடுவேன்னோ மனசு மாறிடுவேன்னோ நினைக்க வேண்டாம். அப்படி நான் இந்த வீட்டிலயே தொடர்ந்து வாழ நீங்க ஆசைப் பட்டீங்கன்னா அது உயிரில்லாத வாழ்க்கைதான். நான் கொஞ்ச நாளாவது என்னோட இயல்பில என்னோட நிம்மதிக்காக, முழுமைக்காக வாழ ஆசைப்படறேன். ப்ளீஸ் என்னைத் தடுக்காதீங்க''

எதிரிலிருக்கும் கணவன், மகள், நண்பர்களென எல்லோரையும் மன்றாடும் முகபாவத்தில் கையெடுத்துக் கும்பிட்டாள். நீரோடைகளை நிரப்பும் பேரார்வத்துடன் கண்களின் நீர் பெருகி ஓடியது. அதைத் தடுக்கவோ நிறுத்தவோ சஹிதா முயலவேயில்லை.

''நீ சொல்றதெல்லாம் எனக்குப் புரியல சஹிதா, ஆனா தப்புப் பண்றேன்னு மட்டும் தெரியுது. நாசிம் மாதிரி ஒரு புருஷன் வாழ்க்கையில பல பேருக்குக் கனவு. ஒரே மகள், எதுக்கும் கஷ்டப்படாத வாழ்க்கை. என்னதான் பிரச்சனை உனக்கு? நீ ஆசைப்படுவதையெல்லாம் நாசிம் நிறைவேத்திக்கிட்டுதான் இருக்காரு. இந்த வீட்டில இருந்துகிட்டே நீ நெனச்ச வாழ்க்கையை வாழ முடியாதா? இன்னும் வாழ்க்கையை சிக்கலா மாத்திக்கப் போறயோன்னு தோணுது. அமீராவுக்குப் பதினெட்டு வயசாகுது. அவளுக்கு என்ன பதில் சொல்லுவே? அவளுக்கு தாய் தேவைப்படற வயசு இது. அவளோட எதிர்காலத்தை நெனச்சுப் பாத்தியா? ஒரு கல்யாணம் நல்லது கெட்டதுன்னு வந்தா நீ யாரா வந்து நிப்ப? என்ன உரிமையிருக்கும் பின்னால? ஏதோ பேச முடியும்னு எல்லாத்தையும் பேசாத சஹிதா''

சக்திக்கு மூச்சு வாங்கி, கோபமும் அழுகையும் சேர்ந்து வந்தது. ஆனால் சஹிதா எல்லாவற்றையும் கேட்டுக்கொண்டாள். மெல்ல நாசிம் பேச ஆரம்பித்தான்.

''சக்திக்கா, இதை சஹிதா பேச ஆரம்பிச்சு பத்து வருஷமாகுது. இவ்வளவு நாள் தள்ளிப் போட்டதே பெரிய விஷயம். அவ ரொம்பப் பரிசுத்தமான ஆத்மா. எங்க அம்மா, நான் அவளச் சரியா அடக்கி ஒடுக்கி வைக்கலன்னு என்னைக் கொற சொல்றாங்க. இந்தச் சமூகம் கூட என்ன அப்படிச் சொல்லலாம். ஆனா அந்த வன்முறைல எனக்கு நம்பிக்கையே இல்ல. நான் அதிகபட்சமான அன்பை, காதலை அவ மேலே வச்சிருக்கேன். அதனாலயே நான் அவள அனுப்ப முடிவு பண்றேன். வாழ்வின் நிறைவு ஒவ்வொருத்தருக்கும் வேற வேற இல்லையா? அவ வாழ நினைக்கும் முழுமையான வாழ்க்கையை வாழ்ந்துதான் பாக்கட்டுமே. அதை ஏன் தடுத்து நிறுத்தணும்னு எனக்கும் ரொம்ப நாளாத் தோணிக்கிட்டே இருக்கு. கல்யாணம் பண்ணி எல்லா உரிமையும் எங்கிட்ட ஒப்படைச்சிட்டாங்கன்னு மொரட்டுத்தனமா நடந்துக்க என்னால முடியல. அதிகபட்சமா அவளுக்கு என்ன கொடுக்க முடியுமோ அதைக் கொடுக்க முடிவு பண்றேன். எனக்கு ரொம்பப் பிடிச்சவளுக்கு அவளுக்குப் பிடிச்ச வாழ்வை. நமக்கெல்லாம் நம்ம குழந்தை நம்ம குடும்பம்ன்னு மட்டும்தான் யோசிக்க முடியுது. ஆனா அவளால பெரிய அளவில உலகமே நம்மதுன்னு யோசிக்க முடியுது. அப்படியில்லாம நாமதானே குறைபட்டு நிக்கறோம். அதனால அவ போகட்டும்ன்னு தோணுது...''

குரல் இடறினாலும் மீண்டுமாய் தொடர்ந்தான்.

''ஆனா அவ எடுக்கப்போற வேலை ரொம்ப பெருசு. சாதாரணமா அதைச் செஞ்சிட முடியாது. அதனால எனக்கு

அவளைத் தனியா அனுப்ப பயமாயிருக்கு. ரோட்டைத் தாண்டி வரணும்னாலே எங்கையக் கெட்டியாப் பிடிச்சிக்கறவ எப்படித் தனியாப் போய் வாழ்வை எதிர்கொள்வான்னு பயமாயிருக்கு. ஒரு கொடும் நிதர்சனம் எதிரில் நின்னு அவளை பயமுறுத்தி, தான் எடுத்த முடிவு எவ்வளவு தப்புன்னு அவளை வருத்தப்பட வைக்குமோன்னு பயமாயிருக்கு. அவ அப்படி வருத்தப்படக் கூடாது. அது பின்னால அவளை ரொம்ப மோசமான குற்றவுணர்ச்சிக்கு ஆளாக்கிடும்''

கொஞ்சம் இடைவெளிவிட்டு நேராக ஆதியின் கண்களைப் பார்த்துத் தொடர்ந்தான்.

''ஆதி, உங்க ரெண்டு பேரோட மனநிலையும் ஒண்ணுதான், உங்கள சஹிதாவோட ஆண் வடிவமாத்தான் பாக்கறேன். உங்களோட ஆன்மீகத்தேடல், சக மனிதனுக்காக வாழ நினைக்கறது, மத்தவங்க துக்கத்துக்காகக் கசியறது, சேவை செய்யும் மனசுன்னு நீங்க அப்படியே சஹிதாதான். நீங்க இந்தியாவில வந்து நிரந்தரமா தங்க முடிவு பண்ற ஒரு நாள்ல சஹிதாவையும் கூட்டிட்டுப் போவீங்களா? உங்க பாதுகாப்பில அவ நிம்மதியா இருப்பா, பாதுகாப்பா இருப்பா, அப்படியே நானும்...''

அப்படியே குரல் உள்நுழைந்து அமைதியானான் நாசிம். அப்படி நாசிம் கேட்பதற்கான வெளியை நிபந்தனைகளற்று ஆதி கையளித்திருந்தான். இந்த ஆறேழு மாதங்களில் ஆதி சில நாட்கள் உடனிருந்தபோதும் வெளிநாட்டில் இருந்தபோதும் நாசிம் முழுமையாய் அவனை அவதானித்திருந்தான். அவர்கள் ஊரின் படிப்பிற்கும் யதார்த்த வாழ்விற்கும் கோடுகளே இல்லை. வாழ்க்கைக்கு மிக அருகில் நின்று எல்லாவற்றையும்

முழுமையாக்கும் கல்வியைத்தான் அந்த நாடு தன் மக்களுக்குக் கொடுத்துக் கொண்டிருக்கிறது. அவனுக்கு எல்லாமே தெரிந்திருந்தது. வானில் தூக்கிப் போட்டால் பறக்கவும் நீரில் தூக்கிப் போட்டால் நீந்தவும் தெரிந்திருந்தது. மருத்துவம் படிக்கவில்லையானாலும் மிகச் சரியாக எல்லாவற்றையும் ஆற்றித் தேற்ற முடிந்தது. மரச் சிற்பங்கள், மண் சிற்பங்கள் செதுக்குகிறான். விவசாயம் தெரியாது. ஆனால் அவன் கைகளின் வழி எல்லாமே விளைந்தது. மாடு, ஆடு, நாய் என்பதையெல்லாம் சக மனித இனமாகவே கருதும் மனதிருந்தது. எவ்வளவு பெரிய உழைப்பிற்கும் தன்னை ஒப்புக் கொடுக்கத் தயங்குவதில்லை. சோர்வடைவதைப் பார்க்கவே முடியவில்லை. எல்லாப் பிரச்சனைகளுக்கும் சில கருத்துகளை யாரிடமும் திணிக்காமல் அவன் விழிவழியாகச் சொல்லப் பழகியிருக்கிறான். கோபமே வந்தாலும் யாரையும் காயப்படுத்துவது கிடையாது. ஆனால் தன்னையும் இழப்பது கிடையாது. அவன் ஒரு அபூர்வமானவன்.

சட்டென இப்படி நாசிம் கேட்டதாலும், அவனுக்கு இந்தியக் கலாச்சாரம், குடும்ப அமைப்பு, உறவு முறைகள் பற்றி நன்றாகத் தெரிந்திருந்ததாலும் ஆதி பேச்சற்று உறைந்து போனான்.

சரிதாதான் அதைத் தீவிரமாகத் தடுத்தாள். அவளால் நாசிம் இப்படிக் கேட்டதை ஏற்றுக் கொள்ளவே முடியவில்லை.

‘‘நாசிம் என்ன பேசறீங்கன்னு யோசிச்சுதான் பேசறீங்களா? இந்த சமூகத்துக்கு முன்னால நீங்க எப்படி நிப்பீங்கன்னு நெனச்சுப் பாத்தீங்களா?’’

சட்டெனக் கோபமும் துக்கமுமாய் சஹிதாவிடம் திரும்பினாள் சரிதா.

"நாசிம் சொல்ற மாதிரி எந்தத் தப்பும் பண்ணிடாத சஹிதா. அவரு உம்மேல இருக்கற அக்கறையிலும் பாசத்திலும் அப்படிப் பேசறார். ஆதிகூட நீ போக்கூடாது, ஆனா நீ போ. தனியாப் போ, எத்தன வருஷமானாலும் இரு. நான் உனக்குச் செலவுக்குப் பணம் அனுப்பறேன். நீ நெனச்ச வாழ்க்கையை, ஆசைப்பட்ட வாழ்க்கையை வாழ்ந்து பாரு. அதில உனக்கு என்ன கஷ்டம் வந்தாலும் திரும்பி வா, தனியா வா. நாங்க எல்லாரும் காத்திட்டிருப்போம். நீ இந்தக் குடும்பத்திலதான் உன்ன இணைச்சுக்க முடியும். அது இப்பன்னாலும் சரி கொஞ்ச நாளானாலும் சரி..." சரிதாவாலும் பேச முடியவில்லை.

"இல்ல சரிதாக்கா, அது சரிவராது, அவளால ஒரு நாள்கூட தனியா வேற ஒரு ஊரில போய் இருக்க முடியாது. ஒரே மனசுள்ள ரெண்டு பேரும் சேந்துதான் ஒண்ணா வாழட்டுமே. நான் பலமுறை சஹிதாவோட கொழந்தங்க சென்டர்ல ஆதியப் பாத்திருக்கேன். அவ்வளவு நல்லபடியா அக்கறையா பிரியமா நடந்துக்குவார். அவரும் தன் வாழ்வு இப்படியான கொழந்தைகளோடத்தான் நிறைவடையும்ன்னு சஹிதாகிட்டயும் எங்கிட்டயும் பலமுறை தன்னை வெளிப்படுத்தியிருக்கிறார். ரெண்டு பேரும் இந்த உலகப் பிரமான வாழ்க்கையை வாழத் தெரியாதவர்கள். இப்படி எந்தக் கல்மிஷமும் இல்லாத ரெண்டு பேர் ஒரு பரிசுத்தமான வாழ்க்கையை வாழட்டுமே. ஒருவேளை சஹிதா எங்கூட இருப்பதை விடவும் சந்தோஷமா, நிம்மதியா ஆதிகூட வாழலாம் இல்லையா?"

மிகப் பதட்டமாகப் போகும் இந்த உரையாடலை ஆதியின் சொற்கள் தடுத்தன.

"கொஞ்சம் என்னைப் பேச விடுங்க, நான் தனியா இந்தியா முழுக்க சுத்தித் திரியத்தான் வந்தேன். அதனால நாசிம் சொன்ன

வாழ்க்கையை நான் அப்படியே ஏத்துக்க முடியாது. எனக்கு கொஞ்சம் காலம் வேணும், இதை முடிவு பண்ண. நாங்கள் ஒரே மாதிரின்னாலும் ஒண்ணில்ல. வேறு வேறு சிந்தனைகள் எங்களுக்குள்ள ஓடினாலும் ஒன்றாகப் பயணிக்கக் கூடிய மனசும் நட்பும் எங்கள்ட்ட இருக்கு. உங்களுக்கு இப்படி நாங்க வாழறது நிம்மதியா இருக்கலாம் நாசிம், ஆனா நான் இதை அப்படியே ஏத்துக்க முடியாது. சகி என்ன நெனக்கறாங்கன்னு நான் ஆத்மார்த்தமாத் தெரிஞ்சுக்கணும் நாசிம். அது மட்டுமில்லாம சென்னைக்கு வரும்போது சஹிதாவோட சென்டருக்கு என்னால முழு மனசாப் போக முடியுது. அதையே வாழ்நாள் முழுக்கச் செய்யணுங்கறதை நான் யோசிக்கல. இப்படி என்னால இருக்க முடியுமான்னு நானும் கொஞ்சம் யோசிக்கணும், எனக்குக் கொஞ்சம் அவகாசம் குடுங்க''

சில வரிகளிலேயே ஆதி தன் நிலையை உணர்த்தினான். புருவ உயர்ப்பில் தன் காதல் மனைவியிடம் கேட்டாலும் அதுவே நாசிமுடைய விருப்பமாக இருந்தது.

சஹிதா முற்றிலுமாக அதை மறுக்கவில்லை. தனக்கு மிகவும் பிடித்த, தன் மனதொத்த சிந்தனையுடைய, தன் எண்ண அலைகளுக்கு ஒப்பாய்ப் பயணம் செய்பவனை, தன்னைப் போலவே மனநலம் சிதைந்த, குன்றிய குழந்தைகளை அவன் நேசிப்பதும் எந்த லௌகீகங்களுக்கு இடையிலும் சிக்காதவனுமாக ஆதியை உணர்ந்தாள். இன்னொரு ஆணுடன் போய்ச் சேர்ந்து வாழ்ந்து பார் என்ற கணவனைக் கட்டிக்கொண்டு அழத் தோன்றியது அவளுக்கு. என்ன மனிதன் இவன், இவனில் துளியாகவாவது என்னால் வாழ்ந்துவிட முடியுமா? இந்த வாழ்வின் அர்த்தப்பாடுகளுக்காக நான் ஒரு பக்கம் தவிக்க, நாசிமோ எத்தனை மேன்மையாய் அவனை விட்டு, மகளை விட்டுப் போகவிருக்கும் என் வாழ்வு குறித்து எப்படி

யோசிக்கிறான்! பெரும் அக்கறையுடன் கவலைப்படுகிறான்! இது சாத்தியமெனில் யாரிவன்? எனக்கு அவனோடான வாழ்வில் தீர்த்துக் கொள்ளும் கடமைகளில் எதையாவது நான் நிறைவேற்றிவிட முடியுமா? இல்லை, முடியாது... அமைதியாக நின்று அன்பைப் பகிர மட்டுமே என்னால் முடியும்.

பக்கத்தில் போய் நின்று நாசிமை ஏறெடுத்தவளுக்குத் தாங்க முடியவில்லை, அப்படியே அவன் அவளை தோளோடு சேர்த்தணைத்துக் கொண்டு நெற்றியில் முத்தமிட்டான். அதில் இத்தனை வருடக் காதலிருந்தது; வாஞ்சையிருந்தது; புரிதலிருந்தது; ஆறுதலிருந்தது; நேசமிருந்தது; உன்னை முழுமையாய்ப் புரிந்து கொண்டேன் என்ற ஆசுவாசமிருந்தது.

நாசிம் சொல்லும் இந்த மிகப் புதுமையான வாழ்வை வாழ்ந்து பார்க்கலாமே என்ற எண்ணம் அவளுக்குள்ளும் துளிர்விட ஆரம்பித்த நிமிடமது. ஆனால் தீர்மானமாய் அப்படிச் சொல்லிவிட முடியவில்லை. மிக நீண்ட காலவெளி தேவைப்பட்டது அப்படி முடிவெடுக்க.

மீராதான் அன்றைய விவாதங்களை முடித்து வைத்தாள்.

"இங்க பாருங்க, என்ன ஆனாலும் சஹிதா வீட்ல இருக்கமாட்டா. அவ போறதுங்கறது முடிவான ஒண்ணு. அவ இந்த உலகத்துக்கு வந்த நோக்கமும் காரணமும் வேற. அவ சொல்லாத விஷயங்களையும் புரிஞ்சிக்கறதுதான் நாம அவ மேல வெச்சிருக்கிற அன்பு. அதைத்தான் நாசிம் சொன்னார். அதுக்கு எப்படி நல்லவிதமா இருக்க முடியுமோ அதைத்தான் நாம செய்யணும். ஒருவேளை அவ தனியாப் போய்ச்சிரமப்படறதுக்கு ஆதி மாதிரி ஒரு நல்ல துணை அவளுக்கு இருக்கறது நல்லதுதானே? என்ன தப்பு அதில"

"மீரா என்ன பேசற நீ? பைத்தியம் மாதிரி ஒளறாத"
சொன்ன சரிதாவை மீண்டும் இடை நிறுத்தினாள் மீரா.

"சரிதாக்கா, இந்த சமூகம் நெனக்கற மாதிரியான உறவில்ல இது. இதைப் புரிஞ்சிக்கவே முடியாது பலரால, ஒரே மாதிரி மனசுடைய ரெண்டு கொழந்தங்கன்னு வெச்சுப் பாருங்களேன். அவங்க பெரிசா வளந்துட்டாங்க, அவ்வளவுதான். அவங்க தேடலும் வாழ்வும் ஒரே மாதிரியிருக்கு. ஒருத்தருக்கு ஒருத்தர் தொணயாக் கண்டிப்பா இருப்பாங்க. நாம நெனக்கற மாதிரியான உறவில்ல அது. தயவுசெய்து அவங்களப் புரிஞ்சிக்க முயற்சி செய்யுங்க. நாசிம் புரிஞ்சிக்கிட்ட, அவரோட மேன்மையில பாதியாவது நமக்கு வேணாமாக்கா? அப்பறம் எப்படி அவள ஒரு பொண்ணா நீங்க அணுக முடியும்; உணர முடியும்?"

அதற்கு மேல் யாரும் பேசவில்லை. சக்தி இந்த வாக்குவாதத்தில் உறைந்து போயிருந்தாள். அவள் இப்படியான சஹிதாவை எதிர்பார்க்கவேயில்லை. பின்னிரவைத் தொட்டிருக்கும் நேரத்தில் நந்தா தன் மெல்லிய குரலில் பாடினார்.

"காஷாயம் - சிவாலயம்

சர்வம் - கர்மம்

விருப்பாட்சம்

மகா மோட்சம்

சரணாகதி"

நாசிம் அறைக்குள் வந்து பார்த்தான். மொட்டை மாடியில் பேச்சின் தீவிரம் வேறு பக்கம் திரும்பத் தொடங்கியதுமே அறைக்குள் வந்து பாடல்களின் சப்த ஸ்வரத்தில் தன்னைக்

கரைத்துக் கொண்டு தூங்க ஆரம்பித்திருந்த மகள் அமீராவையே இமைக்காமல் பார்த்தான். லேசாகத் திறந்திருந்த ஜன்னலிலிருந்து வெளிச்சம் ஒரு கோடாய் அமீராவின் முகத்தில் விழுந்திருந்தது.

என்னவெல்லாம் நடக்கிறது. என்னவெல்லாம் பேசுகிறோம். இதெல்லாம் முன்பே ஒத்திகை பார்க்கப்பட்ட வார்த்தைகள்தானா? வாழ்வில் நடக்கும் எல்லாச் செயல்களும் எப்போதோ முடிவெடுக்கப்பட்டவையா? நாம் அதற்கு வரிவடிவம் மட்டும்தான் கொடுக்கிறோமா? குழப்பமும் தெளிவும் மாறி மாறி நாசிமை அலைக்கழித்தன.

எந்த எண்ண அலைகளுமின்றி பளிங்கு மாதிரி புன்சிரிப்புடன் தூங்கும் மகளின் பக்கத்தில் படுத்து அவளைச் சேர்த்தணைத்துக் கொண்டான். இதயத்தை முட்டிக் கொண்டு வெளிவரத் துடித்த அழுகையை அவன் அடக்க முயற்சிக்கவேயில்லை.

29

பெங்களூருக்குப் போய் தீட்சை பெற்ற பிறகும் சஹிதாவின் மனசு அடங்காமல் ஏதோ ஒரு நிறைவுக்காக ஏங்கியபடியே இருந்தது. அவளால் வீட்டில் தங்க முடியவில்லை. இருப்பு கொள்ளவில்லை. பேரிரைச்சலை இன்னொரு பேரிரைச்சல்தான் சமன்படுத்த முடியுமென்று அவள் நம்பும் போதெல்லாம் பெசன்ட் நகர் வீட்டிற்குச் சென்று கடலைப் பார்த்து உட்காருவதை வழக்கமாக்கிக் கொண்டாள். இந்த வீட்டில் எந்தக் கட்டுகளுமில்லை. அவளுக்கு மூச்சு முட்டவில்லை. சுவாசம் தடைபடவில்லை. யோசனை அதீதமாகி மூளை வலிக்கவில்லை.

மன இறுக்கங்களற்ற சுதந்திரமான வீடு மட்டுமா அதற்குக் காரணமென்றால் அதில்லை, குழந்தை விஷ்ணுவும் அவளை ஈர்த்துத் தக்க வைத்திருந்தான். எச்சில் ஒழுகும் அவன் சிரிப்பும், பேச்சற்ற அவனுடைய மௌனமும் இசை கேட்டால் எவ்வளவு நேரமானாலும் ஒரே இடத்தில் உட்கார்ந்து கேட்பதும் அவனுடனே சஹிதாவை இருக்கச் சொன்னது. அவள் அவனுக்காகப் பயிற்சி வகுப்புக்குப் போனாள். பேச்சுப் பயிற்சி

கொடுப்பதைக் கற்றுக் கொண்டாள். ஆட்டிசம் குழந்தைகளை, மன வளர்ச்சி குறைந்த குழந்தைகளை எப்படி அணுகுவதென்று அறிந்து கொள்ளத் தொடங்கினாள். கற்பதில் குறைபாடுள்ள குழந்தைகளுக்குச் சொல்லிக் கொடுக்க ஆசைப்பட்டாள்.

கடல் அலைகளின் ஆர்ப்பரிப்பு அதிகமாய் கேட்டுக் கொண்டிருந்த முன்னிரவில் மொட்டை மாடியில் உட்கார்ந்து நாசிமும் சஹிதாவும் பேசிக் கொண்டிருந்தார்கள். அமீரா உள்ளே படுத்துத் தூங்கிவிட்டிருந்தாள்.

''நாசிம் இந்த கடலைப் பாக்கும்போது என்ன தோணுது உங்களுக்கு?''

''நீ என்ன கேக்க வர்றேன்னு தெரியலயே?''

''எனக்கு என்னோட மனசைப் பிரதிபலிக்கற மாதிரியே இருக்கு. அந்த ஆர்ப்பரிப்பும் அமைதியும் என் கேள்விகளுக்கு பதிலையும் மன அமைதியையும் தந்திட்டேயிருக்கு. இங்க வந்தா நான் பரிதவிப்பில்லாம இருக்கேன் நாசிம்''

''நல்லதுதான சஹிதா, அடிக்கடி வருவோம். மொத்தமா என்னைக்காவது வர முடிஞ்சா வருவோம்''

''அப்படிக் கூட வேண்டாம் நாசிம். விஷ்ணு மாதிரி கொழந்தங்களோட இருக்கும்போது என்னால முழுமையடைய முடியிது. நான் அவங்களோட போய் வேலை செய்யலாமான்னு யோசிக்கிறேன். மீரா சரிதாக்காவோட நான் ஆரம்பிச்சது வெறும் பிசினஸ்தான். ஆனா இது என்னோட ஆத்மாவுக்கானது. இதைத்தான் என்னோட உள்நோக்கின பயணத்தின் உச்சபட்சமாக நான் நினைக்கிறேன் நாசிம். என்னத் தடுக்காதீங்க''

''...''

‘‘மொதல்ல சென்னையிலயே அப்படியிருக்கற சென்டர்ல வேலைக்குப் போட்டுமா நாசிம்?’’

யாசிப்பவளைப் போலக் கேட்டாலும் அதில் அவள் தீர்மானமானவளாக இருந்தாள். நாசிம் கொஞ்ச நேரத்திற்கு எதுவுமே பேசவில்லை. அமைதியாக யோசித்தவன் சொன்னான்.

‘‘விஷ்ணு மாதிரி, ஆட்டிசக் கொழந்தைங்களுக்கு, கற்றல் குறைபாடுள்ள கொழந்தைகளுக்கு நீ போய் க்ளாஸ் எடுக்கப் போறது ரொம்ப நல்ல விஷயம். அப்படிச் சொல்றது எனக்கு ரொம்பப் பிடிச்சிருக்கு சஹிதா’’

அதற்குமேல் அங்கு சொற்கள் விரயமாகவில்லை.

பெசன்ட் நகர் வீட்டுக்குப் பக்கத்திலேயே தேடிக் கண்டுபிடித்து ஸ்பெஷல் சில்ரன் ஸ்கூலில் வேலைக்குச் சேர்ந்தாள். வேலைக்குப் போய் சம்பாதிக்க வேண்டிய அவசியம் நமக்கெதுக்கு என்று இதன் ஒரு துளியும் புரியாத மாமியாரின் கேள்விக்கு இருவருமே பதில் சொல்லவில்லை.

தினமும் மதியம் வரை மட்டுமே குழந்தைகள் அங்கு வந்தார்கள். அங்கிருந்த இருபது குழந்தைகளில் ஒவ்வொருவரும் ஒவ்வொரு மாதிரி இருந்தார்கள்.

நிஷாவுக்கு எப்போதுமே தண்ணீர்த் தொட்டிக்குப் பக்கத்தில் உட்கார்ந்து இரண்டு விரல்களால் தண்ணீரை அள்ளி அள்ளி நாக்கில் வைக்கப் பிடிக்கும்.

சந்துரு ஓடிக் கொண்டேயிருப்பான். யாரிடமும் பேச மாட்டான். ஒரு நிமிடம்கூட அவனால் நிற்க முடியாது.

ஷிபு கொஞ்சம் தெளிவாகப் பேசவும் சொல்வதைப் புரிந்து கொள்ளவும் செய்வான்.

கல்பனா காலையில் ஒரு கேள்வியைக் கேட்க ஆரம்பித்தால் அன்று முழுவதும் அதையே ஆயிரம்முறை கேட்பாள்.

அப்பு யார் தனியாக நின்றாலும் போய் அடித்து கீழே தள்ளிவிடுவான்.

செல்வி எதற்கென்றே தெரியாமல் சத்தமாக அழுதபடியே இருப்பாள்.

சந்துரு தன் முன்னால் தெரியும் தண்ணீர் எவ்வளவு ஆழம் என்பதே தெரியாமல் அதில் குதித்து விடுவான்.

அருணுக்கு செடி நட மிகவும் பிடிக்கும். கொஞ்சமும் சோர்ந்து போகாமல் அவன் மண்ணைக் கிளறிக் கொண்டே இருப்பான்.

விஷ்ணுவுக்கு சிரிப்பதும் கூழாங்கற்களைக் கைமாற்றி விளையாடுவதுமே போதும்.

எல்லோரையும் கவனித்துக் கொள்ள, சஹிதாவைத் தவிர இன்னும் மூன்று பெண்கள் இருந்தார்கள். மருத்துவர்களும் பயிற்சியாளர்களும் குழந்தைகளை எப்படி நடத்துவதென்று கற்றுக் கொடுத்தபோது சஹிதாவும் மாணவியானாள். அந்தக் குழந்தைகளுக்கு தாயாகவும் தோழியாகவும் சில நேரங்களில் கண்டிப்பு மிகுந்த துணையாகவும் மாறினாள்.

குழந்தைகளோடு இருக்கும் நேரங்களில் இந்தப் பிரபஞ்சம் அவளை எங்கெல்லாமோ கொண்டு சென்றது. பாதையின் முதல் வழித்தடத்தை மட்டுமே அவள் தேட வேண்டியதாயிருந்தது. பிறகான பாதை அவளை இட்டுச் சென்றது.

சென்னையில் ஆத்மார்த்தமாக இது மாதிரியான குழந்தைகளுக்காக தங்கள் வாழ்வை அர்ப்பணித்த பலருடைய தொடர்பும் கிடைத்தபோது தன் குழந்தைகளை அவள் இன்னும்

நன்றாகப் பார்த்துக் கொண்டாள். வீடு மறந்து போனது. மகளிடமிருந்தும் விடுபட்டாள். நாசிமிடமிருந்தும் விலகிக் கொண்டாள். அவள் உலகம் சொற்களற்ற குழந்தைகளின் மன வெளிகளில் சஞ்சரிக்கத் தொடங்கியது.

இரண்டாவது முறையாக இந்தியாவிற்கு வந்திருந்த ஆதி சஹிதாவிடம் இப்படியொரு பரிணாமத்தை எதிர்பார்க்கவில்லை. அவன் குழந்தைகளைப் பார்த்து குதூகலித்தான். தன்னை அவர்களுக்கு முழுமையாக ஒப்புக் கொடுத்தான். தான் தங்க வேண்டிய சர்வீஸ் அப்பார்ட்மெண்டை காலி செய்து அவர்களுடனே தங்கினான். தன் மீதி வாழ்வை இவர்கள்தான் எடுத்துக் கொள்வார்கள் என்று நினைக்கிறேன் சகி என்று அவன் சொல்லிவிட்டுப் போனது சஹிதாவை ஆச்சர்யப்பட வைத்தது. இவன் எப்படி தன் எல்லா உணர்வுகளுடனும் ஒத்துப் போகிறான் என்று ஒன்றும் புரியாமல் விழித்தாள். ஆனால் அதை அன்றைக்குப் பெரிதாய் நினைக்கவில்லை.

30

நேற்று காலையில் மாமியார் ஜரீனா பேசியதை இப்போது பொறுமையாய் யோசித்துப் பார்த்தால் அதன் உள்ளிருக்கும் நியாயம் புரிந்தாலும் வலித்தது. ஆனால் இது போன்ற வலிகளை இன்னுமின்னும் தான் தாங்க வேண்டியிருக்கிறதென்பதை அவளுக்கு உணர்த்திய தருணமது.

மாமனார் எப்போதும் போல அமைதியாகவேயிருந்தார். அவருக்கு, பேசும் இயல்பும் யோசிக்கும் திறனும்கூட போய்விட்டதோ என்ற பயம் எப்போதும் அவளுக்கு வருவதுண்டு. ஆனால் மாமியார் நேற்று பேசியதில் அவர் உள்ளுக்குள் அதிர்ந்தது நன்றாகத் தெரிந்தது. மாடிப்படியருகே வந்து நின்று எப்போதும் போல, 'நாசிமே' என்று கூப்பிட்டாள் ஜரீனா. நாசிமும் அவன் பின்னாலேயே சஹிதாவுமாக கீழே இறங்கி வந்தார்கள்.

"நாசிமே, அவ இந்த வீட்டிலயிருந்து போறதானா அவளாப் போகட்டும். நீ தலாக் குடுத்து அனுப்பக் கூடாது. அவ குலா குடுத்துப் போகட்டும்"

முகம் இறுகி குரல் தடித்து ஜரீனா பேசியது அந்த நேரத்தைக் கலவரமாக்கியது. அதைப்பற்றி எல்லாம் சஹிதா இதுவரை யோசித்தவளில்லை. ஜரீனா தொடர்ந்தாள்.

''குலா கொடுத்தபிறகு ஒரு பொட்டுத் தங்கமோ, சொத்தில் பாத்யதையோ மஹரைத் திருப்பி கேட்கவோ அவளுக்கு அதிகாரம் கிடையாது. சொத்தில மட்டுமில்ல அதுக்குப் பிறகு அமீராவப் பாக்கக்கூட அவ இந்த வீட்டு வாசப்படிக்கு வரக்கூடாது. குலா கொடுத்தாலும் கோர்ட் மூலமாவும் பிரியணும். விடுதலைப் பத்திரத்தில கையெழுத்திட்டுக் கொடுத்துட்டுப் போச்சொல்லு உம்பொண்டாட்டிய''

வார்த்தைகளின் கனம் தாங்காமல் எல்லோரும் நெஞ்சடைத்து விம்மிப் புடைத்தனர்.

''அம்மா என்ன பேசறே நீ? அவ ஆசைப்படற வாழ்க்கை வாழணும்னு நெனக்கறதொண்ணும் அவ்வளவு தப்பில்ல. அதுக்குப் போய் ஏன் இப்படி கொடூரமாப் பேசற? எப்படி அவ பெத்த மகளைப் பாக்காம இருப்பா? ஏன் அப்படி இருக்கணும்?''

''நாசிமே, என்ன ரொம்பக் கோபப்படுத்திப் பாக்காத. அது அப்படித்தான். எந்த மாற்றமும் இல்ல''

அந்தக் குரலின் கடுமையில் பிறகொரு சொல்லும் அங்கு உதிர்க்கப்படவில்லை.

நேற்றைய அதிர்விலிருந்து மீண்டு வர இவ்வளவு நேரமானது. கிட்டத்தட்ட இரண்டு நாட்களுக்குப் பிறகு மீண்டும் சஹிதா மாமியாரிடம் பேசினாள்.

''அம்மா, நீங்க சொன்ன மாதிரி எனக்கு எந்தச் சொத்தும் நகைகளும் வேண்டாம். நானே குலா கொடுக்கிறேன். ஆனா நீங்க ஒருநாள் என்னைப் புரிஞ்சிப்பீங்க, அன்னக்கி நான் யாருன்னு உங்களுக்குத் தெரியும். அப்ப எனக்காக என்மீது ஒரு பிரியம் உங்களுக்குச் சுரக்கும். நீங்க நெனக்கற மாதிரி ஒரு சாதாரண வாழ்க்கைக்குள்ள நான் போகல. நீங்கெல்லாம் கூட அதை விரும்பற நாள் வரும். அதே மாதிரி நிச்சயமா நான் அமீராவை

வந்து பாப்பேன், ஆனா உரிமை கொண்டாட மாட்டேன். அந்த உரிமை அவளப் பாத்துக்கப் போற நாசிமுக்கும் உங்களுக்கும் மட்டும்தான் இருக்கும்''

சொல்லும்போதே சஹிதாவின் குரல் உடைந்தது. அந்த சந்தர்ப்பத்தை ஜரீனா பயன்படுத்திக் கொண்டாள்.

''அது மட்டும் முடியாது. நீ அடிக்கடி இந்த வீட்டுக்கு வந்தா உன்னோட எல்லா மானங்கெட்ட பொழப்புக்கு நாங்களும் தொண போனதாயிடும். அப்பறம் அது அமீரா கல்யாணத்தில பிரச்சனை வைக்கும். போறவ அப்படியே போயிடு, திரும்பி வராமப் போயிடு''

''இல்லம்மா அது என்னால முடியும்னு இப்பத் தோணல, நான் அமீராவைக் கண்டிப்பா வந்து பாப்பேன்...'' சஹிதாவுக்கு அழுகையாய் வந்தது.

தன் அறையிலிருந்து எப்போதும் வெளியிலேயே வராத நிசார் தத்தித் தத்தி நடந்து வீட்டுக் கூடத்திற்கு வந்து சஹிதாவின் கைகளைப் பிடித்துக் கொண்டான்.

''சஹிதா... நீ... போறியா? நீ... போறியா?, எங்கப் போற? சொல்லு... சொல்லு...'' கண்கள் பதறி, குரல் நடுங்க, திக்கித் திணறிக் கேட்ட நிசாருக்கு பதில் சொல்ல அவளால் முடியவில்லை. தலை குனிந்து நின்ற அவளின் தாடையைத் தூக்கி நிமிர்த்திக் கேட்டான்.

''சஹிதா, நீ என்ன விட்டுட்டுப் போகாத, அப்பறம் எங்கூட... கடைக்கு வர மாட்டியா? நீ என்ன சொன்னாலும் கேக்கறேன். எங்கயும் போமாட்டேன்... நீ போகாத...'' என்று குரல் உடைந்து குழந்தை மாதிரி, அப்படியே தரையில் உட்கார்ந்து அவள் காலைக் கட்டிக்கொண்டு அழும் நிசாரைத் தேற்ற முடியாமல் அவளும் கீழே உட்கார்ந்து அழுதாள்.

சஹிதா

சஹிதாவின் மன உணர்வை நாசிம் சரியாகப் புரிந்து கொண்டான். கண்களால் தேற்றினான். சைகையால் வருடினான். உணர்ந்த சஹிதாவால் அழுகையை நிறுத்த முடியவில்லை. எப்படித் தேற்றுவதென்றே தெரியாமல் அப்படியே நிசாரை விட்டுவிட்டு மாடிக்குப் போய் படுக்கையில் விழுந்து அழுது கொண்டேயிருந்தாள். ஏனோ வீட்டுக்குக் கீழே அப்படி தேற்றின நாசிம் மாடிக்கு வந்த பிறகு பக்கத்தில் வரவேயில்லை. தானாக பொங்கி ஆறட்டும் என்று நினைத்தானோ இல்லை, வார்த்தைகள் தடுமாற தவித்தானோ தெரியவில்லை.

அடுத்து என்ன செய்வதென்றே சஹிதாவிற்குப் புரியவில்லை. ஆனால் செய்தாக வேண்டிய கட்டாயத்திற்குத் தள்ளப்பட்டாள். உறவுகள் அந்த இடத்திற்கு அவளை நிர்பந்தித்து, நிந்தித்து கூட்டிச் சென்றன. மாமியாரின் கடும் வற்புறுத்தலுக்குப் பிறகு ஜமாத்தில் எழுதிக் கொடுத்தது மட்டுமில்லாமல் நீதிமன்றத்திலும் வழக்கு பதிவு செய்தாள். அந்த நாட்களின் மன அவஸ்தையைத் தாங்க முடியாமல் சஹிதா துடித்தடங்கினாள். அன்று நீதிமன்றதுக்குப் போக வேண்டும். மனது மிகவும் வலித்தது.

காரிலிருந்து இறங்கி தன் கையைப் பிடித்துக்கொண்டு நடந்து வரும் சஹிதாவை பரிதாபமாய்ப் பார்த்தான் நாசிம். நீதிமன்றத்திற்குள்ளே என்னென்ன கேள்விகள் கேட்டு அவளைக் காயப்படுத்துவார்களோ என்று பயந்தான். அது பதட்டமாய் ஒட்டிக் கொண்டபடியே நடந்தது.

வளாகத்தில் நிறைய கூட்டம் இருந்தது. என்னென்னவோ காரணங்கள், வேதனைகள். எல்லாவற்றிற்கும் ஒற்றைத் தீர்வு தேடி மக்கள் கூட்டம் கூட்டமாய் வந்து காத்திருந்தார்கள்.

எதற்காக இந்த விவாகரத்து என்ற பூர்வாங்க கேள்விகளுக்கே அவளால் பதில் சொல்ல முடியவில்லை. நாசிம்தான் ஏதேதோ

பதில் சொன்னான். அவளுக்கு வேறுவிதமான வாழ்க்கைமீது ஆர்வமிருப்பதால் நாங்கள் இருவரும் இணைந்தே பிரிய முடிவெடுத்திருக்கிறோம் என்பதைத் தத்தித் தடுமாறிச் சொல்லி முடித்தான்.

எல்லாவற்றையும் பொறுமையாய் கேட்ட நீதிபதி ஒரு மாதம் நீங்களிருவரும் இப்படியே இருக்க வேண்டுமென்றும் அதற்கிடையில் உங்களுக்குச் சேர்ந்து வாழ விருப்பம் இல்லையெனில் விவாகரத்து கொடுத்து விடலாமென்றும் வழக்கம் போலப் பேசி அனுப்பினார்.

அந்த ஒரு மாதம், எந்த மாறுதலையும் சஹிதா நாசிமின் வாழ்வில் ஏற்படுத்தவில்லை, இன்னும் சில அவமானங்களும் குத்தல் பேச்சுகளும் தவிர.

கடைசியாய் அந்த முப்பதாம் நாளும் வந்தது. நீதிமன்றத்துக்குச் சென்ற நாசிமிடம் நீதிபதி கேள்விகள் கேட்க ஆரம்பித்தார். திடமான குரலில் நாசிம் பேசி முடித்தான்.

"எல்லோருக்கும் ஒரு வீடு, சொத்து, கார் என்று இருக்கும்போது இன்னொன்றுக்கு ஆசைப்படுவதில்லையா, அது போல அவளுக்கும் வேறு ஒரு வாழ்க்கைமீது ஆசை வந்திருக்கிறது. அவளுடைய ஆன்மிகத் தேடலையும் மனச்சிதைவுக்குள்ளான குழந்தைகளுக்கு உதவ விரும்புவதையும் நான் மதிக்கிறேன். அதை இந்த வீட்டிலிருந்தபடியே எனக்கு மனைவியாய் இருந்து கொண்டு செய்யமுடியாது. அவள் விருப்பப்படி தனியாகத்தான் இருக்கட்டுமே என்று நினைக்கிறேன். அதனால்தான் பிரிய நினைக்கிறோம்''

சஹிதாவுக்குப் பேச்சு வரவில்லை. இவளைப் பார்த்து நீதிபதி அதே கேள்வியைக் கேட்டவுடன் சஹிதாவால் பேச முடியவில்லை. பேச்சற்றுப்போய் முகம் சிவந்து கை கால்கள்

நடுங்க ஓடிப்போய் நாசிமின் கைகளைப் பிடித்துக்கொண்டு அழ ஆரம்பித்தாள். நீதிமன்றம் நிசப்தமானது. அன்று அத்துடன் விசாரணை நிறுத்தப்பட்டு இன்னும் பதினைந்து நாட்கள் கழித்து வரச்சொல்லி அனுப்பி விட்டார்கள்.

வளாகத்தில் காட்டுத்தீ போல பரந்து விரிந்திருக்கும் சிவப்புக் கொன்றை மரத்தடியில் நின்று இவளின் வழக்கறிஞர் சற்றுக் கடுமையோடே பேசினார்.

''என்ன மேடம் நீங்க, இப்படி பண்ணிட்டீங்க? நீங்க சரியாச் சொல்லியிருந்தா இன்னக்கே முடிஞ்சிருக்கும். இன்னும் பதினஞ்சு நாள் போயிருக்காது. சரி அன்னக்கி பாப்போம்''

எதுவுமே அவள் காதுகளில் விழவில்லை. உடல் முழுக்கச் சூடாகிப் போய் ரத்தம் மொத்தமும் முகத்தில் ஏறி நிற்க தேம்பித்தேம்பி அழுதாள். ''என்னால முடியல நாசிம், முடியல'' என்று மட்டும் புலம்பினாள்.

நாசிமால் எதுவுமே பேச முடியவில்லை. காரிலும் வீட்டிற்கு வந்த பிறகும் அமைதியாகவேயிருந்தான். மாலைவரை வெறுமனே படுத்துக் கிடந்தாள் சஹிதா. மாலையில் காஃபி எடுத்துக் கொண்டு வழக்கம்போலப் பூத்தொட்டிகளுக்குப் பக்கத்தில் இரண்டுபேரும் வந்து உட்கார்ந்தார்கள்.

அன்று மழை பெய்து முடிந்து, லேசான காற்று சில்லிட்டிருந்தது. பக்கத்து நாற்காலியில் உட்கார்ந்திருந்தவளை மெல்ல தன் தோளோடு சேர்த்துக் கொண்டான். கேவாமல் அப்போதும் அழும் சஹிதாவின் முதுகை நீவி தலையைக் கோதிவிட்டான். மெல்ல பேச ஆரம்பித்தான்.

''சஹிதா, வாழ்க்கை நாம நெனக்கற எல்லாத்தையும் கையில் ஏந்தி நிக்காது. அது பயங்கர வலியும் வேதனையும் நிராகரிப்பும்

அன்பும் காதலும் விட்டுக்கொடுத்தலும் கலந்த கலவை. அதை உலக ரீதியாவும் பாக்கலாம், தனிச்சும் பாக்கலாம். இந்தக் கண்ணியில ஏதோ ஒண்ணு விலகும்போது அது கொடுக்குற புதுமை பளிங்கு மாதிரி ஒளிர்ந்து நிக்காது. நிச்சயமா வலியைத்தான் தரும். அதை ஏத்துக்கற பக்குவம் உனக்கில்லாமப் போனா மிச்ச வாழ்க்கையை நீ எப்படி எதிர்கொள்ளப் போற? அதுக்கான மனதிடத்தை நீ உன்னிலிருந்துதான் எடுத்துக்கணும். அப்பத்தான் அந்த வாழ்க்கை முழுமை பெறும். எந்த குற்றவுணர்ச்சியும் இல்லாம, தாழ்வு மனப்பான்மையில்லாம, வருத்தப்படாம நீ இருக்க முடியும்னா அடுத்தமுறை கோர்ட்டுக்குப் போலாம். இல்லன்னா வேண்டாம்''

சஹிதா முழுமையாய் உள்வாங்கினாள். அந்த வார்த்தைகளில் தன்னை உரமேற்றிக் கொண்டாள். சிறுகச்சிறுக தன்னை இறுக்கினாள். தன்னை முழுமையாய் இழுத்துப்பிடித்து நிறுத்தி நடக்க ஆரம்பித்தபோது கண்கள் ஒளி பெற்றன. பேச்சு நேர்பட தீர்க்கமாய் வெளி வந்தது. அது தீர்மானமாய் முடிவெடுக்க உதவியது.

அடுத்தமுறை நீதிமன்றத்துக்குப் போகும்போது கூடவே மீராவும் சரிதாவும் வந்திருந்தார்கள். சக்தியுடன் நந்தாண்ணாதான் சாட்சிக் கையெழுத்து போட வந்திருந்தார். அவர் அழுது தீர்த்திருந்தார். நான் உன்னைப் பார்த்தபோது எனக்குள் ஒரு நல்ல உறவுமுறை புதியதாய் தன்னை வளர்த்துக் கொண்டது போலவும் அதில் நான் நிறைவடைந்தது போலவும் நினைத்தேனே சஹிதா, அது இப்படியான முழுமையிலா வந்து நிற்க வேண்டுமென்று அங்காலாய்த்துத் தீர்த்தார். நீதிபதி போல கையெழுத்து போட்டுவிட்டு பேனா முனையை உடைத்து தன் வலியை ஆற்றுப்படுத்திக் கொண்டார்.

எல்லாம் பத்திரங்களாய் பதிந்து பதினைந்து நாட்களுக்குள் வந்துவிடும். அதன்பிறகு நாசிமும் சஹிதாவும் வேறு வேறு பாதையில் போகலாம் என்று சட்ட ரீதியாக அறிவித்து விடுவார்கள். அன்றைக்கு மௌனத்தைத் தவிர அங்கேதும் மொழி இருக்கப் போவதில்லை.

சட்டம் என்ன சொன்னாலும் ஜமாத் அதைக் கேட்கவில்லை. மேலும் மேலும் அவகாசம் தந்தது. திருமண முறிவை ஜமாத் அங்கீகரித்தாலும் குறிப்பிட்ட பெண்ணிடம் சம்மதம் கேட்க வேண்டுமென்பதால் சஹிதாவை ஜமாத்திற்கு வரச் சொன்னார்கள். மௌலவி எல்லாவற்றையும் கேட்டுக் கொண்டார். ஒருமாத கால அவகாசம் கொடுத்தார்.

''அல்லாவின் திருப்பெயரால் இந்தத் திருமண பந்தத்தை முறிவடையச் செய்வதில் எனக்கு சம்மதமில்லை. நீங்கள் இன்னும் ஒரு மாதம் சேர்ந்து வாழ வேண்டும். அப்போதும் இதே நிலைபாட்டுடன்தான் நீங்கள் இருப்பீர்களேயானால் அல்லாவின் தீர்மானப்படி அன்றைக்கு முடிவு செய்து கொள்ளலாம்''

மௌலவி பேசி முடித்து எழுந்த போதும் அங்கு மௌனமே மொழியாய் மாறியிருந்தது. ஆனால் அந்த ஒரு மாத இடைவெளியிலும் அவர்கள் தங்கள் உறவில் அதன் பிரிவில் நிலைத்திருந்ததால் மௌலவியால் ஒன்றும் பேச முடியவில்லை. ஜமாத் ரீதியாகவும் சஹிதா குலா கொடுத்து எல்லாவற்றிலிருந்தும் விடுதலை பெற்றாள். விடுதலைதானா அது? வானம் வரையில் விரிந்திருந்த காற்றில் அவளுடைய மூச்சுக்காற்று எந்தக் கட்டுப்பாடுகளுமின்றி சுவாசிக்கப்படுமா?

எதிர் நின்ற காலம்தான் சொல்ல வேண்டும்.

31

நிதானமான அதே சமயம் மிக ஆழமான விவாதம் அங்கே நிகழ்ந்தேறியது. ஆதியின் மின்னஞ்சல் இரண்டு மாதங்களுக்குப் பிறகு வந்திருந்தது. தான் சஹிதாவோடு இணைந்து தமிழ்நாட்டின் ஏதாவதொரு பகுதியில் தங்கி ஆட்டிசம் குழந்தைகளோடும் மன வளர்ச்சியில் மாறுபட்ட குழந்தைகளோடும் வாழ, சம்மதம் தெரிவிக்கும் மின்னஞ்சல். சஹிதாவுக்கும் சம்மதமெனில் நாம் விவாதிக்கலாமென்றும் எழுதியிருந்தான். அது சஹிதாவை விட நாசிமை நிம்மதியுறச் செய்தது. பாரத்தை இறக்கி வைத்தது போல ஆசுவாசமானான். பதட்டமின்றி சுவாசிக்க முடிந்தது.

ஆனால் அப்படித் தீர்மானமானவுடன் சரிதா மிகவும் பதட்டமானாள்.

"நாசிம் நீங்க இதை அனுமதிக்கவே கூடாது. நமக்குன்னு ஒரு கலாச்சாரமிருக்கு. சமூகத்துக்கு நாம பதில் சொல்லணும். அமீரா எப்படி இதை எடுத்துப்பான்னு யாராவது கேட்டீங்களா?

அவளுக்கு இப்ப பதினெட்டு வயசாயிடிச்சு. அவகிட்ட பேசு நீ. அந்தக் கொழந்த மனசுக்காவது நீ யோசிக்கணும் சஹிதா''

எவ்வளவு சொன்னாலும் சரிதாவிற்குள்ளிருக்கும் குடும்ப அமைப்பின் தலைவி கேள்வி கேட்டுக் கொண்டேயிருந்தாள்.

''இல்ல சரிதாக்கா, வெளியே போணும்னு முடிவு பண்ண சஹிதாவை எப்படி பத்திரமா பாத்துக்கணும்னு மட்டுமே நான் யோசிக்கிறேன். அவளை அப்படி தனியா ஏதோ ஒரு பழக்கமில்லாத இடத்தில் வாழ மட்டுமில்லாம ரொம்ப அதிகச் சவால்கள் கொண்ட சென்டரை ஆரம்பிச்சு தனியா நடத்தச் சொல்லி அவளை அனுப்ப எனக்குச் சம்மதமில்லை. தனியா தார் ரோட்டைக்கூடத் தாண்டிப் போக முடியாத அவளை ஒத்தையா அனுப்பறதுதான் எனக்கு ஏதோ, நீ எனக்கு துரோகம் பண்ணிட்ட இல்ல அனுபவின்னு சொல்ற மாதிரி இருக்குக்கா, ஆதி மாதிரி ஒரு சிநேகிதன் அவகூட இருந்தா எனக்கு ரொம்ப நிம்மதி. என் சஹிதா கஷ்டப்பட மாட்டாள். ரெண்டு பேரும் ஒரே மாதிரியான சிந்தனைகளோட வாழ்ந்திட்டு போயிடுவாங்க, நானும் சஹிதாவையே நெனச்சு, அந்த மன வலிக்குள்ள போகாம நிம்மதியான ஆறுதலான வாழ்க்கைக்குள்ள போயிடுவேங்க்கா. நீங்க மகளப்பத்தியும் என்னப்பத்தியும் மட்டுமே பேசாதீங்கக்கா. கொஞ்சம் வெளில நின்னு இந்த வாழ்க்கையைப் பாக்க முயற்சி பண்ணுங்க. ப்ளீஸ்''

நாசிமின் பதில் எல்லோரையும் மௌனமாக்கியது. ஆனாலும் சரிதாவை அமைதியாக்கவில்லை. அவள் நேராக சஹிதாவிடம் கேட்டாள்.

''சஹிதா, மத்தவங்க என்ன சொன்னாலும் பரவாயில்லை. நீ எதுக்கு இப்ப வீட்ட விட்டு போணும்னு அவ்வளவு பிடிவாதமா

இருக்க? நீ இப்ப ஒரு ஸ்கூல்ல வேல பாக்கறதானே. அத அப்படியே செய்யி. இல்லன்னா நீயே கூட குழந்தைகளுக்கான ஒரு சென்டரை ஆரம்பி. நாமெல்லாம் சேந்தே அதைச் செய்வோம். குடும்பத்தை விட்டு போயே ஆகணும்னு என்ன கட்டாயம் இருக்கு? சொன்னாக் கேளு சஹிதா.''

சஹிதா சரிதாக்காவிற்கு எப்போதும் தரும் புன்னகையை இன்னும் பெரிதாக்கியபடியே முன்னே வந்தாள். வழக்கம்போல் சரிதாவின் கைகளை தன் கைக்குள் எடுத்துக் கொண்டபோது சரிதாவின் கைகளில் ஓடிய நடுக்கம் சஹிதாவிற்குத் தெரிந்தது. புன்னகை மாறாமலேயே சொன்னாள், ''அக்கா, நான் குடும்பத்தையே விட்டுட்டு போறதா யாரு சொன்னது? என்கிட்ட கொடுக்க இன்னும் நெறய இருக்கு, அதான் இன்னும் பெரிய குடும்பத்துக்குப் போறேன். அங்க நெறயா வேலை இருக்கும், அதை நான் சுதந்திரமா எந்தக் கட்டுப்பாடுகளுமில்லாம செய்ய ஆசைப்படறேன். அவ்வளவுதான்.

''............................''

நாம எல்லாத்தையும் கொடுத்துட்டே தானக்கா இருக்கோம். வாங்கி நிறையாத ஆட்களுக்கு கொடுத்து நிறையாத ஆட்கள்தானக்கா நாம... எல்லாப் பொண்ணுகளுக்கும் கொடுத்து நெறயறது அவங்கவங்க குடும்பத்துக்குள்ளேன்னு ஆயிடுச்சு. நான் கொஞ்சம் வெளியவும் குடுக்கணும்னு ஆசைப்படறேன். சந்தோஷமா அனுப்பி வைங்கக்கா.

சொல்லும்போதே சஹிதாவின் முகத்தில் ஒளி கூடியது. அவளின் நிறைவு சரிதாவின் மனதிலும் அந்த ஒளியைக் கடத்தியது. தன்னைத் துறந்து பிறரை முன்னிருத்த ஆசைப்படும் அவள் மனதை சரிதா புரிந்து கொள்ள வலியோடு முயன்றாள்.

எல்லாவற்றையும் கண்களிலும் உதடுகளிலும் புன்சிரிப்புடன் கேட்டுக் கொண்டிருந்த சௌகத் அமைதியின் நீட்சியாய்ப் பேச ஆரம்பித்தார்.

''சஹிதா வீட்டை விட்டு போகணும்ங்கறதுதான் நிமித்தம். அதை யாராலும் தடுத்து நிறுத்த முடியாது. ஆதி மாதிரி ஒரு ஆத்மார்த்தமான நண்பனோட போகும்போது அவங்க என்ன நெனச்சாங்களோ அந்த வாழ்க்கையை வாழ முடியும். அதனால நாம இனி அதைப் பத்தி பேச வேண்டாம். எங்க போகப் போறாங்க, எப்படி இருக்கப் போறாங்கன்னு மட்டும் பேசலாம்''

''எங்க போய் இருக்கணும்னு ஏதாவது தோணுதா சஹிதா?'' மீரா பாதி தெரிந்திருந்தாலும் உறுதிப்படுத்த வேண்டிக் கேட்டாள்.

''திருவண்ணாமலைக்குப் போகணும்னு மட்டும் நெனக்கறேன் மீரா'' சஹிதா தெளிவாய் பதில் சொன்னாள்.

''போலாம் சஹிதா, நான் போன வருஷம் ஆறுமாசம் அங்க தான் இருந்தேன். என்னோட இலக்கிய நண்பர்கள் ரெண்டு பேர் அங்க இருக்காங்க, அவங்களோட குடில் ரொம்ப மனசுக்கு இதமா இருக்கும். கேள்விகளற்ற, பயங்களற்ற நல்ல இயற்கையான சூழல். நீங்க ரெண்டுபேரும் அமைதியான உங்களுக்குப் பிடிச்ச மாதிரியான வாழ்க்கையை அங்க போய்த் தொடங்கலாம்''

சௌகத் பேசியது நாசிமிற்கு இன்னும் இன்னும் துயர் போக்கியது. அப்படியான பாதுகாப்பான ஒரு வளையத்திற்குள் சஹிதா இருந்தால் அவனும் நிம்மதியாக இருக்க முடியுமென நினைத்தான். பேச ஆரம்பித்தவுடனேயே எதையும் சொல்லாமலேயே வார்த்தைகள் நமக்குள் உள்ளே புகுந்து

நிறையுமே, அது போலவேயிருந்தது நாசிமிற்கு. அவன் தனக்குள் நிறைவடைந்ததை உணர்ந்தான்.

பேசத் தொடங்குவதுதானே நாம், பிறகு அது தன்னைத்தானே இட்டு நிரப்பிக் கொள்வதில்லையா, அது போலவே எல்லாம் நடந்தேறியது.

நாசிம், தானே ஆதிக்கு இந்தியாவிற்கு வருமாறு மின்னஞ்சல் அனுப்பினான். இன்னும் ஆறு மாதங்களில் தன் நாட்டை விட்டு, தான் வந்துவிட முடியுமென்று ஆதியிடமிருந்து பதில் அஞ்சல் வந்தது. அதற்குள் தான் செய்து முடிக்க வேண்டிய கடமைகளைத் திட்டமிட்டபடியே அன்றிரவு உறங்கிப் போனாள் சஹிதா.

பிரபஞ்சம் எல்லாவற்றையும் ஏதோ ஒரு புள்ளியில் அது தீர்மானித்தது போலவே கொண்டு செல்கிறது. கடந்த வருடம் கிடைக்காமல் போன மானுடவியல் பாடப்பிரிவு, டெல்லி ஜவஹர்லால் நேரு பல்கலைக்கழகத்தில் அமீராவிற்கு அந்த வருடம் கிடைத்தது. தான் வீட்டை விட்டுப் போன பிறகு மகள் அந்த வீட்டிலேயே உழன்று துன்புறுவாளோ என சஹிதா சஞ்சலப்பட்டிருந்தாள். தான் போவதற்குள் அமீரா புது வாழ்க்கை முறைக்குள் போய்விட்டால் எவ்வளவு நன்றாக இருக்குமென ஏங்கியிருந்தாள். அது அப்படியேயானது. சஹிதாவுக்கு அது கொடுத்த நிம்மதி வார்த்தைகளுக்குள் அடங்குவதாயில்லை.

பதினைந்து நாட்களுக்குள் பல்கலைக் கழகத்திலிருந்து சேர்க்கை உறுதிப்படுத்தப்பட்டதால் கல்லூரியிலும் விடுதியிலும் வந்து சேர்வதற்கான கடிதத்தைக் கையில் வைத்து வேலை பார்த்தார்கள். மகளை விடுதியில் விடுவதற்காக நாசிமும் சஹிதாவும் எல்லாவற்றையும் வாங்கிச் சேர்த்தார்கள். அவளுக்குப் பிடித்தவற்றையும் தேவையானவற்றையும்

வாங்கினார்கள். இனி எப்போதாவது தேவைப்படுமோ என நினைத்ததையெல்லாம் வாங்கினார்கள். அவர்கள் வாங்கிக் கொடுக்க ஆசைப்பட்டதையெல்லாம் வாங்கினார்கள். குறித்த நாளில் விமானத்தில் டெல்லிக்குப் போனார்கள்.

அமீராவின் விடுதியில் பொருட்களையெல்லாம் வைத்து விட்டு அவளுடனே மாலை வரை ஊர் சுற்றி மாலையில் கொண்டுபோய் விடுதியில் விட்டுவிட்டு வெளியே வந்தபோது மனசு மழை அடித்து ஓய்ந்த பிசிறில்லா வானம் போலானது. வழக்கம் போலவே நாசிமுக்கு நெஞ்சுக்குழியில் லேசான மூச்சுத் திணறல் வந்து போனது. அவனுடைய விருப்பப்படி நிஸாமுதின் தர்க்காவிற்குப் போனார்கள். பெண்களும் ஆண்களும் குழுமியிருந்த தர்க்காவில் மண்டியிட்டு கண்ணீர் மல்க நேரம் போவது தெரியாமல் துஆ செய்தான் நாசிம். என்னவோ சமீப நாட்களில் அப்படியொரு கலக்கத்தையும் அதன் பிறகான அமைதியையும் சஹிதா நாசிமிடம் பார்க்கவில்லை.

அன்றிரவு விடுதி அறையில் தங்கினார்கள். தூக்கம் வராமல் புரண்டு படுத்தாலும் ஏனோ இருவரும் பேசிக் கொள்ளவில்லை. எப்போது தூங்கினார்கள் என்றே தெரியவில்லை.

அழகான தடாகம் போன்றதொரு நீர்நிலையின் ஒருபுறம் அம்மா, அத்தா, இத்தாமு, புட்டேதாதி, தீச்சுடர் போல பொட்டு வைத்த கறுத்த பெண், யாயாயா முத்தச்சி எல்லோரும் நிற்கிறார்கள். மறுபுறம் நாசிமின் கையைப் பிடித்தபடி சஹிதா நிற்கிறாள்.

தடாகத்திலிருந்து நீரை சஹிதாவின் மேல் வாரி இறைத்தபடி எல்லோரும் போ போவெனக் கூச்சலிடுகிறார்கள். ஏன் என்னிடம் இத்தனை வெறுப்பு இவர்களுக்கென விக்கித்துப் போன சஹிதா

ஒருவேளை நான் ஆசைப்படும் வாழ்க்கையை வாழ சொல்கிறார்களோ? அதனால்தான் எனக்குப் பிடித்தவர்களாக எல்லோரும் இருக்கிறார்களோ என்றும் நினைக்கிறாள். எதுவுமே புரியாமல் எப்போதும் போல நாசிமின் கையை இறுகப் பிடித்தபடி அழுகையைக் கட்டுப்படுத்திக் கொண்டு நிமிர்ந்து பார்க்கிறாள். கீழ் நோக்கி களங்கமற்ற சிரிப்புடன் சாம்பல் கண்கள் மாறி நீல நிறக் கண்கள் ஒளிவிட அவளை அணைத்துத் தேற்றும் கைகள் ஆதியுடையதாக இருக்கின்றன.

திடுக்கிட்டுப் போன சஹிதா கண் விழித்துப் பார்த்தபோது இன்னும் தூங்கிக் கொண்டிருந்த நாசிமும் ஜன்னல் வழியாக மெல்ல எழுந்து வந்த சூரிய ஒளியும் அதை மட்டுப்படுத்துவது மாதிரியான சில்லென்ற காற்றும் சஹிதாவின் அதிரும் மனதைச் சமநிலைப்படுத்தின.

32

அமீரா மாதிரியான ஒரு மகளைப் பெற்றதற்காக நிறைவடைந்த நிமிடம் அது. வழக்கம் போல ஒரு ஞாயிற்றுக்கிழமை காலை உணவிற்குப் பிறகான ஓய்ந்த நேரத்தில் ஜரீனா தாதி அமீராவிடம் எல்லாவற்றையும் அவள் பார்வையிலிருந்து சஹிதாவைப் பற்றி பேசித் தீர்த்திருந்தாள். அம்மா வீட்டை விட்டுப் போகப் போகிறாளென்பதும் ஆதியோடு சேர்ந்து குழந்தைகளுக்கான ஹோம் ஆரம்பிக்கப் போகிறாளென்பதும் கொஞ்சம் அதிர்ச்சியாகத்தான் இருந்தது. சஹிதா அன்று வீட்டில் இல்லை. சக்தி அக்காவின் வீட்டில் ஒரு விசேஷத்திற்காய் போன அவளும் நாசிமும் ஒருநாள் அங்கே தங்கிவிட்டு வருகிறோம் என்று போயிருந்தார்கள். தாதியுடன் அடுத்த வேளையும் சாப்பிட்டு தூங்கியென மௌனமாகவே அந்த இரவைக் கழித்தாள் அமீரா. மறுநாள் மாலை வரை தாதியிடம் எதையும் கேட்கவில்லை. மாலை வந்த அம்மாவிடமும் பேசவில்லை.

இரண்டு நாட்கள் கழிந்ததொரு மாலையில் நல்ல மழை பெய்து விட்டிருந்தது. நாசிம் வெளியே போயிருந்தான். அம்மாவும்

மகளும் கட்டிலில் படுத்துக் கொண்டிருந்தார்கள். நல்ல கஸல் இசை மிதமான சப்தத்துடன் ரம்மியமாகயிருந்தது. ஜன்னல் வழி தெரியும் வானத்தில் கருமை மறைந்து நீலம் கூடியிருந்தது. விலகிப் படுத்திருந்த மகளைப் பக்கத்தில் இழுத்தணைத்து கண்மூடியிருந்தாள் சஹிதா.

''அம்மா நீ வீட்ட விட்டு, அப்பாவை, என்னையெல்லாம் விட்டுட்டு போப்போறியாம்மா?''

பதினெட்டு வயது மகளிடமிருந்து இப்படியொரு கேள்வி வருமென்று சஹிதா எதிர்பார்க்கவில்லை. மகளிடம் சொல்ல வேண்டும், ஆனால் எப்போது எப்படி என்றெல்லாம் முடிவு செய்யாத நேரத்தில் அவளுடைய கேள்வி சஹிதாவை நிலைகுலையச் செய்தது.

''யாரும்மா சொன்னாங்க...?''

''யாரோ சொல்லட்டும், அத விடு. நீ போப்போறியா?''

''ம்......''

''.....................''

''என்னைப் புதுசா உங்கிட்ட தெறந்து எதையும் சொல்ல வேண்டாம். எனக்கு இங்க இருந்தா மூச்சு முட்டுதும்மா, இருக்க முடியல...அதான்...''

சஹிதாவால் பேச்சை முடிக்க முடியவில்லை. அமீராவும் எதையும் பேசாமல் மௌனம் காத்தாள். அன்றுமல்ல... மறுநாளுமல்ல... பத்து நாட்களுக்கும் மேலாக அவள் மௌனம் காத்தாள். ஓட்டிற்குள்ளிருக்கும் கருவின் வெளிவரத் துடிக்கும் வலி போல அந்த மௌனத்தைத் தாங்க முடியாமல் சஹிதா தவித்ததொரு மாலையில் துடித்து வெடித்தாள்.

ஆனால், சஹிதா இப்போதெல்லாம் அழுவதில்லை. அம்மாவை மாமியார் தன் அழுகையை வைத்து அவமானப்படுத்திய பிறகு அவள் அழுவதில்லை எனத் தீர்மானித்திருந்தாள். அவள் மனது இளகி கண்களின் வழி சிந்துவதை உறைய வைத்திருந்தாள்.

''என்ன அமீரா, இப்படி பேசாமயே இருக்க, என்னால தாங்க முடியலடா. ஏதாவது பேசுடா...''

அமீரா, சஹிதா கேட்டவுடன் துளிகூடப் பதட்டப்படவில்லை. புன்னகை மாறாக் கண்களும் மின்னும் உதடுகளுமாய் அம்மாவை எதிர்கொண்டாள்.

''என்ன சொல்லச் சொல்றம்மா...? நீ போறதப் பத்தி நான் ஒண்ணுமே சொல்ல மாட்டேன். அது உன்னோட இஷ்டம். எங்கிட்ட சொல்லலியேன்னு கொஞ்சம் கஷ்டமா இருந்திச்சு. ஆனா இப்ப இல்ல. என்ன ஆனாலும் எங்கிட்ட நீ சொல்லியிருப்ப. அதுக்கான நாள் வரை நீ காத்திருந்திருக்கலாம். தாதிதான் அவசரப்பட்டுச் சொல்லிட்டாங்க. நீயே சொல்லியிருந்தா எனக்கு இவ்வளவு மன வருத்தம்கூட இல்லாம இருந்திருக்கும்''

''நான் போறதப் பத்தி உங்கிட்டயும் பேசணும்னு நெனச்சேன் அமீரா...''

''தேவையே இல்லம்மா. அது உன்னோட இஷ்டம். நீ பின்னால வருத்தப்பட மாட்டேன்னு முழுமையா நம்பினா போ''

''ஆதி என்னோட இருந்தா உனக்கு ஒண்ணும் பிரச்சனையில்லையா? வீடு, வெளி, நண்பர்களை, சொந்தங்களை எதிர்கொள்ள கஷ்டமா இருக்காதா?''

‘‘இங்க பாரும்மா. இந்தச் சமூகத்தைப் பத்தி எனக்கு கவலையோ அக்கறையோ இல்ல. அது எல்லா எடத்துக்கும் பாயற துர்நாற்றம் மாதிரி. அப்படியொரு நாற்றத்தை எப்படி நாம மூக்கில ஏத்திக்காம ஒதுக்குவோமோ அது மாதிரிதான், என்னால அதை எனக்குள்ள அனுமதிக்காம இருக்கத்தான் நான் ஆசைப்படறேன். அப்படித்தான் இருப்பேன். எனக்கு உன்னோட, அப்பாவோட நிம்மதியும் சந்தோஷமும் ரொம்ப முக்கியம். அது எந்தக் காரணத்தைக் கொண்டும் போயிடக் கூடாது. அப்பறம் எங்க வாழ்ந்தாலும் என்னோட அம்மா நீதானே. அதில எந்த மாற்றமும் வராதில்ல. அப்பறம் எதுக்கு நான் அம்மா இல்லன்னு கஷ்டப்படணும்? நீ செய்யப்போற வேலை எனக்கு ரொம்பப் பிடிச்சது. அந்தக் கொழந்தைகளைப் பாக்க நானும் வருவேன். நீயும் எப்பவும் இங்க வரலாம். தாதிகூட கோபமெல்லாம் கொறஞ்சு உன்ன ஏத்துப்பாங்கம்மா. நீ கவலப்படாத’’

‘‘..’’

‘‘அம்மா, நான் ரொம்ப யோசிச்சுப் பாத்தேன், உனக்கு இங்க இருக்கப் பிடிக்கலன்னா நீ போறதுதான் சரி. அதில்லாம கடைசிவரை ஏங்கி ஏங்கியே செத்துப் போறதில எனக்குச் சம்மதமேயில்லம்மா. இதில எந்த சென்டிமென்ட்டும் கொண்டு வர வேண்டாம். அப்பாவும் உனக்காக தன்னோட வாழ்க்கையில நிறைய விட்டுக் குடுக்கிறார். உனக்குப் பிடிச்ச இடங்களுக்கு மட்டும்தான் வரார். உன்னோட சந்தோஷத்துக்காக அவரோட எல்லாத்தையும் உள்ள அடக்கி வச்சிக்கறார். அதுவும் அவசியமில்லதானே. அவரும், அவருக்குப் பிடிக்கற மாதிரி வாழ ஆசைப்படலாம் இல்ல. நீ உனக்குப் பிடிச்ச வாழ்க்கைக்குள்ள போனா, அப்பாவும் அவருக்குப் பிடிச்ச வாழ்க்கைக்குள்ள

போயிடுவார். அது நல்லதுதானே. ரெண்டு பேரும் சந்தோஷமா இருந்தீங்கன்னா எனக்கு எவ்ளோ நிம்மதிம்மா.''

''எப்படிடா இப்படிப் பேச முடியுது? என்னால உன்னோட முதிர்ச்சியான பேச்சைத் தாங்க முடியலயே''

''நீதானம்மா என்ன வளத்த. இந்தப் புரிதல்கூட இல்லன்னா அப்பறம் எப்படிம்மா? நாங்க எங்க வயசில இப்படி இருக்க, உங்க வாழ்க்கையில பாக்கற இறுக்கமும் புழுக்கமும் தானம்மா காரணம்''

''இருக்கலாம் அமீரா. என்னைக் குற்றவுணர்ச்சியில்யிருந்து முற்றிலுமா வெளியக் கொண்டு வந்திட்டடா. உள்ளுக்குள்ள கொமஞ்சு போய் உன்னையே நெனச்சிக்கிட்டிருந்தேன். இப்ப ரொம்ப நிம்மதியா மூச்சு அடைக்காம இருக்கு அமீரா''

''அம்மா, நீ இல்லாத எடம் எனக்கு பயங்கர வெறுமையாத்தான் இருக்கும், ஆனா அதுக்காக உன்னோட எல்லா சந்தோஷங்களையும் பலியிட வேண்டாம். எனக்கான எடத்தைத் தேடவும் அடையவும் நான் முயற்சி பண்ண முடியும். அது நல்லதும்கூட. நீ எதுக்கும் கவலப்படாத, எந்தக் கட்டுகளுமில்லாம சந்தோஷமா இரு. யார் உன்ன என்ன சொன்னாலும் காதில வாங்கிக்கோ, மனசுக்குக் கொண்டு போகாத. எந்த நேரத்திலும் எடுத்த முடிவுக்காக வருத்தப்படாத. சரியா? இது உன்னோட விருப்பத்தில நீயா முடிவு பண்ண வாழ்க்கை. அதனால யாரையும் கை நீட்டி குற்றம் சொல்ல முடியாது. அதனாலயே நீ கழிவிரக்கத்துக்குள்ள போயிடாத''

பேசிக்கொண்டே போனவள், எழுந்து வந்து கழுத்தைக் கட்டிக்கொண்டு நெஞ்சுக்குழியில் முத்தமிட்டாள். அமீராவுக்கு

சஹிதாவின் நெஞ்சுக்குழியில் முத்தமிட மிகவும் பிடிக்கும். நேரம் போவது தெரியாமல் இறுக்க அணைத்தபடி படுத்துக் கிடந்தார்கள்.

மகள் ஆற்றுப்படுத்தின அம்மா, அமீராவையே பார்த்துக்கொண்டு படுத்திருந்தாள். எப்படி நிதர்சனத்தைப் புரிந்து கொள்ளும் மகள்! அவள் எப்போதுமே இப்படித்தான். அவளுக்கு மற்றவர்களுக்காக வாழத் தெரியாது. பேசத் தெரியாது. உண்மையின் உள்ளொளியில் மட்டுமே தகித்து நிற்க ஆசைப்படுபவள். அவளிடம் கோபமிருக்கும், ஆனால் அதில் நியாயமிருக்கும். மற்றவர்களை கன்வின்ஸ் செய்யும் சொற்களை மட்டுமே அவள் கூடையில் சேமித்து வைத்திருந்தாள். அதில் ஒன்றைக்கூட நம்மால் நிராகரிக்க முடியாது. மிகவும் தனித்துவமானவள். மன உணர்வுகள் கொந்தளித்தாலும் வெளியில் துளியும் சிந்தாதவள். திடமானவள். அவள் வயதில் மற்ற குழந்தைகளைவிட முதிர்ச்சியானவள். சின்ன வயதிலிருந்தே எல்லா விஷயங்களையும் அவள் உடனிருக்கும்போதே பேசிப்பேசி அவளுக்கும் மன முதிர்ச்சி வந்துவிட்டதோ என்று சஹிதாவுக்குத் தோன்றும். அது சில நேரங்களில் மகள், குழந்தமையைத் தொலைத்து விட்டாளோ என்று கவலைப்படவும் சில நேரங்களில் மிகச் சரியானது என்றும் தோன்ற வைக்கும். அமீரா மற்றவர்களின் துக்கத்திற்காய் கவலைப்பட்டு அதன் நிவர்த்திக்காய் நிற்கும்போது அவளுடைய வலிமையைக் கண்டு பிரமித்திருக்கிறாள்.

அலுவலகம் விட்டு வந்த நாசிமிடம் சஹிதா எல்லாவற்றையும் பிரமிப்பு மாறாமல் சொன்னாள். அமைதியாய் கேட்டுக் கொண்ட நாசிம் புன்முறுவலுடன் சொன்னான்.

‘‘நிம்மதியா இரு சஹிதா, இனியாவது குற்றவுணர்ச்சிக்குள்ள போகாம வாழ்க்கையை சந்தோஷமா, நிம்மதியா, எந்தக் கழிவிரக்கமும் இல்லாம வாழப் பழகு. அமீராவோட இந்தச் சின்ன வயசில இருக்கற முதிர்ச்சியோடயாவது வாழ்க்கையை நாம எதிர்கொள்ளணும். அதுதான் எல்லாருக்கும் நிம்மதியைத் தரும்.’’

‘‘அபூர்வமான பொண்ணுதான் நாசிம் அவ, பத்திரமா பாத்துக்கோங்க...’’ நாசிமின் நெஞ்சில் முகம் புதைத்துச் சொல்லும்போது தொண்டையில் வார்த்தைகள் சிக்கினாலும் அழுகை வரவில்லை. நாசிமும் அவளை அணைத்து நெற்றியில் முத்தமிட்டு அதை அப்படியே அங்கீகரித்து அன்பைப் பகிர்ந்தான்.

33

நாம் நினைத்தபடியெல்லாம் வாழ்க்கை நடத்திக் காட்டுமா என்ன? ஆனாலும் ஏதேதோ யோசித்து ஏதேதோ பேசி வாழ்வை நகர்த்த ஆசைப்படுகிறோம். நாம் திட்டமிடுகிறோமென நினைத்தாலும் இந்தப் பிரபஞ்சம் ஏதோ ஒரு கணக்கில் எல்லாவற்றையுமே எப்போதோ முடிச்சிட்டு வைத்துதான் இருக்கிறது. அது தானாய்ச் சுழன்று கொண்டுமிருக்கிறது. மனித சக்தியால் அதற்குத் தடைகளேதும் விதிக்க முடிவதில்லை.

அது ஒரு மழைக்காலம். ஐப்பசியின் மழைக்காலம் முடிந்து சிறு தூறலாய் கார்த்திகை தொடங்கின நாட்களின் வெயிலேறாத முன் காலையில் ஆதி வந்து சேர்ந்தான். அவனுடைய அம்மா, அப்பா, தங்கை, நண்பர்கள், சொந்தங்கள் என எல்லோரிடமும் விடைபெற்று தன் நாட்டிடம் விடைபெற்று வாழ்வின் முழுமைக்காய் இன்னொரு மண்ணில் வேரூன்றும் பேரார்வத்துடன் இந்தியாவிற்கு வந்து சேர்ந்திருந்தான். நாசிமிடம் வாக்கு கொடுத்தது போல தன் மனதொத்த சகியோடு

சேர்ந்து வாழப் போகும் வாழ்வின் புதுமையை ஒரு குழந்தையின் களங்கமின்மையோடு எதிர்கொள்ளக் காத்திருந்தான்.

அப்படி இந்தியாவிற்கு வந்த ஆதி சென்னையில் சஹிதாவின் வீட்டிற்குள் அடி எடுத்து வைக்க முடியவில்லை. ஜரீனா பீவி எரிதழல் போலத் தகித்துக் கொண்டிருந்தாள். அவளை யாராலும் சாந்தப்படுத்த முடியவில்லை. அவளின் கட்டுக்குள்ளிருந்து வீடு விடுபட்டிருந்ததை அவளால் தாங்கவே முடியவில்லை. தலாக் கொடுக்காமல் குலா கொடுக்கச் சொன்னால் அதற்கும் சம்மதித்து, கோர்ட் மூலம் சட்டபூர்வமாய் விவாகரத்து வாங்கச் சொன்னால் அதையும் வாங்கி, தங்கம், வெள்ளி, விலையுயர்ந்த பாத்திரங்களைத் திருப்பி தர மாட்டேன் என்றால் அதற்கும் சம்மதித்து, தனக்குப் பின்னால் என் மகளுக்கு இதையெல்லாம் கொடுக்க வேண்டுமென எந்த நிர்பந்தமும் இல்லாமல், கைவீசி வீட்டை விட்டுப் போகவிருக்கும் சஹிதாவை ஜரீனாவால் புரிந்து கொள்ளவே முடியவில்லை. தன் மனைவியை மிகுந்த பிரியத்தோடு வேறு ஒரு ஆணுடன் அனுப்பி வைப்பதில் நாசிமிற்கு இருக்கும் நிம்மதியையும் அவளால் ஜீரணிக்க முடியவில்லை. தன் கை விட்டு எல்லாமே போய் விட்டதை முழுமையாய் உணர்ந்த ஜரீனா கதவைச் சாத்திக் கொண்டு வெடித்தழுதாள். யாரும் தேற்றுவாரில்லாமல் மிகுந்த கழிவிரக்கத்தோடு குளியலறை மூலையில் நின்று எவ்வளவு தேய்த்தும் போகாத காது மடல்களில் கண்ட வெண்புள்ளிகளைக் கண்ட நாளின் அழுகை அது. வாழ்நாள் முழுக்கத் தீராதது.

எல்லாவற்றையும் நாம் சரியாக நடத்துகிறோமென்றாலும் பிரபஞ்சத்தின் காலச் சக்கரம் வேறு எப்படியோ நகர்த்திக் கொண்டிருக்கிறது. அதன் கணக்கிற்கு நம்மிடம் பதிலில்லாமல் வெற்று கைகளுடனே நாம் நிற்க வேண்டியிருக்கிறது.

ஆதி சஹிதாவின் வீட்டில் தங்க முடியாமல் போனதால் சக்தியின் வீட்டில் தங்க வைக்கப்பட்டான். அது முதலில் அவனுக்கு மிகவும் அசௌகரியமாக இருந்தாலும் நந்தாவின், சக்தியின் அணுக்கமான மனநிலையில் சட்டென பொருந்திப் போனான். பத்து நாட்களில் அவர்களிடமிருந்து கொஞ்சமாகத் தமிழில் பேசி பதில் சொல்லவும் கற்றுக் கொண்டான். தமிழ்நாட்டில் ஏதோ ஒரு மூலையில் தொடங்கப் போகும் வாழ்க்கையின் புதுமை அவனை எல்லைகளற்ற பெருவெளியில் சஞ்சரிக்க வைத்தது. அது குறித்த பயங்களும் யோசனைகளும், நாசிம் தன்னை நம்பி அனுப்பும் சஹிதாவைப் பத்திரமாக பார்த்துக் கொள்ள வேண்டுமே என்ற பதட்டமும் மனம் முழுக்க விரவிக் கிடந்தன. அது சில நேரங்களில் அவனை மௌனமாக்கியது, சில நேரங்களில் கொந்தளித்துக் கோபமடையச் செய்தது, சில நேரங்களில் சாந்தமாக்கிக் குளிர வைத்தது. ஆனால் தன்னால் முடியுமா என்று மட்டும் பயப்படச் செய்யவில்லை. ஆதியின் அந்த மனநிலை மட்டுமே நாசிமின் பதட்டத்தைத் தணியச் செய்தது. யோசித்து யோசித்து மூச்சுக் குழாய்களில் ஏற்பட்ட சுவாச அடைப்பை நிதானப்படுத்தியது.

ஒரு புதன் கிழமை வீட்டிலிருந்து வெளியேறுவது என்று முடிவு செய்தாள் சஹிதா. திங்கட்கிழமை ஜரீனா எல்லாப் பத்திரங்களிலும் கையெழுத்து வாங்கினாள். இனி இந்த வீட்டிற்கும் தனக்கும் எந்த பந்தமுமில்லை என எழுதிக் கேட்டபோது மட்டும் கண்கலங்க நாசிமை ஏறெடுத்தாள். ஒன்றும் கவலைப்படாதே, நான் உன்னுடனே இருக்கிறேன் என்ற அவனுடைய புன்சிரிப்பு போதுமாயிருந்தது அவளுக்குக் கடைசிக் கையெழுத்து போட.

இரண்டு சுடிதார்களும் இரண்டு புடவைகளுமாய் ஒரு துணிப்பையில் வைத்து எடுத்துக்கொண்டு தன்னுடைய மொத்த உடமைகளையும் தனதல்ல என்ற மனநிலைக்கு சட்டென சஹிதாவால் வர முடிந்தது. பங்களாவிலிருந்து இறங்கினாலே பென்ஸ் காரில் கால் வைக்கும் பழக்கம் செருப்பணியாத கால்களுக்குப் பழக ஆசைப்பட்டது. மேலே ஏதோ ஒரு கூரை போதுமென்றிருந்தது. பல மைல்கள் பறந்து வந்து தன் நாட்டை, மக்களை, உறவை விட்டு வந்திருக்கும் ஆதியின் உடமைகளும் மனசும் அப்படியேயிருந்தன.

சஹிதா டெல்லியிலிருக்கும் அமீராவிடம் மட்டும் பேசிக் கொண்டேயிருந்தாள். கையில் வைத்திருக்கும் செல்பேசியின் வழி ஆயிரம் முத்தமிட்டாள். கண்கலங்கினாள்.

''அம்மா கவலப்படாம போ, நாங்க இருக்கோம். பயப்படாத'' எனும் மகளின் ஒலி தன்னை வந்தடைந்தபோது நெஞ்சுருகிப் போனாள்.

திருவண்ணாமலை ரமணரின் ஆஸ்ரமத்தில் வரிசையாக நின்று கொண்டிருந்த சாதுக்களின் வரிசையில் சஹிதாவும் நின்றிருந்தாள். வெள்ளை நிறத் துப்பட்டாவில் தலை மூடியிருந்த முகத்தில் வாட்டம் தெரிந்தது. அது பசித்ததால் பிரிவால் வந்தது மட்டுமல்ல. பயமும் பதட்டமும் அதில் அப்பிக் கிடந்தது. ஆதியைக் காணவில்லை. கையில் தட்டேந்தி ஆஸ்ரமப் பிச்சைக்காய் வரிசையில் காத்திருந்தாள். அவமானத்தின், துரோகத்தின், வலியின், உதாசீனத்தின், பிரியமானவர்களின் மரணத்திற்குப் பிறகும் கூடப் பசிக்கும் என்பதையும் அதற்கு உணவை மட்டுமே கொடுத்து சாந்தப்படுத்த முடியுமென்பதையும் உணர்ந்தாள். கொதிக்கும் உணவைப் பார்த்த சஹிதாவுக்கு பசி

இன்னும் அதிகமானது. கையில் சோற்றை வாங்கி ஒரு வாயெடுத்து உண்ணப் போகும்போது நாசிமின் சத்தமான அழுகுரல் கேட்டு கண் விழித்தாள்.

சஹிதாவை இறுக்கி அணைத்து தன் கனவைச் சொல்லித் தேம்பிய நாசிம் பயந்திருந்தான். பலமுறை தன்னால் முடியாமல் போன உடல் இயக்கங்கள் ஞாபகத்தில் இருந்தாலும், அவனை சாந்தப்பட வைக்க சஹிதா தன் உடல் வழி முயன்று கொண்டேயிருந்தாள். நாசிமை முழுமையாய் இயங்க அனுமதித்தாள். ஆனாலும் மனது நழுவி வாழ்வைப் போலவே முழுமையுறாமல் அந்தரத்தில் கொட்டிச் சிதறன.

ஆதியின் அக்கறையையும் அன்பின் வன்முறையில்லா மனதையும் சஹிதா மறுபடியும் விளக்கினாள். பவழமல்லி பூத்திருக்கும் சௌகத் தங்கியிருந்த நண்பர்களின் குடில் தன்னை உன் கனவிடத்திற்குக் கொண்டு போகாது என்று புரிய வைத்தாள். அப்போது சாந்தப்பட்டாலும் நாசிம் பதட்டத்துடனேயிருந்தான். மனது புழுக்கத்திலேயே தவித்து வியர்த்தபடியே இருந்தது.

செவ்வாய்க்கிழமை மாலை அவர்கள் வழக்கமாகப் போகும் இடத்திற்குப் போனார்கள். அன்றொரு நாள் வீட்டை விட்டு போயே தீருவாய் என்று குறி சொன்ன தெலுங்குப் பெண் நின்ற இடத்திற்கு வந்தார்கள். இருட்டும்வரை அங்கேயே எதற்கென்றில்லாமல் நடந்து கொண்டிருந்தார்கள். சஹிதாவுக்குப் பிடிக்குமென்று சாக்லேட்டுகளும், பப்ஸும், கேக்குகளும் வாங்கிக் கொடுத்தான். பேச முடியவில்லை. வீட்டிற்கு வந்த பிறகும் பேசாமல் படுத்துக் கொண்டார்கள்.

ஒளி கூட உள்ளே புக முடியாத இறுக்கத்தில் பிணைந்திருந்தார்கள். காமமற்ற காதல் சாந்தமாக எல்லாவற்றையும் அனுமதித்தது.

சஹிதா

இரவு ஒரு மணி இருக்கும், நாசிம் எப்படியோ அசந்து தூங்கி விட்டிருந்தான். சஹிதா மெல்ல எழுந்தாள். கட்டிலிலேயே உட்கார்ந்து கொஞ்ச நேரம் தன்னுடைய எல்லாவற்றையும் அனுமதிக்கும் கணவனையே பார்த்துக் கொண்டிருந்தாள். இனி அதிகபட்சமாக பன்னிரெண்டு மணிநேரம் மட்டும்தான் நான் இந்த வீட்டில் இருக்கமுடியும் என்ற நினைப்பு அவளை லேசாய் பதற வைத்தது. எழுந்து வந்து மேசையைத் திறந்து கையில் கிடைத்த மெழுகுப் பென்சில்கள், பல வண்ண பென்சில்கள் எல்லாவற்றையும் எடுத்துக்கொண்டு அவர்களுடைய அறை முழுக்க தன் மனதை எழுதினாள். கதவில், ஜன்னலில், கை கழுவும் கோப்பைக்குப் பக்கத்தில், கண்ணாடியில், சுவற்றில் என எங்கும் எழுதினாள். ஐந்து மணிக்கு எழுந்த நாசிம் பக்கத்தில் வழக்கம் போல தடவிப் பார்த்து சட்டென கண் விழித்தவன், சுவரருகில் நின்று சஹிதா என்ன செய்கிறாள் என்று புரியாதவனாய் எழுந்து அருகில் வந்து நின்றான்.

கை முழுக்க வண்ணங்களால் நிறைந்து அது மேலேறி கன்னங்களுக்கும் கோடிட்டிருந்த சஹிதாவையே கண்ணெடுக்காமல் நாசிம் பார்த்துக் கொண்டிருந்தான். அவளின் பெரிய கண்களில் உள்ளோடியிருக்கும் நரம்புகளில் சிவப்பு கூடி வருவதைக் கண்ணுற்றான். செம்மை கூடி நீல விழிகள் அதிக நாட்களுக்குப் பிறகு தடாகமாய் மாறக் காத்திருந்த நேரத்தை அனுமதிக்காத நாசிம் அந்த கண்களில் முத்தமிட்டு வெளியே கூட்டிக்கொண்டு வந்தான்.

வார்த்தைகள் கருமியாய் மேலண்ணத்தில் ஒட்டிக் கிடக்க வெறுமே கை பிணைந்து உட்கார்ந்திருந்தார்கள். ஒன்பது மணிக்கு காரை வெளியே விட்டு விட்டு மீராவும் சரிதாவும் பயந்தபடி

உள்ளே நுழைவதைப் பார்த்த பிறகுதான் இவர்கள் நேரம் அதிகமானதை உணர்ந்தார்கள்.

கண் கலங்கியிருந்த சரிதாவை நாசிமும் சஹிதாவும் பார்க்கவேயில்லை. மீராதான் உள்ளே ஒடுங்கியிருந்தாலும் வெளிக் காண்பிக்காமல் பேச முயன்றாள்.

''என்ன நாசிம் இன்னும் ரெடியாகலயா?''

''ம்...''

''சஹிதா எழுந்திரு, நேரமாகுது பாரு. தெரியாத ஊருக்குப் போகப் போறீங்க. சீக்கிரமே போய் சேர்ற மாதிரி கௌம்பணும். குளிச்சிட்டு வா''

மீராவும் பதட்டத்தை மறைக்க எதையோ உளறிக் கொண்டிருக்கிறாள் என்று எல்லோருக்குமே புரிந்தது.

கொஞ்ச நேரத்தில் சஹிதா குளித்துவிட்டு வந்தாள். வாழ்நாள் முழுமைக்குமான தன் வாசனையை அந்த அறையில் உதறி விட்டபடி, மணமற்ற அலங்காரமற்ற தன் மீதமுள்ள வாழ்க்கைக்கு அவள் தயாரானாள்.

நாசிம் அவள் துணிப்பையில் கொஞ்சம் பணம் வைத்தான். ஏதோ பேச முயன்ற அவளைத் தடுத்து, ''உடனே சில சூழலுக்குத் தேவைப்படும் சஹிதா, ஒண்ணும் சொல்லாத'' என்று தடுத்தான்.

மீரா, சரிதா, நந்தா, சக்தி, ஆதி, சஹிதா, ராதா, ஹரி என எல்லோரிடமும் முன்பே நாசிம் சொல்லியிருந்தான்.

''என்னால அவ போறதப் பாக்க முடியாது. ஒரு டாக்ஸி வரச் சொல்லியிருக்கேன். அது வந்ததும் மீராவும் சரிதாவும் அவளைக் கூட்டிட்டு நந்தா அண்ணா வீட்டுக்கு வந்து ஆதியையும்

அவளையும் பத்திரமா அனுப்பி வைக்கணும். மீராவும் சரிதாவும் எங்கம்மா என்ன சொன்னாலும் எனக்காகப் பொறுத்துக்கணும். அவங்க கோபத்தில என்ன வேணாலும் சொல்வாங்க, அதை நாம காதிலகூட வாங்காமப் போயிடலாம்'' என்று எல்லோரையும் பார்த்து கை கூப்பின நாசிமை நந்தா ஓடி வந்து கட்டிக் கொண்டார். பேச்சற்றுப் போன அவர்கள் எல்லோரின் மனங்களும் அமைதியில் தவித்தன.

ஆதி, சக்தியின் வீட்டில் தயாராக இருந்தான். சஹிதா வந்தவுடன் கிளம்ப வேண்டும்.

நாசிமால் ஆதியிடம் பேச முடியவில்லை. என்னதான் தீர்மானித்திருந்தாலும் அந்த விரும்பாத நொடி வந்தேவிட்டது. தன் பாதியாய் வாழ்ந்திருந்த சஹிதா போகிறாள் என்ற துயரம் சகிக்க முடியாததாய் வலியை அள்ளிக்கொண்டு வந்தது. அது தந்த பெருவலியில் பேச்சு உள்ளுக்குள் இழுத்துக்கொள்ள, நாசிமால் ஒற்றைப் பார்வையைத்தான் தர முடிந்தது. அவனை முழுதாய் புரிந்து கொண்ட ஆதி, 'கவலைப் படாதீர்கள், ஒண்ணும் பிரச்சனையில்லை, எதுவானாலும் நாம் பார்த்துக் கொள்ளலாம்' என்று ஆறுதலாய் நாசிமின் கைகளை அழுத்திப்பிடித்துக் கொண்டான்.

நாசிம் வீட்டிலிருந்து கிளம்பும்போது ஜரீனா ஒன்றுமே பேசவில்லை. வழக்கத்திற்கு மாறாக அமைதியாக நடு வீட்டில் போடப்பட்டிருந்த நாற்காலியில் உட்கார்ந்திருந்தாள். மாடியிலிருந்து இறங்கி வந்த நாசிம் அம்மாவைத் தாண்டி படியிறங்கிப் போனான். அவள் முக பாவனையைக் கூட நாசிம் கவனிக்கவில்லை என்பதை ஜரீனாவும் உணர்ந்திருந்தாள்.

மீரா, சரிதா, நந்தா, சக்தி, ராதா, ஹரி, அவர்களின் குழந்தைகள் என எல்லோரும் கையசைத்து பின்னால் நிற்க, சஹிதாவும் ஆதியும் மட்டுமே காரில் ஏறிக் கிளம்பினார்கள். சஹிதாவின் மனம் நிச்சலனமிட்டிருந்தது. இதுதான் தனக்குத் தேவை என்று உள்மனது உறுதியாய்ச் சொன்னது. அந்த உணர்வைக் கெட்டியாய்ப் பிடித்துக் கொண்டாள். நாசிம் மட்டுமே அங்கில்லாமல் தன்னை வேறு பக்கத்திற்கு மடை மாற்றியிருந்தான். டெல்லியில் தன் சொந்தங்கள் எல்லாம் தடாகத்தின் அந்தப்புறம் நிற்க, தான் மட்டும் மலங்க விழித்தபடி நின்ற காட்சி நினைவிலாடியது.

நாசிம் தன் வீட்டிலிருந்து காரெடுத்து வளைத்துத் திருப்பி எப்போதும் போல மாடியைப் பார்த்து அங்கு நின்றிருக்கும் சஹிதாவிற்குக் கையசைத்தான். பக்கவாட்டுக் கண்ணாடியில் தெளிவாய் தெரிந்த சஹிதாவை மீண்டுமொருமுறை பார்த்தான். இன்று மாலை திரும்பி வரப் போகும் சஹிதா இல்லாத வீட்டையும் ஏறெடுத்தான்.

கண்களிலிருந்து லேசாகத் துளிர்த்த கண்ணீர், கன்னத்தில் இறங்கும்முன் கொஞ்சமே திறந்திருந்த கார் கண்ணாடியின் வழியாக வந்த காற்றில் கரைந்து போனது. அந்தச் சில்லென்ற காற்றும் சிறு தூறலும்கூட நாசிமின் மனதை நனைக்கவில்லை.